காற்றுக்கெ

CW01207959

முத்துலட்சுமி ராகவன்

Copyright © Muthulakshmi Raghavan
All Rights Reserved.

This book has been self-published with all reasonable efforts taken to make the material error-free by the author. No part of this book shall be used, reproduced in any manner whatsoever without written permission from the author, except in the case of brief quotations embodied in critical articles and reviews.

The Author of this book is solely responsible and liable for its content including but not limited to the views, representations, descriptions, statements, information, opinions and references ["Content"]. The Content of this book shall not constitute or be construed or deemed to reflect the opinion or expression of the Publisher or Editor. Neither the Publisher nor Editor endorse or approve the Content of this book or guarantee the reliability, accuracy or completeness of the Content published herein and do not make any representations or warranties of any kind, express or implied, including but not limited to the implied warranties of merchantability, fitness for a particular purpose. The Publisher and Editor shall not be liable whatsoever for any errors, omissions, whether such errors or omissions result from negligence, accident, or any other cause or claims for loss or damages of any kind, including without limitation, indirect or consequential loss or damage arising out of use, inability to use, or about the reliability, accuracy or sufficiency of the information contained in this book.

Made with ♥ on the Notion Press Platform
www.notionpress.com

பொருளடக்கம்

1. அத்தியாயம் 1 — 1
2. அத்தியாயம் 2 — 7
3. அத்தியாயம் 3 — 13
4. அத்தியாயம் 4 — 19
5. அத்தியாயம் 5 — 25
6. அத்தியாயம் 6 — 30
7. அத்தியாயம் 7 — 35
8. அத்தியாயம் 8 — 40
9. அத்தியாயம் 9 — 46
10. அத்தியாயம் 10 — 52
11. அத்தியாயம் 11 — 57
12. அத்தியாயம் 12 — 62
13. அத்தியாயம் 13 — 68
14. அத்தியாயம் 14 — 74
15. அத்தியாயம் 15 — 81
16. அத்தியாயம் 16 — 88
17. அத்தியாயம் 17 — 95
18. அத்தியாயம் 18 — 102
19. அத்தியாயம் 19 — 109
20. அத்தியாயம் 20 — 115
21. அத்தியாயம் 21 — 124
22. அத்தியாயம் 22 — 133
23. அத்தியாயம் 23 — 151
24. அத்தியாயம் 24 — 162

நூலாசிரியர் — 177

1

"கற்பகமே உனையன்றி..

கதி ஏதம்மா..?

உன் கடைக்கண் பார்வையிலே

எனைப் பாரம்மா.."

மயிலாப்பூர் கபாலீஸ்வரர் கோவிலில் பாடல் ஒலித்துக் கொண்டிருந்தது.. மனமுருக தீபாதரனையின் ஒளி வெள்ளத்தில் தெரிந்த கற்பகாம்பிகையைக் கும்பிட்டு கன்னத்தில் போட்டுக் கொண்டாள் மகாலட்சுமி.. மூக்குத்தி மிளிர.. நெற்றியில் குங்குமம் துலங்க.. பச்சை வண்ணப் பட்டு உடுத்தி மகாலட்சுமியின் மனக் குறைகளைக்

கேட்டு அதைத் தீர்க்கும் வகையில் புன்னகையை சிந்திக் கொண்டிருந்தாள் கற்பகாம்பிகை..

கபாலீஸ்வரரை வேண்டி விட்டு சன்னதியை வலம் வந்து கொண்டிருந்தவளின் பின்னாலிருந்து யாரோ அவளை பெயர் சொல்லி அழைத்தார்கள்..

"மகா.."

மகாவாகப்பட்ட மகாலட்சுமி உடனே திரும்பிப் பார்த்தாள்.. அவசர நடையுடன் கோமதி மாமி வந்து கொண்டிருந்தாள்..

"ஏண்டிம்மா.. அப்போப்பிடிச்சு மகா.. மகான்னு கூப்பிட்டுக்கிட்டே இருக்கேன்.. நோக்கு காதில விழுகலியோ.."

'விழுந்தாத் திரும்பிப் பார்த்திருக்க மாட்டேனோ..' என்று மனதுக்குள் கேட்டுக் கொண்ட மகாலேசாக சிரித்தபடி..

"இல்லியே மாமி.." என்றாள்..

"உன் காதில மட்டும்தாண்டிம்மா விழுகலை.. மத்தபடி இந்த ஊரு காதிலயெல்லாம் நான் கூப்பிட்டது விழுந்துட்டுது.."

'எது விழுந்துட்டதாம்..?' மகாவின் மைன்ட் வாய்ஸ் குரல் கொடுக்க.. அவள் அப்பாவிபோல இமை கொட்டியபடி..

"விழுந்தா என்ன மாமி..?" என்று கேட்டாள்..

"நல்லாக் கேட்டே போ.. எந்தக் கடன்காரனோ.. என்னையா கூப்பிட்டிங்க மாமின்னு முன்னால் வந்து நிற்கிறான்.."

அலுத்துக் கொண்ட கோமதி மாமியைப் பார்த்த போது மகாலட்சுமியின் சிரிப்பு அதிகரித்தது.. அடக்கிக் கொண்டாள்..

கோமதி மாமிக்கு வெங்கலத் தொண்டை... அவள் ரகசியம் பேசினாலே எட்டு ஊருக்குக் கேட்கும்.. இதில் கத்தி வேறு கூப்பிட்டால் உலகமே திரும்பிப் பார்க்காதா..? மாமியின் எட்டுக் கட்டைத் தொண்டையின் வீரியத்துக்கு காதைப் பொத்திக் கொண்டு கபாலீஸ்வரரே இறங்கி வந்து..

'என்னையா கூப்பிட்டாய் மாமி..?' என்று கேட்டாலும் கேட்டு விடுவார்..

இதில் எந்தக் கடன்காரனோ அப்படிக் கேட்டுக் கொண்டு வந்ததில் ஆச்சரியம் என்ன இருக்கப் போகிறது..?

'அப்படிக் கேட்கலைன்னாத்தான் ஆச்சரியப்படனும்..'

நாசுக்காய் கையிலிருந்த கர்சீப்பை வைத்து முகத்தைத் துடைப்பதைப் போல சிரிப்பை மறைத்துக் கொண்டாள் மகாலட்சுமி..

மாமிக்கு தொண்டைதான் வெங்கலத் தொண்டையே தவிர.. குணத்தில் பத்தரை மாற்றுத் தங்கம்.. கஷ்டப் படுகிறவர்களுக்கு கையில் இருப்பதை அள்ளிக் கொடுத்து விடும் ஈர மனது.. அவள் குடியிருப்பதினால்தான்.. அவள் குடியிருக்கும் பகுதியில் மட்டும் பருவ மழை தப்பாமல் கொட்டோ கொட்டென்று கொட்டுகிறது என்று ஊருக்குள் நிறையப் பேர் பேசிக் கொள்வதுண்டு..

வாத்சல்யத்துடன் மாமியைப் பார்த்தாள் மகாலட்சுமி.. பழுத்த சுமங்கலி என்பதற்கு கோமதி மாமியைத்தான் இலக்கணமாக சுட்டிக் காட்ட வேண்டும்.. அரைத்து விட்ட மஞ்சள் நிறத்தில்.. நெற்றியில் குங்குமம் துலங்க.. தலைக்கு குளித்த நரைமுடி கலந்த ஈரத்தலையை விரிய விட்டு.. கூந்தலின் நுனியில் மட்டும் கொண்டையாக முடிச்சிட்டு அதில் கையளவு நீளமுள்ள மல்லிகைச் சரத்தைச் சுற்றி.. ஜரிகை பார்டர் கொண்ட பட்டுச் சேலையை மடிசாராய் கட்டி மாமி நடந்து வரும் போது.. அவள் பாதம் தொட்டு வணங்கத் தோன்றும்..

கோமதி மாமிக்கு ஊரில் உள்ள பெண்களெல்லாம் குழந்தைகள்தான்.. பெற்ற பெண்ணைப் போல பரிவு காட்டுவாள்.. தாயினும் சாலப் பரிந்து அவர்களின் குறைகளைக் கேட்டு அதற்குத் தீர்வு சொல்லுவாள்.. மகாலட்சுமியென்றால் அவளுக்கு கொள்ளைப் பிரியம்.. கோலம் போடுவது முதல்.. கோபுரதரிசனம் வரை.. எல்லாவற்றிலும் ஆர்வம் காட்டும் மகாலட்சுமியிடம் கொட்டிக்கிடக்கும் அறிவில் மாமிக்கு ஆழ்ந்த பிரேமை உண்டு..

"என்னடிம்மா மகா.. என்னவோ புதுசா பார்க்கிறதைப் போல பார்க்கிற..?"

கோமதி மாமி கேட்டாள்.. மகாலட்சுமி சிரித்துக் கொண்டே தலையாட்டினாள்..

"மகான்னு கூப்பிட்டா கடன்காரன் எப்படி வருவான் மாமி..?"

"நேக்கும் அதுதாண்டி தோணித்து.. ஏண்டாப்பா.. உன் பேரென்ன மகாலட்சு-மியான்னு கேட்டேன்.."

"சரியாத்தான் கேட்டிருக்கீங்க.."

"அதுக்கு அந்தக் கடன்காரன் சொல்றான்.. என் பேர் மகாலிங்கம் மாமின்னு.. என்னத்தைச் சொல்ல..?"

"மகாலிங்கம்ன்னா நீங்க கூப்பிட்டிங்க..?"

"இல்லடிம்மா.. மகான்னுதான் கூப்பிட்டேன்.. அதுல பாருடிம்மா.. அந்தக் கடன்காரனையும் அவனோட ஆத்தில மகான்னுதான் கூப்பிடுவாங்களாம்.."

கோமதி மாமி விளக்கெண்ணையைக் குடித்ததைப் போல முகத்தைக் கோண.. மகாலட்சுமி விழுந்து விழுந்து சிரித்தாள்..

"பாவம்.. அவன் என்ன மாமி பண்ணுவான்..? ஆமாம் மாமி.. அவனைக் கடன்காரன்.. கடன்காரன்னு சொல்றீங்களே.. நீங்க அவன்கிட்ட கடன் வாங்கியி-ருக்கீங்களா..?"

இப்படிக் கேட்ட மகாலட்சுமியை ஏற இறங்கப் பார்த்தாள் கோமதி மாமி.. மகாலட்சுமியின் முகத்தில் குறும்பு கொப்பளித்தது.. இயல்பான அப்பாவித்தனத்து-டன் கேட்பதைப் போல கேட்டவளின் கண்கள் மட்டும் சிரித்து அவளைக் காட்டிக் கொடுத்து விட்டது..

'இந்தப் பொண்ணு என்ன கிண்டல் பண்றாளா..?' யோசனையானாள் கோமதி மாமி..

அவள் கிண்டல் பண்ணினாலும் அவள்மேல் மாமிக்கு கோபமே வராது..

நேர்த்தியாக உடுத்தி.. வெகு புத்திசாலித்தனமாக பேசும் மகாலட்சுமியின் மீது மாமிக்கு இருக்கும் பாசம் அப்படிப்பட்டது.

மாமிக்கு மகாலட்சுமியென்றால் உயிர்..

"ஏண்டிம்மா.. பசுவப் போல பொண்ணுன்னா சொன்னா உடனே அவளுக்கு கொம்பு முளைச்சிருக்கா மாமின்னு கேட்ப போல இருக்கே.. கடன்காரன்னு

அவனச் சொன்னா.. கட்டாயமா அவன்கிட்ட கடனை வாங்கியிருக்கனுமா..?"

"அப்ப அவன் உங்களுக்கு கடன் கொடுக்கலையா..?"

விட்டால் அந்த மகாலிங்கத்தை தேடிப் பிடித்து ஏன் கோமதி மாமிக்கு கடன் கொடுக்கவில்லையென்று பஞ்சாயத்து வைத்துவிடும் உத்தேசத்துடன் இருப்பவ-ளைப் போல மகாலட்சுமி சேலையின் முந்தானையை இழுத்துச் செறுகிக் கொண்ட விதத்தை வெகுவாக ரசித்தாள் கோமதி மாமி..

அழகான வட்ட வடிவமான முகமும்.. ஆழ்ந்த புத்திசாலித்தனத்தையும், குறும்-பையும் மிக்ஸ் பண்ணியதைப் போல சிரிக்கும் கண்களும்.. கொண்ட மகாலட்சுமி.. அந்தி வெயிலில் தேவதையைப் போல மிளிர்ந்தாள்..

அடக்க ஒடுக்கமாக இருப்பவளைப் போன்ற தோற்றத்துடன் இருப்பவள் பண்ணும் அடாவடியை அறிந்த வெகு சிலரில் ஒருத்தியான கோமதி மாமி..

"சரிதான்.." என்று முகவாயில் கையை வைத்தாள்..

"சரிதான்னு எதைச் சொல்கிறீங்க.. அந்த மகாலிங்கம் உங்களுக்கு கடன் கொடுக்காததையா சரிதான்னு சொல்கறிங்க..? நீங்க கை சுத்தமானவங்க மாமி.."

"பின்னே.. நொடிக்கொடுதரம் கையைச் சோப்புப் போட்டு அலம்பிக்கிட்டு இருப்பேண்டிம்மா.. என் கை சுத்தமாத்தான் இருக்கும்.."

வெகுளியாக மாமி கையை விரித்துக் காட்டினாள்.. அடக்கி வைத்திருந்த சிரிப்பு மகாலட்சுமியிடம் பீறிட்டுக் கொண்டு வரவா என்று கேட்டது.. அவள் 'உஷ்' என்று ஒற்றை விரலைக் காட்டி அந்தச் சிரிப்பை பற்றி விட்டாள்..

"ஹையோ மாமி.. நான் இந்தக் கை சுத்தத்தைச் சொல்லலை.. வாங்கின பணத்தை ரோசமாத் திருப்பித் தர்ற கை சுத்தத்தைப் பத்திச் சொன்னேன்.. ஆனாலும் மாமி.. நீங்க இத்தனை விவரமா இருக்கக் கூடாது.."

"டியூப் லைட்டுன்னு சொல்ற.."

இதைப் புரிந்து கொள்ள இத்தனை நேரமா என்று மனதுக்குள் நினைத்தபடி வெளியில் வாய் பொத்தி கையாட்டினாள் மகாலட்சுமி..

"அபச்சாரம் மாமி.. உங்களைப் போய் டியூப் லைட்டுன்னு சொல்லுவேனா..?"

"வேற யாரைச் சொல்லுவ..? அந்த மகாலிங்கம் கடன்காரனைச் சொல்லுவியா..?"

"அவன்தான் உங்களுக்குக் கடனே கொடுக் கலைல்ல.. அப்புறம் எதுக்காக மாமி.. அவன் பேச்சை நாம பேசனும்..? அவன் பேச்சுக்கு காய் விடுங்க.."

"ஏண்டிம்மா இப்படிப் படுத்தற...? என்ன அலுவலுக்கு அவன் பேச்சுக்கு நான் காய் விடணும்..? அவன் யாரு..? நான் யாரு..?"

"நீங்க என்னோட செல்ல மாமி..! அவன் கடன்காரன்.."

மகாலட்சுமி பெருமையாக முகத்தை வைத்துக் கொண்டு கேட்டதில்..

"உஸ்ஸ்.. அப்பாடி.. இப்பவே கண்ணைக் கட்டுதே.." என்று தலையைப் பிடித்தாள் கோமதி மாமி..

அவளைத் தாங்கிப் பிடித்து கோவில் பிரகாரத்தில் உட்கார வைத்தாள் மகாலட்சுமி..

"இப்ப எதுக்காக என்னைத் தாங்கிப் பிடிக்கறடிம்மா..?"

"நீங்கதானே மாமி கண்ணைக் கட்டுதுன்னு சொன்னீங்க..?"

அக்கறையாக சொன்னவளை நான்கு மொத்து மொத்தினால் என்ன என்ற ஆதங்கம் மனதில் தோன்றினாலும் அதை அழித்து விட்டு வாத்சல்யத்துடன் மகாலட்சுமியைப் பார்த்தாள் கோமதி மாமி..

"ஆனாலும் நீ இந்த அளவுக்கு அடாவடியா இருக்கக் கூடாதுடிம்மா.."

"அடாவடியா..? அப்படின்னா என்ன மாமி..?"

"போய் கண்ணாடியில உன் முகத்தைப் பார்.. தெரியும்.."

"அதைத்தான் தினம்தினம் பார்க்கிறேனே.."

"கத்தரிக்காயில சாண்ட்விச் பண்ணச் சொல்லிக் கொடுத்தியோன்னோ.. அதை போனவாரம் செஞ்சு பார்த்தேன்.."

"எப்படி இருந்துச்சு..?"

"சூப்பரா இருந்துச்சுடி குழந்த.. இத.. இத.. இதத்தான் நான் எதிர்பார்த்தேன்னு சொல்லி எங்காத்து மாமா எனக்குக்கூட இல்லாம காலி பண்ணிட்டார்ன்னு பார்த்-துக்கோயேன்.."

கோமதி மாமி சொல்லச் சொல்ல.. அதை முகம் நிறைந்த சிரிப்புடன் கேட்டுக் கொண்டாள் மகாலட்சுமி.. பேசிக் கொண்டிருக்கும் போதே ஏதோ நினைவுக்கு வந்தவளாக..

"ஏண்டிம்மா.. போன வாரம் வெள்ளிக்கிழமை யன்னைக்கு மதியம் ஒரு மணிக்கு உன்னை மசூதிப் பக்கமா பார்த்ததா எங்க ஆத்துக்காரர் சொன்னாரே.. அது நீதானா..?" என்று கேட்டாள் கோமதி மாமி..

என்னவோ.. 'நீதானா அந்தக் குயில்..' என்பதைப் போல கேட்டு வைத்தவ-ளின் முகத்தைப் பார்த்த மகாலட்சுமி..

"ஆமாம் மாமி.." என்று தலையாட்டினாள்..

"அங்கே நோக்கென்னடி வேலை..?" மாமி கண்களை அகலமாக விரித்தாள்..

அகல விரித்த மாமியின் கண்களை ஆழமாக பார்த்தாள் மகாலட்சுமி.. அவளுக்குத் தெரியும்.. அவள் சொல்வதை கோமதி மாமி புரிந்து கொள்வாள் என்று..

மாமி மனித நேயம் மிக்கவள்.. மதம் என்பது மனிதர்களுக்கு மத்தியில் வேலி-யாக வந்து விடக்கூடாது என்பதில் கவனமாக இருக்கிறவள்.. தெரியாமல் இடித்-துவிட்டு பதறிப் போய் மன்னிப்புக் கேட்கும் மீன் விற்கும் பெண்ணை..

"எதுக்கு இப்படிப் பதட்டப்படற..? கொலையா பண்ணிப்புட்ட..?" என்று கடிநது கொள்பவள்..

"அய்யர் வூட்டம்மா நீங்க.. மீனு விக்கிறவ நானு.. உங்க மேல மோதிப்புட்-டேனேம்மா.. அது பாவமாச்சேம்மா.. கவிச்சி பொழங்காத ஆளுக நீங்க.. மீன் கூடையை கக்கத்தில இடுக்கிக்கிட்டு உங்க மேல மோதித் தொலைப்பேனா..?"

"தெரிஞ்சா மோதின..? அப்படிப் பண்ணியிருந் தாத்தான் அது பாவம்.. தெரி-யாம மோதினதில குற்றமில்லடிம்மா.. இப்ப என்ன.. மேல நாலு சொம்பு ஜலத்த விட்டுட்டா சரியாப் போச்சு.. வெயிலு சமயத்தில இன்னொரு குளியல் போட்டா நல்லதுதானே.."

"இருந்தாலும்மா.."

"இங்கே பாருடிம்மா.. மீன் கூட மேல மோதிட்ட தீட்டு நீங்கறதுக்கு நான் ஊத்திக்கிற ஜலம் எங்கேயிருந்து வருது..? மீனு நீந்திக்கிட்டு இருக்கிற ஆத்தில இருந்து தானே வருது..? போவியா.."

இப்படி யதார்த்தமாக எதையும் எடுத்துக் கொள்பவள்தான் கோமதி மாமி.. மனித மனங்களைத்தான் இனம் பிரித்துப் பார்ப்பாள்.. மனிதர்களை இனம் பிரித்துப் பார்க்க மாட்டாள்..

மாமியின் இப்படிப்பட்ட தன்மையே மகாலட்சுமியை வசீகரித்தது.. மாமியின் மீது அளவு கடந்த பாசத்தை வைக்கச் செய்தது.. தாய் போன்ற வயதிலுள்ள கோமதி மாமியை சிநேகிதியாக சுவீகரிக்கச் செய்தது.. எவரிடமும் பகிர்ந்து கொள்ளாத ரகசியங்களையும் கோமதி மாமியிடம் பகிர்ந்து கொள்வாள் மகாலட்சுமி.

ஒன்றுபட்ட மனதையுடையவர்கள் மத்தியில் நட்பு அரும்ப அவர்கள் சம வயதுடையவர்களாக இருக்க வேண்டும் என்ற அவசியமேதுமில்லையே..

கோமதி மாமியைப் போன்ற சிநேகிதி கிடைப்பது அபூர்வம்..

அப்படிக் கிடைத்து விட்ட நட்பைத் தக்க வைத்துக் கொள்வது அவசியம் என்பது மகாலட்சுமிக்கு நன்றாகவே தெரியும்..

2

மசூதிக்கு எதற்குப் போயிருந்தாள் என்ற கேள்விக்கு..

"சாமிகும்பிடப் போயிருந்தேன் மாமி.." சாவதானமாகச் சொன்னாள் மகாலட்சுமி..

"சாமியா..?"

"சாமிதான்.. அல்லாவும் சாமிதானே மாமி.. நான் சின்னக் குழந்தையா இருக்கிறப்ப பயப்படுவேனாம்.. தூக்கத்திலே அலறுவேனாம்.. அப்ப எங்க தெருவில இருந்த ராவுத்தர் வீட்டு மாமி மசூதிக்கு அழைச்சுட்டுப் போயி.. மந்திரிச்சு விட்டாங்க.. அப்ப இருந்து இப்ப வரைக்கும் அல்லாவைக் கும்பிடறதை வழக்கமா வைச்சிருக்கேன் மாமி.."

"இதென்னடி கதையாய் இருக்கு.. அப்ப ஞாயித்து கிழமையன்னைக்கு காலையில எட்டு மணிக்கு உன்னை சாந்தோம் சர்ச் வாசல்ல பார்த்ததா என் மகன் வந்து சொன்னானே.. அதுவும் நிசமா..?"

"நிஜம்தான் மாமி.. எனக்கு ஸ்டெல்லா.. ஸ்டெல்லான்னு ஒரு பிரண்டிருந்தா.."

"ஒருத்திக்கு ரெண்டு பேரா..?"

"அவளுக்கு ஒரு பெயர்தான் மாமி.. நான்தான் ரெண்டு தடவை அவ பெயரைச் சொன்னேன்.."

"அதை என்ன கழுதைக்குச் சொன்ன..?"

"தெரியாமல் சொல்லிட்டேன்.. போதுமா..?"

"என்னவோ போடிம்மா.. வரவர.. நீ எதைத் தெரிந்து பேசுற.. எதைத் தெரியாமப் பேசறன்னே எனக்குத் தெரிய மாட்டேங்குது.."

"விடுங்க மாமி.. போகப் போக பழகிக்குவீங்க.."

"யாருகூட.. அந்த ஸ்டெல்லா கூடவா..?"

"பார்த்தீங்களா.. அவள மறந்தே போயிட்டேன்.."

"நீ அவள மட்டுமா மறந்து போன..? சாந்தோம் சர்ச்சையும் சேர்த்தில்ல மறந்து போன.."

"அதைத்தான் சொல்ல வந்தேன் மாமி.. ஒருதரம் டீச்சர் என்னைத் திட்டிட்டாங்க.. நான் அழுதுக்கிட்டே இருந்தேன்.. அப்ப ஸ்டெல்லா சொன்னா.."

"என்னத்தைச் சொன்னா..?"

"மனசில பாரமிருந்தா அதைக் கர்த்தரோட காலடியில இறக்கி வை மகா.. கர்த்தர் உன் பாரங்களைச் சுமந்துக்கிட்டு உன்னை இளைப்பாற வைப்பார்ன்னு சொன்னா.. ஒரு தடவை எனக்கு மனசுக்கு ரொம்பவும் கஷ்டமா இருந்துச்சு மாமி.."

"எதுக்குடிம்மா..?"

"செய்யாத தப்புக்கு டீச்சர் என்னைப் பனிஷ் பண்ணிட்டாங்க.. தப்பு செஞ்சிருந்து தண்டனை அனுபவச்சிருந்தாப் பரவாயில்லை மாமி.. தப்புச் செய்யாம தண்டனை அனுபவிக்கிறதுங்கிறது கொடுமை மாமி.."

அந்த நாளின் நினைவில் கண் கலங்கி விட்டாள் மகாலட்சுமி.. ஆறுதலாய் அவள் கைகளில் தட்டிக் கொடுத்த மாமி..

"அசடு..! எப்பவோ போனதை நினைச்சு இப்ப உக்காந்து அழலாமா..? மண்டு.." என்றாள்..

"மனசு பாரமா இருந்துச்சு மாமி.. அப்பத்தான் சாந்தோம் சர்ச்சைப் பார்த்தேன் மாமி.."

"இதென்னடி கதையாய் இருக்கு.. சென்னையில பிறந்து வளர்ந்தவ சாந்தோம் சர்ச்ச பார்த்ததே இல்லையா..?"

"கொடும பண்ணாதீங்க மாமி.. அந்தப் பார்வை வேற.. இந்தப் பார்வை வேற.."

"பறவைகள் பலவிதம்ங்கிற பாட்டத்தான் நான் கேட்டிருக்கேன்.. இதென்னடிது புதுசா பார்வைகள் பலவிதம்ன்னு நீ சொல்ற.."

"அரதப்பழசுப் பாட்டாப் பாத்து பிடிச்சிருவீங்களே.."

"ஓல்டு இஸ் கோல்டுடிம்மா.. நீ அதைவிடு.. சாந்தோம் சர்ச்சுக்கு வா.."

"அங்கதான் வந்தேன்.. நீங்கதான் எங்கெங்கேயோ போயிட்டீங்க.."

"விடுடி.. இதெல்லாம் பெரிசு பண்ணிப்பாளா..?"

"சாந்தோம் சர்ச்சப் பார்த்தேனா..?"

"எத்தனை தரம்தான் அதைப் பார்ப்ப..? விசயத்துக்கு வாடிம்மா.."

"சர்ச்சோட சுவரில ஸ்டெல்லா சொன்னதைப் போலவே எழுதியிருந்தது மாமி.."

"என்னன்னு எழுதியிருந்தது..?"

"பாரம் சுமப்பவர்களே வாருங்கள்.. உங்களுக்கான இளைப்பாருதலை நான் தருகிறேன்னு.."

"ஓ..."

'அருமையான வாசகம்..!' என்ற சிலாகிப்பு கோமதி மாமியின் மனதில் ஓடி-யது.. பாரமில்லா மனது எவருக்கு இருக்கிறது..? சிறகைப் போன்ற லேசான மனதுடன் இந்தப் புவியில் எவர் வாழ்கிறார்கள்..? அனைத்து மனித ஜீவன்களும் ஏதேனும் ஒருவகையில் மன பாரங்களை சுமந்து கொண்டுதானே இருக்கிறார்-கள்..?

"ஸ்டெல்லா சொன்ன மாமி.. கர்த்தர்கிட்ட உன் கஷ்டத்தை சொல்லு.. அவர் இளைப்பாற வைப்பார்ன்னு சொன்னா.. அவ சொன்னபடியே நான் கர்த்தர்கிட்ட

ஜெபம் பண்ணினேன் மாமி.. என் மனசு லேசாகிருச்சு.. அப்ப இருந்து இப்ப வரைக்கும் அதைக் கண்டினியூ பண்ணிக்கிட்டு இருக்கேன்.."

கோமதி மாமிக்குள் நெகிழ்ச்சி வந்தது.. மத ஒருங்கிணைப்பைப் பற்றியும்.. மத ஒற்றுமையைப் பற்றியும் அரசியல்வாதிகள் கூட்டம் போட்டு பேசிக் கொண்டிருக்க.. சந்தடியில்லாமல் அனைத்து மதங்களையும் ஒரு மதமாகப் பாவித்து.. அனைத்துக் கடவுள்களையும் ஒரு மனதாக வணங்கி வழிபடும் மகாலட்சுமி.. அவளின் அந்த பக்தி மகத்தானது என்பது அறிவாளா என்ற கேள்வி கோமதிமாமியின் நெஞ்சில் எழுந்தது..

ஆச்சாரமான இந்துக்குடும்பத்தில் பிறந்தவள்.. தினமும் வீட்டில் உள்ள பூஜை-யறையில் விளக்கேற்றி தெய்வங்களை வணங்கும் வழக்கமுடையவள்.. கோவில்-களின் கோபுரங்களைக் கண்டால் கன்னத்தில் போட்டுக் கொள்பவள்.. அம்பி-கையையும் ஈஸ்வரனையும் சேவிப்பவள்.. பயம் நீங்க அல்லாவைத் தேடிப் போய் வணங்குகிறாள்.. மன பாரம் இறக்க கர்த்தரைத் தேடிப் போய் ஜெபிக்கிறாள்..

'இவள் அருமையானவள்..' மனம் நெகிழ்ந்த கோமதிமாமி மகாலட்சுமியின் உச்சந்தலையில் கை வைத்து ஆசிர்வதித்தாள்..

"நீ நல்லா இருக்கனும்டி குழந்த.."

"அதுக்கென்ன மாமி.. உங்க ஆசிர்வாதம் என்கூட இருக்கிறப்ப நல்லாத்தான் இருப்பேன்..?"

"வாய்தாண்டி உன்னை வாழவைக்குது.."

பிரகாரத்தில் விக்ராந்தியாக உட்கார்ந்து கொண்டாள் கோமதிமாமி.. அவள் பக்கத்தில் கால்களை மடித்து சம்மணம் கட்டி உட்கார்ந்த மகாலட்சமி.. மாமியின் பூஜைக் கூடையிலிருந்த அபிஷேகம் செய்யப்பட்ட தேங்காயை உடைத்து துண்டு துண்டாக்கினாள்.. அதைச் சுவைத்துத் தின்றபடி வீட்டு நடப்பையும், நாட்டு நடப்-பையும் மாமியுடன் பகிர்ந்து கொண்டாள்..

"நேத்து என்னடி உன் வீட்டில சத்தம்..?"

"அம்பிகா ஸ்வீட் ஸ்டாலுண்டு அவருண்டுன்னு இருக்கிற அப்பாதான் சத்தம் போட்டார்.."

"இருக்க மாட்டாரா பின்னே.. ஸ்வீட் ஸ்டாலுக்கு உன்னோட அம்மா பெயரை வைச்சிருக்காரில்லலையோ.. அப்படித்தான் இருப்பார்.."

கோமதிமாமியின் கேலியை தலையை ஆட்டி ஆமோதித்தாள் மகாலட்சுமி.. அவளின் அப்பா சுந்தேரசன் அப்படித்தான்.. மனைவியின் மீது உயிராய் இருப்பவர்..

"பெரிய வாலுதான் சேட்டை பண்ணினாளா..?"

"வித்யாதான் மாமி.. ஐ.பி.எஸ் ஆபிசராகப் போறாளாம்.. தடிமன் தடிமனா.. தலையனை சைசுக்கு புத்தகங்களைக் கொண்டு வந்து படிச்சுக் கிழிச்சுக்கிட்டு இருக்கா.. அப்பாவுக்கு பெண் பிள்ளை போலிஸ் வேலைக்குப் போகிறாளேன்னு பயம்.."

"துடியான பொண்ணில்ல அவ.. கட்டாயம் போலிஸ் ஆபிசரா வருவா பாரேன்.. சின்ன வாலுவ ஏன் சத்தம் போட்டாரு..?"

"ஊரைச் சுத்திக்கிட்டு இருக்கா.. எப்பப் பாருங்க.. பிரண்ட்ஸோட சேர்ந்துக்கிட்டு சினிமா, அரட்டைதான்.."

"இந்த வயசில என்ஜாய் பண்ணாம என் வயசிலயா என்ஜாய் பண்ண முடியும்..? விடுடி.."

"விடாம இறுக்கிப் பிடிச்சா அவ வீட்டில உட்கார்ந்துட்டுத்தான் வேற வேலையைப் பார்ப் பாளாக்கும்..? போங்க மாமி.."

"போறேண்டிம்மா.. எனக்கும் நாழியாயிடுத்து.. உனக்கு எப்போக் கல்யாணம்..? வரன் ஏதும் வந்ததா..?"

"ஏன் மாமி இந்த காண்டு..? நான் சுதந்திரமா இருக்கிறது உங்களுக்குப் பிடிக்கலையா..? புடிச்சு ஜெயில்ல தூக்கிப் போடுங்கன்னு நீங்களே மாட்டி விட்டிருவீங்க போல.."

"கல்யாணம்ங்கிறது ஜெயில் இல்லடி குழந்த.."

"எனக்கு அது ஜெயில்தான்.."

தலையைச் சாய்த்துச் சிரித்த மகாலட்சுமி.. தென்றல் காற்றைப் போலப் பொழிவுடன் இருந்தாள்.. இந்தக் காற்றுக்கு வேலி போட முடியாது என்று கோமதி மாமிக்குள் தோன்றியது..

சூடான அதிரசத்தை அடுக்கிக் கொண்டிருந்தார் சுந்தரேசன்..

அவருக்கு மனைவியின் மீது மையலும்.. காதலும் பாசமும் அதிகமாக இருந்தன.. அதனால் மனைவியின் பெயரிலேயே ஸ்வீட் கடையை ஆரம்பித்திருந்தார்..

மண் மணக்கும் கும்பகோணத்தில் பிறந்து வளர்ந்தவர்.. இவர் கடையில் கிடைக்கும் இனிப்பு வகைகளும் அந்த மண்ணின் பெருமையை உணர்த்துவதாக இருந்தன..

சுட்டுப் போட்டாலும் சுதேசி உடைகளைத்தான் உடுத்துவேன் என்று பிடிவாதம் பிடிக்கும் சுதந்திரப் போராட்ட தியாகியினைப் போல.. இவர் சுட்டுப் போடும் பலகார வகைகள் அனைத்தும் நம் பக்கத்து பலகார வகைகளாக மட்டும்தான் இருக்கும்.. அவற்றின் சுவையும் மணமும் உண்பவர்களின் நாவை விட்டு நீங்-காது..

"அண்ணா.. சூடா அதிரசம் இருக்கா..?"

"இங்கே சூடான அதிரசம்தான் இருக்கும்.. ஆறிப் போனது இருக்கவே இருக்-காது.."

அதிரசம் கேட்டவருக்கு சுடச்சுட அதிரசத்தை பொட்டலம் கட்டிக் கொடுத்தார் சுந்தரேசன்..

அதிரசம் கேட்டவரின் பக்கத்திலிருந்தவர் சுந்தரேசனை அறிந்தவரைப் போல சிரித்து வைத்து விட்டு..

"நீங்க இந்தக் கடைக்கு புதுசா வந்திருக்கீங்களா..?" என்று அதிரசம் வாங்கி-யவரிடம் கேட்டார்..

"ஆமாம்.. எப்படிக் கண்டுபிடிச்சீங்க..?" அதிரசம் வாங்கியவர் அதிசயப் பட்டுப் போனார்..

"சுந்தரேசன் அண்ணாவோட கைப்பக்குவத்தில சுட்டுச் சுட்டுப் போடப்போட.. அதிரசம் தீர்ந்துக்கிட்டே இருக்கும்.. தேங்கினாத்தானே அது ஆறும்..? அடிக்கடி இந்த கடைக்கு வந்து போகிறவங்களுக்கு அது தெரியும்.. அதான் இப்படிக் கேட்-டேன்.."

"அப்படிங்களா..? எனக்குத் தெரியாதுங்க.. நான் கோவிலுக்கு வந்தேன்.. போகிறப்ப அதிரச வாசனை வந்துச்சு.. நம்ம பக்கத்து பலகாரமாச்சே.. ரெண்டு வாங்கிட்டுப் போகலாம்னு நின்னேன்.." அதிரசம் வாங்க வந்தவர் விளக்கம் சொன்னார்..

"இன்னைக்கு யதேச்சையா இந்தக் கடப் பக்கம் வந்திருக்கீங்க இல்லியா.. இனி தினமும் வருவீங்க.. நீங்க வராட்டியும் அதிரசத்தின் ருசி உங்களை இங்கே வர வைச்சிரும்.."

காலம் காலமாய் சுந்தரேசனுடன் பழகியவரைப் போல அந்த மனிதர் நீட்டி முழங்க.. யாரப்பா இந்த அன்யோன்ய சிநேகிதன் என்று சுந்தரேசன் மூளையைக் கசக்கி யோசித்தார்.. நினைவுக்கு வரவேயில்லை.. கடைப் பையனைப் பார்த்தார்.. அவன் மனதிலும் அதே கேள்வி ஓடுவதை உணர்ந்தவர் லேசாக சிரிக்க.. புரிந்து கொண்ட பாவனையில் கடைப் பையனும் சிரித்தான்..

அதையறியாத புது வாடிக்கையாளர் ‘ஆ’ வென்று வாய் பிளந்து அந்த மனி-தரின் அளப்பைக் கேட்டுக் கொண்டிருந்தார்..

"அப்படிங்களா..? இந்தக் கடையில சுடற அதிரசம் அவ்வளவு ருசியாய் இருக்கும்ங்களா..?"

"நல்லாக் கேட்டிங்க போங்க.. என்கிட்டக் கேட்டதைப் போல வேற யார்கிட்-டயும் கேட்டு வைச்சிராதீங்க..?"

"ஏங்க..?"

"வீடு கட்டி அடிக்க வந்திருவாங்க.."

இந்த பில்ட்-அப்பை சுந்தரேசனாலேயே தாங்கிக் கொள்ள முடியவில்லை.. கேட்டுக் கொண்டிருந்த புது வாடிக்கையாளருக்கோ ஒன்றும் புரியவில்லை.. அவர் பாவம் நேரடியான வார்த்தைகளை மட்டுமே கேட்டு வளர்ந்தவர் போல.. வீடு கட்-டுவது என்பது செங்கலாலும்.. சிமிண்டினாலும் எழுப்பப்படுவது என்று உறுதியாக நம்பிக் கொண்டிருந்தார்..

'வீட்டைக் கட்டினா பெயிண்டத்தான அடிக்கனும்..? என்னை எதுக்காக அடிக்க வரனும்..?'

அவருக்கு விளங்காத இந்த விளக்கத்தை அவர் கேட்டு வைத்ததில் சுந்தரே-சனுக்கு அவர்மீது பரிதாபம் வந்தது..

அவர் கடைக்குத் தெரியாத்தனமாக அதிரசம் வாங்க வந்து விட்ட கொடு-மைக்காக எவரோ ஒரு அப்பாவி இத்தனை 'லோல்' பட வேண்டுமா..?

அவர் மனதில் கோபம் கொதித்துக் கொண்டிருப்பதை அறியாமல் அவர் புகழை பரப்ப வந்த ரசிகர் மன்றத் தலைவரைப் போல அந்த மனிதர் புதிய வாடிக்கை யாளருக்கு விளக்கம் கொடுத்துக் கொண்டிருந்தார்..

"அண்ணனோட கைப்பக்குவத்துக்கு இங்க ரசிகர் கூட்டம் ஏராளமா இருக்-குங்க அண்ணாச்சி.. விட்டா ரசிகர் மன்றமே ஆரம்பிச்சிரலாம்கிற முடிவோட இருக்காங்கன்னா பாத்துக்கங்களேன்.."

இத்தனை விளக்கவுரை, பொழிவுரைகளை பொழிந்து கொண்டே சுந்தரேசனின் முகத்தில் சந்தோசம் தாண்டவமாடுகிறதா என்று ஓரக்கண்ணால் பார்த்துக் கொண்-டார் புகழாரம் சூட்ட வந்தவர்..

அத்தனை விளக்கவுரையும்.. பொழிவுரையும் எதை குறி வைக்கின்றன என்று யோசித்துக் கொண்டிருந்தார் சுந்தரேசன்..

3

ஓடுகின்ற தண்ணீரில் ஒன்பது சுளுக்கெடுப்பவர் சுந்தரேசன்.. கடைந்த மோரிலும் வெண்ணையை எடுத்து விடும் வல்லமையாளர்..

ஆதாயமில்லாமல் அந்த மனிதர் அளந்து விடுகிறார் என்று நம்ப சுந்தரேசன் ஒன்றும் முட்டாளில்லை..

'இது எதுவரைக்கும் போகுதுன்னுதான் பார்ப்போமே..'

அவருடைய கண் சமிக்ஞையை கண்டு கொண்ட கடைப்பையன் அளந்து கொண்டிருந்த மனிதரை காமெடியனைப் போல ரசித்துப் பார்க்க ஆரம்பித்தான்..

"அடேங்கப்பா.."

அதிரசம் ஆறிக் கொண்டிருப்பதை மறந்து கதை கேட்டு கொண்டிருந்த மனி-தரிடம் 'யோவ்.. வீட்டைப் பார்த்துப் போய்யா' என்று சொல்லத் தோன்றியதை

அடக்கிக் கொண்டார் சுந்தரேசர்..

'இந்த மனுசன் என்ன இத்தனை அப்பாவியாய் இருக்காரு..?'

"இது என்ன..? இன்னும் அண்ணாச்சியோட கடை வடையைப் பத்திச் சொல்ல ஆரம்பிச்சா இன்னைக்குப் பொழுது பத்தாது.."

அன்றைக்குப் பொழுதுக்கு அந்தப் புகழாரம் போதும் என்று முடிவு கட்டிக் கொண்டாரோ என்னவோ.. பேசிப் பேசி உலர்ந்து விட்ட தொண்டையின் வறட்சி-யைப் போக்க ஒரு செம்புத் தண்ணீரைக் குடித்து முடித்து விட்டு..

"அண்ணாச்சி.. எனக்கு ஆறு அதிரசம் பொட்டலமாய் கட்டுங்க.." என்று கொடுத்து வைத்தவரைப் போல உரிமையுடன் சொன்னார் அந்த நபர்..

'இத்தனை பாராட்டும் இந்த அதிரசத்துக்குத்தானா..?'

பல்லைக் கடித்தபடி அதிரசங்களைப் பொட்டலம் போட்டு நீட்டினார் சுந்தரே-சன்.. அதை வாங்கிக் கொண்டவர்..

"அண்ணாச்சியோட அதிரசத்தைச் சாப்பிட்டுப் பார்த்துட்டு நான் சொன்னது உண்மையா.. பொய்யாங்கிறதைச் சொல்லுங்க.. அதிரசத்தோட ருசி உங்க நாக்கில அப்படியே நிக்கும்.. என்ன அண்ணாச்சி நான் சொல்றது..?" என்றபடி நடையைக் கட்டப் போனார்.

"என் கடை அதிரசத்தோட ருசி நாக்கில நிக்கிறது இருக்கட்டும்.. முதல்ல நீங்க நில்லுங்க சார்.." கறாராக அந்த மனிதரை நிறுத்தினார் சுந்தரேசன்..

"என்ன அண்ணாச்சி..?"

"அதிரசத்துக்கு காசு என்னாச்சு..?" கடையில் இனிப்பு வாங்க வந்தவர்கள் அந்த மனிதரை ஏற இறங்கப் பார்க்க.. அசட்டுச் சிரிப்பு சிரித்தார் அந்த மனிதர்..

"என்ன அண்ணாச்சி.. தமாஷ் பண்ணிக்கிட்டு.. நமக்குள்ள காசு பணம் வரலாமா அண்ணாச்சி..?"

"வரலாம்.. வரலாம்.. நமக்குள்ளன்னு சொன்னா எப்படி..? நீங்களும் நானும் ஒன்னுக்குள்ள ஒன்னா..?

நான் ஸ்வீட் ஸ்டால் நடத்தறவன்.. நீங்க ஸ்வீட் வாங்க வந்தவங்க.. இதுக்கு மேல நமக்குள்ள என்னங்க இருக்கு..?"

"அண்ணாச்சி.."

"இப்படி நல்லதா நாலு வார்த்தை சொல்லுங்க.. ஆறு அதிரசத்த இனாமா பொட்டலம் கட்டித்தரேன்னு நான் சொன்னேனா..? இப்படி எத்தனை பேர் கிளம்பியிருக்கீங்க..? என் கடை ஸ்வீட்டுக்கு இப்படியாப் பட்ட விளம்பரம் தேவையில்லை.. கலப்படமில்லாம சுத்தமான பொருளாலே இனிப்பு செஞ்சு விக்கிறவன்

நான்.. என் கடைக்குக் கூட்டம் தானாவே வரும்.. நீங்க வரவழைக்க வேண்டியதில்லை.. உழைக்கிறவனுக்கான கூலியைக் கொடுக்காம தட்டிக்கிட்டுப் போக இப்படியும் ஒரு டிரிக்கா..?"

அதற்கு மேலும் அடி தாங்க முடியாது என்று அந்த மனிதர் அதிரசத்துக்கான பணத்தைக் கொடுத்து விட்டு பறந்து விட்டார்..

"நீங்க கிளம்புங்க சார்.."

கதை கேட்டுக் கொண்டிருந்தவரைக் கிளப்பி விட்டார் சுந்தரேசன்.. அவர் போனதும்..

"கொஞ்சம் அசந்தாப் போதும்.. கடையையே தூக்கிச சாப்பிட்டுருவாங்க.. கண்ணில விளக்கெண்ணையை ஊத்திக்கிட்டுப் பார்க்கனும்டா.." என்று கடைப் பையனிடம் சொன்ன சுந்தரேசன்..

"இந்தாப்பா.." என்று வழியோடு போன சிறு பையனிடம் வடைகளையும், அதிரசங்களையும் பொட்டல மாகக் கட்டி நீட்டினார்..

"இவன் காசு கொடுக்கலையே.."

நடந்தவற்றையெல்லாம் பார்த்துக் கொண்டிருந்த ஒருவர் கேட்டதற்கு புன்னகை செய்தார்..

"அன்னபூரணி என் கையில் இருக்கிறா தம்பி.. இந்தப் பையன் பசியோட இருந்தாலும் கையில காசில்லைங்கிறதினால.. ஏக்கத்தோட கடையைப் பாத்துக்கிட்டே வழியோட போகிறான்.. இவன் பசியைப் போக்கறது தர்மம் தம்பி.. அதை

விட்டுட்டு.. அந்த ஆளைப் போல ஏமாத்த நினைக்கிறவங்ககிட்ட ஏமாறுகிற ஏமாளியில்ல தம்பி நானு.. உங்களுக்கு என்ன வேணும் சொல்லுங்க.."

இதுதான் சுந்தரேசன்.. இப்படிப்பட்ட தெளிவான மனிதருக்குப் பெண்ணாகப் பிறந்திருக்கும் மகாலட்சுமி வேறு எப்படி இருப்பாள்..?

சமையலறையைத் திரும்பிப் பார்த்தாள் மகாலட்சுமி.. பூனைபோல பாதங்களை வைத்து சப்தமெழுப்பாமல் சமையலறையைக் கடக்க முனைந்தாள்..

"இந்தா இருக்கிற கோவிலுக்கு போயிட்டு வர இத்தனை நேரமா..?"

உள்ளேயிருந்து சத்தம் வந்தது.. கூடவே..

குக்கரை இறக்கி விட்டு அடுப்பை அணைத்த அம்பிகா மங்களகரமான தோற்றத்துடன் அந்த அம்பிகையே நேரில் வந்ததைப் போல இருந்தாள்..

"கோவிலில கோமதி மாமியைப் பார்த்தேன்ம்மா.."

"பேச்சில பிடிச்சிட்டாளாக்கும்..?"

காய்களை நறுக்கிக் கொண்டே பக்கத்தில இருந்து பார்த்தவளைப் போல அம்பிகா சொன்னாள்..

'அம்மா அனைத்தும் அறிந்தவள்..'

மகாலட்சுமிக்கு தாயைக் கட்டிக் கொள்ள வேண்டும் போல இருந்தது..

வீடே உலகம் என்று இருக்கும் அம்பிகாவின் உலக ஞானம் அத்தகையது.. வீட்டுக்குள் இருந்தபடியே ஒவ்வொருவரின் குணாதிசியத்தையும் அவள் பிட்டுப் பிட்டு வைப்பாள்..

அனைவரையும் அறியும் திறன் அவளுக்குள் எப்படித்தான் வந்து சேர்ந்ததோ தெரியவில்லை.. ஏதேனும் ஓர் விளக்கத்தை வீட்டில் உள்ளவர்கள் சொல்ல ஆரம்பிக்கும் போதே.. அது இதுதானே என்று அம்பிகா முடிவைச் சொல்லி விடுவாள்..

"யு ஆர் ஜீனியஸ் மாம்.."

"போதும் கிட்ட வராதே.. அழகா அம்மான்னு கூப்பிடறதை விட்டுட்டு மாம்ன்னு சொன்ன.. கரண்டிய அடுப்பில காய வைச்சு நாக்கிலே இழுத்துருவேன்.."

"செம வயலென்ஸா பேசறிங்களே மாம்.."

"மறுபடியும் 'மாமா..?' இரு உன்னை.."

அம்பிகா கரண்டியை அடுப்பில் வைப்பதைப் போல பாவனை காட்ட.. மகாலட்சுமி காதைப் பிடித்துத் தோப்புக் கரணம் போட்டாள்..

"அஃஃது.."

ஒற்றை விரலை உயர்த்தி அவளை எச்சரித்த அம்பிகாவின் கண்களில் துளிக்கூட கோபமில்லாததில் மகாலட்சுமி தாயின் கழுத்தைக் கட்டிக் கொண்டாள்..

"விட மாட்டியே.."

"எப்படிம்மா கண்டுபிடிச்சீங்க..?"

"மை தடவி ஜோஸியம் பார்த்தேன்.. அதுதான் தெரிஞ்ச சங்கதியாச்சே.."

"மாமி சொன்னாங்கம்மா.. நான் சொல்லிக் கொடுத்த கத்தரிக்காய் சாண்ட்-விச்சை சாப்பிட்டுட்டு அவங்க ஹஸ்பெண்ட் பேஷ் பேஷ்.. ரொம்ப நன்னாயிருக்-குன்னு சொன்னாராம்.."

"ஏன் பேஷ் போட மாட்டார்..? உணக்கையா ஆக்கிப் போட பொண்டாட்டி இருந்தா எல்லா ஆம்பளைகளும் 'பேஷ்' தான் போடுவாங்க.. ஒரு நாளாவது சமையல் கட்டில் நின்னு வாய்க்கு ருசியா பொண்டாட்டிக்கு சமைச்சுப் போடச் சொல்லு.. அப்ப இந்த 'பேஷ்' எங்கே ஓடிப் போகுதுன்னு பாக்கலாம்.."

"என்னாச்சும்மா.. கொடி பிடிக்கிறதப் போல இருக்கே.."

"ம்ஹீம்.. கோட்டையைப் பிடிச்சு கொடியை நாட்டி விட்டுட்டோம்ன்னுதான் எல்லாக் கல்யாணமான பொண்ணுகளும் நினைச்சிருக்கிறாங்க.. கோட்டைக்குள்ள போயி பார்த்தாத்தானே தெரியுது..? கடைசி வரைக்கும் கரண்டியைப் பிடிக்கனும்னு அப்புறமாத்தானே புரியுது.."

"எதுக்கு இத்தனை அலுப்பு..?"

"ஏன் சொல்ல மாட்ட..? உன் அப்பாவையே எடுத்துக்க.. ஸ்வீட் கடை வைச்-சிருக்கார்.. அங்கே கரண்டியைப் பிடிக்கிறவரு.. வீட்டுக்கு வந்தா ஒரு துரும்பைக் கிள்ளிப் போடறாரா..?"

அம்பிகா அலுத்துக் கொண்டபடி சமையலறை வேலைகளில் மூழ்கிப் போனாள்.. மகாலட்சுமி சமையலறையை விட்டு வெளியே வந்தாள்.. முன்பக்க அறையிலிருந்த டிவியை உயிர்ப்பித்து விட்டு.. தரையில் சரிந்து அமர்ந்தாள்..

"வெள்ளிக்கிழமை.. விடியும் வேளை..

வாசலில் கோலமிட்டேன்.."

"ம்ம்.. இங்கேயும் அதுதானா..?" என்றாள் மகாலட்சுமி..

"உனக்கு நீயா அதுதானான்னு கேட்டுக்கிட்டு இருக்கியே.. அந்த அதுதானா.. எது மகா..?" என்றபடி வீட்டுக்குள் வந்தாள் வித்யா..

"எங்கேடி ஊரைச் சுத்திட்டு வர்ற..?" மகா முறைத்தாள்..

"தோடா.. நீ மட்டும் வீட்டுக்குள்ளேயே சிறையிருந்தயாக்கும்..? நான் தெருமு-னைக்கு வந்தப்ப நீ வீட்டுக்குள்ள நுழைஞ்சுக்கிட்டு இருந்த.. எல்லாத்தையும் நான் நோட் பண்ணியாச்சு.. அதனால இந்த கமாண்டோ வேலயையெல்லாம் மூட்டை கட்டி பரணில் தூக்கிப் போட்டுட்டு கேட்ட கேள்விக்கு பதிலை மட்டும் சொல்லு.."

"வீட்டு வேலைகள் பெண்களுக்கு மட்டும் சொந்தமா..?"

"என்னவோ பட்டி மன்றத் தலைப்பு போல இருக்கே.."

"ஆமாண்டி.. போயி தலைமை தாங்க.. சாலமன் பாப்பையாவையும்.. திண்-டுக்கல் லியோனியையும் கூப்பிடு.."

"அவங்களுக்கெல்லாம் டேட் இல்லைன்னு சொல்லிருவாங்க.. பேசாம நீயே தலைமை தாங்கு.."

"அதுக்குத்தான காத்திருக்கேன்..?"

"வேற எதுக்குக் காத்திருக்க..?"

"உன் தலையில ஓங்கி ஒரு போடு போடலாம்ன்னு காத்திருக்கேன்.. அம்மா-தான் புலம்போ.. புலம்புன்னு புலம்பினாங்க.."

"எதுக்காம்..?"

"வீட்டு வேலைகள் எல்லாம் பெண்கள் தலையில விடியுதாம்.."

"இல்லையா பின்னே..? இந்தியாவுக்கு சுதந்திரம் கிடைச்சிருச்சு.. வீட்டு வேலைகள்ல இருந்தும்.. சமையல் கட்டில இருந்தும் பெண்களுக்கு விடுதலை கிடைக் கலையே.. இதை என்னன்னு சொல்வேன்.. எங்கே போய் சொல்வேன்.."

வித்யா நடிகர் திலகத்தின் பாணியில் சோக ரசத்தைப் பிழிந்ததில் மகாலட்சுமி ரசித்துச் சிரித்தாள்..

"போதும்டி.. தாங்கலை.. அம்மா சொன்னதை யோசிச்சுக்கிட்டே டிவியைப் போட்டா அதில வெள்ளிக் கிழமை விடியும் வேளை வாசலில் கோலமிட்டேன்னு பாட்டு வருது.."

"ஏதாவது ஒரு பொண்ணு கோலம் போட்டுக்கிட்டே பாடியிருப்பாளே.." சுவா-தீனமாக கேட்டாள் வித்யா..

"அதே.."

"ம்ஹீம்.. இங்கேயும் அதுதானா..?"

"நீயும் சொல்லிட்டியா.. இப்பப் புரியுதா..? நான் சொன்ன அதுதானா.. இந்த அதுதானாதான்.. போதுமா.."

"போதாதுன்னு சொல்லிட்டு இன்னும் கொஞ்சம் லெக்சர் கேட்கனும்ன்னு எனக்-கென்ன தலையெழுத்தா..? போதும்.. போதும்.."

வித்யா மறுத்துக் கொண்டிருந்தபோது வீட்டுக்குள் வந்த பார்கவி..

"எனக்கு..?" என்று கேட்டாள்..

"இவ என்னத்தடி கேட்கிறா..?"

மகாலட்சுமியும் வித்யாவும் ஒருவரையொருவர் பார்த்துக் கொண்டார்கள்..

"உனக்கென்னடி வேணும்..?" வித்யா கேட்டாள்..

"நீ மகாகிட்ட போதும்.. போதும்ன்னு சொல்லிக்கிட்டு இருந்தியே.. அது எனக்-கும் வேணும்.." பார்கவி அடம் பிடித்தாள்..

"நிஜமாத்தான் சொல்றியா பாரு..?" சந்தேகத்துடன் கேட்டாள் வித்யா..

"ஆமாம்.. ஆமாம்.. ஆமாம்.." ஒற்றைக் காலைத் தரையில் உதைத்தாள் பாரு..

"நீ தாங்குவியாடி.." உருக்கத்துடன் கேட்டாள் வித்யா.. போதாக்குறைக்கு லொக், லொக்கென்று இருமி வைத்தாள்..

"இப்ப எதுக்கு நடிகர் திலகம் வேசம் கட்டற..?" பார்கவி வித்யாவை விரோதியைப் போல பார்த்தாள்..

"ஏன்னா.. உன்கூடப் பொறந்து தொலைச் சிட்டேனே.. லொக்.. லொக்.. நீ சின்ன வயசில கை வீசம்மா.. கை வீசுன்னு விளையாடுவ.. லொக்.. லொக்.."

"என்னைக் கொலைகாரியாக்கனும்கிற முடிவோட இருக்கிறபோல.."

"தாங்குவியாடி செல்லம்..?"

"நீயே தாங்கறப்ப நான் தாங்க மாட்டேனா செல்லம்..?"

"ஆஹா..! மகா..! நம்ம பாருவோட இந்த மனோ தைரியத்துக்கு ஊரையே எழுதிக் கொடுத்திரலாம்டி..."

"நாம இருக்கிறதே வாடகை வீடு.. இதில ஊரையே எழுதிக் கொடுப்பியா..?"

"அப்படிங்கறே..?"

"ஆமாங்கறேன்.."

"யோசிச்சுச் சொல்லு.."

"இதில யோசிக்க என்ன இருக்கு..? எதுவா இருந்தாலும் உனக்குக் கிடைச்சதைப் போல எனக்கும் கிடைச்சாகனும்.."

"பின்னாடி வார்த்தை மாற மாட்டியே.."

"சும்மா பிலிம் காட்டாம உனக்குக் கொடுத்ததை எனக்கும் கொடுக்கச் சொல்லுடி.."

துப்பட்டாவை இறுக்கிக் கொண்டு சண்டைக்கு கிளம்பி விட்டாள் பார்கவி..

4

"அப்பச் சரி.. ஊரை விட்டுறலாம்.. அது பிழைச்சுப் போகட்டும்.. நீ உன் லெக்சரை ஆரம்பி.. மகா..! ம்ஹீம் விதி வலியது.."

"பாவம்டி வித்யா.. நம்ம பாரு தாங்க மாட்டா.."

"அவதானடி எனக்கு. எனக்குன்னு கேட்டா.."

"சின்னப் பொண்ணு.. தெரியாத்தனமா கேட்டுட்டா.. ஊரையே பிழைச்சுப் போகட்டும்ன்னு விட்டு வைக்கிற கருணை மனசுக்காரி நீ. இவ நம்ம தங்கை.. இவளுக்கும் கொஞ்சம் கருணை காட்டேன்.. கருணை அடிப்படையில பிழைச்சுப் போகட்டும்ன்னு விட்டுருடி.."

"அதெப்படி.. நான் பெற்ற துன்பத்தை இவளும் பெற வேணாமா..?"

"வேணாம்.."

"அப்ப நீ லெக்சர் கொடுக்க மாட்ட..?"

"மாட்டேன்.."

"நீ கொடுக்கலைன்னா என்ன.. நான் கொடுக்கிறேன், பாரு.. பாரு..! உன் காதைக் கொடு.."

"எதுக்கு..?" பார்கவி சந்தேகத்துடன் வித்யாவை ஏற இறங்கப் பார்த்தாள்..

"கடித்து விட மாட்டேண்டி.."

பார்கவியின் கழுத்தை வளைத்து காதருகே பெண்ணின் அவலங்களை எடுத்துச் சொல்ல ஆரம்பித்தாள் வித்யா.. பார்கவியின் காதில் ரத்தம் வடிந்து அவள்..

"போதும்.. போதும்.." என்று அலறும் வரை வித்யா விரிவுரையை நிறுத்தவில்லை..

போராடி வித்யாவின் பிடியிலிருந்து விடுபட்ட பார்கவி..

"இப்படியாடி காதைக் கடிப்ப..?" என்று சண்டைக்கு வந்தாள்..

"இப்பத் தெரியுதா.. நான் சொன்ன போதும்.. என்ன போதும்ன்னு..?"

"தெரியாதுன்னு சொல்லிட்டு என் காது ஜவ்வை இன்னும் கொஞ்சம் கிழிச்சுக்க எனக்கென்ன பைத்தியமாடி பிடிச்சிருக்கு..?"

பார்கவி காதைப் பொத்தியபடி சொல்லிக் கொண்டிருந்த போது சுந்தரேசன் வீட்டுக்குள் நுழைந்தார்.

"இதோ அப்பா வந்தாச்சு.." சந்தோசமாக கூவினாள் மகா..

"அதுக்கு ஏண்டி இந்தச் சத்தம் போடற..? உங்கப்பா என்ன வெளிநாட்டுக்கா போயிட்டு வந்திருக்காரு..? இந்தா இருக்கற கபாலிஸ்வரர் கோவிலுக்குப் போயிட்டு வந்திருக்காரு.. அதுக்கா இத்தனை ஆர்ப்பாட்டம்..? உங்க அப்பா வந்தா வீட்டைத் தூக்கி வாசலில வைச்சுட்டு வாசலைத் தூக்கி வீட்டில வைக்கனுமா..?"

சமையலறையிலிருந்து எட்டிப் பார்த்த அம்பிகா கடிந்து கொண்டாள்.. அதை என்னவோ மனைவி காதல் வசனம் பேசி விட்டதைப் போல ரசித்துப் புளகாங்கிதப் பட்டுப் போனார் சுந்தரேசன்..

"இந்த அப்பாவுக்கு அம்மா என்ன சொன்னாலும் அது லவ் டயலாக்தான்.." வித்யா மகாவின் காதில் கிசுகிசுத்தாள்..

"எனக்கும் சொல்லுடி.." ரகசியத்தில் பங்கு பெற அலை பாய்ந்தாள் பார்கவி..

"காதில ரத்தம் வந்தும் இவ அடங்கலை.. பார்த்தியா.." என்றாள் மகா..

"அப்பாவுக்கு ஆரத்தி கரைச்சு வைச்சிருக்கிறதைப் போல எவடி அப்படிக் கத்தினது..?" அம்பிகா வெளியில் வந்தாள்..

'அப்பாவை வரவேற்க இது ஒரு சாக்கு..?' வித்யாவைப் பார்த்துக் கண்சிமிட்டிய மகாலட்சுமி..

"நான் அப்பாவுக்காக கத்தலைம்மா.." என்றாள்..

"பின்னே..?"

"அப்பா கொண்டு வந்திருக்கிற அதிரசம், உளுந்த வடைக்காக கத்தினேன்.." என்றாள் அந்த பாசம் மிக்க மகள்..

"கேட்டுக்கிட்டிங்களா.. உங்க பொண்ணுக உங்க மேல வைத்திருக்கிற பாசத்தைக் கேட்டாப் புல்லரிக்கல..?"

"விடுடி.. சின்னக்குழந்தைக.." பாசத்துடன் சொல்லியபடி கையிலிருந்த பொட்டலத்தை மகாலட்சுமியிடம் நீட்டினாள் சுந்தரேசன்..

தாயைக் கண்டு கொள்ளாமல் பொட்டலத்தை வாங்கிய மகா அதை பார்கவியிடம் நீட்டினாள்..

"பிடிடி.. நீதானே எனக்கு, எனக்குன்னு கேட்ட.."

"எனக்குடி.." வித்யா பங்குக்கு வந்தாள்..

"நீ பேசிப்பேசி ஓய்ந்திருக்கிற.. மூச்சு வாங்கிக்க.. பாரு சாப்பிட்டது போக மிச்சம் மீதியிருந்தா பார்க்கலாம்.."

"அடிப்பாவி..! எதுக்குடி இந்தப் பனிஷ்மெண்ட்..?"

"இவ காதை ஓட்டை போட்டு ரத்தம் கொட்ட வைச்சியில்ல.. அதுக்குத்தான் இந்த பனிஷ் மெண்ட்.."

மகள்கள் மூவரும் அடித்துக் கொண்டிருக்க.. துண்டைக்கொண்டு வந்து நீட்டினாள் அம்பிகா.. அதை வாங்கி முகம் துடைத்தபடி மனைவியை காதலுடன் பார்த்தார் சுந்தரேசன்.

"என்ன பார்வை வேண்டிக் கிடக்கு..?" முகம் சிவந்தாள் அம்பிகா..

"நீ பார்க்கிறதைப் போல இருக்க.. பார்க்கிறேன்.." கண் சிமிட்டினார் சுந்தரேசன்..

"ஊரே உங்களை கண்ணியவான்னு சொல்லுது.. நீங்க என்னடான்னா.. வீட்டுக்குள்ள அராஜகம் பண்றீங்க."

"யார்கிட்ட அராஜகம் பண்ணினேன்..? என் பொண்டாட்டி கிட்டத்தானே அராஜகம் பண்றேன்.."

"போதுமே.. கல்யாண வயசிலே நமக்கு மூணு பொண்ணுக இருக்காங்க.. அந்த நினப்பு மனசில இருக்கட்டும்.."

அம்பிகாவின் பேச்சில் சுந்தரேசனின் முகத்தில் இருந்த காதல் மறைந்து கவலை வந்தது..

"அதாண்டி என் மனசிலயும் ஓடிக்கிட்டு இருக்கு.. நம்ம பொண்ணுகளை நல்ல இடத்தில கட்டிக் கொடுக்கனும்.. அவங்க சீரும் சிறப்புமா வாழறதை கண் குளிரப் பார்க்கனும்.. இதைத்தாண்டி ராப்பகலா கற்பகாம்பிகைகிட்ட வேண்டிக்கிட்டு இருக்கேன்.."

"எனக்கும் அதுதாங்க.. படுத்தா தூக்கம் வர்றதில்ல.. ஒற்றைப் பெண்ணை கரையேத்தறதே பெரிய பாடா இருக்கிற இந்தக் காலத்தில மூணு பொண்ணுகளை பெத்து வைச்சிருக்கிற நாம எப்படி இதுகளை கரையேத்தப் போறோமோ.."

"எல்லாத்தையும் அந்த கபாலீஸ்வரனும்.. கற்பகாம் பிகையும் பார்த்துக்குவாங்கடி.. இந்தப் பணத்தை பீரோவில வைய்யி.. நாளைக்கு காலையில பேங்கில கட்டனும்.."

"எவ்வளவு சேர்ந்திருக்கும்..?"

"இன்னும் ஒரு லட்சத்தை தாண்டலை.. மகாவுக்கு ஆறு பவுனில ஒரு அட்டிகையை வாங்கிப் புடலாம்ன்னு கனவு காணறேன்.. அது கை கூடுவேனாங்குது.."

"எப்படிக் கை கூடும்..! பவுனு விலை பத்தாயிரத்தில இருந்தப்ப நீங்க ஆறுபவுனுக்கு அடிப் போட்டு பணம் சேர்க்க ஆரம்பிச்சீங்க.. அந்தச் சமயத்தில ஒரு லட்சத்தில நீங்க நினைச்சபடி நகை வாங்கியிருக்க முடியும்.. இப்ப அப்படியா..? பவுனு விலை வானத்தைத் தொட்டுக்கிட்டு நிக்குது.. நீங்க இன்னும் அந்த ஒரு லட்சத்திலேயே நிக்கறிங்க என்னத்த பண்றது..?"

அம்பிகா சலித்தபடி காபித் தம்ளரை அவரிடம் நீட்டினாள்.. அதை வாங்கி ரசித்துக் குடிக்க ஆரம்பித்தவரின் முகத்தில் தாம்பத்யத்தை ரசிக்கும் சுகம் இருந்தது..

"ஸ்வீட் செய்யறதில நான் மன்னன்தான் அம்பிகா.. நான் செய்யற அத்தனை ஸ்வீட்டும் ருசியாயிருக்குன்னு வாங்கிட்டுப் போறவங்க சொல்றாங்க.."

"அது நிஜம்தானே.."

அம்பிகாவின் முகத்தில் கணவனின் கை வண்ணத்தை பற்றிய பெருமை இருந்தது.. சின்க்கில் இருந்த பாத்திரங்களை கழுவ ஆரம்பித்தாள் அவள்.. காலிக் காபித் தம்ளரை சின்க்கில் போட்ட சுந்தரேசன் ஹாலை எட்டிப் பார்த்தார்.. பெண்கள் மூவரும் ஒருவரையொருவர் கிண்டலடித்தபடி டிவி பார்த்துக் கொண்டிருந்தார்கள்..

"நீ கொடுக்கிற காபியோட ருசிக்கு முன்னாலே நான் செய்யற அத்தனை ஸ்வீட்டோட ருசியும் நிக்கக் கூட முடியாது அம்பிகா.."

மனைவியை கட்டிக் கொண்டார்.. கணவரின் பாராட்டுதலில் முகம் மலர்ந்து போனாலும் அதை மறைத்துக் கொண்டு..

"போதுமே.." என்று விலகினாள் அம்பிகா..

விலகியவளின் கன்னத்தில் முத்தத்தை பதித்த சுந்தரேசனுக்கு அம்பிகாவுடன் வாழும் அந்த வாழ்வைப் பிடித்திருந்தது..

அவர்கள் குடியிருப்பது வாடகை வீடுதான்.. அதை சொர்க்கமாக அவரை உணர வைப்பவள் அம்பிகாதான்.. நாள் முழுவதும் அடுப்பின் அனலில் வெக்கையுடன் வேலை செய்து விட்டு வீடு வருபவருக்கு இதமாக பேசி.. அவர் குளித்து உடை மாற்றி வந்ததும் பக்கத்தில் உட்கார்ந்து பாசத்துடன் பரிமாறி.. அவர் பேசும் கதைகளுக்கு ஊம் கொட்டி.. என்று அவள் அவருடன் உறவாடும் விதமே அலாதியானதாக இருக்கும்..

மூன்று பெண்களைப் பெற்று விட்டோமே என்று அவர்கள் வருத்தப்பட்டதேயில்லை.. பெண்பிள்ளைகள் மூவரையும்.. நல்ல முறையில் வளர்த்து படிக்க வைத்து ஆளாக்கி திருமணம் செய்து கொடுக்க வேண்டும் என்பதே அவர்கள் இருவரின் கனவாக இருந்தது.. எங்கே சுற்றினாலும் அவர்களின் பேச்சு பெண்களின் எதிர் காலத்தில்தான் வந்து நிற்கும்..

"அம்பிகா.."

"ம்ம்ம்.."

"பசிக்குதுடி.."

கெஞ்சலாகச் சொன்னவரின் கண்களில் தெரிந்த தாபம் வேறு ஒன்றை உணர்த்தியதில் அவர் கையில் அழுந்தக் கிள்ளி விட்டுப் பெண்களை அழைத்தாள் அம்பிகா..

"ஏய் மகா.. வித்யா.. பாரு.. சாப்பிட வாங்கடி.."

அம்பிகாவின் சப்தத்தில் டிவியை அணைத்து விட்டு..

"ஏய்.. அழைப்பு வந்திருச்சுடி.. வாங்கடி.." என்றபடி எழுந்தாள் மகாலட்சுமி..

"அந்தச் சாப்பாட இங்கே கொண்டு வந்து தந்தா என்னவாம்..? டிவியைப் பாத்துக்கிட்டே சாப்பிடலாமில்ல.." சிணுங்கினாள் பார்கவி..

"அம்மாவோட ஆர்டர் என்னன்னு தெரியுமில்ல."

வித்யா ஒற்றைவிரலை ஆட்டியதும்.. வாய்க்குள் முணுமுணுத்தபடி வேறு வழியில்லாமல் வந்தாள் பார்கவி..

அந்த வீட்டில் அது எழுதப்படாத சட்டமாக இருந்தது.. இரவு உணவை குடும்பத்தினர் அனைவரும் சேர்ந்து உட்கார்ந்துதான் சாப்பிட வேண்டும்.. அந்தச் சமயத்தில் டிவி பார்க்கக் கூடாது.. வாய் அரட்டைக்கு மட்டுமே அங்கே இடமிருக்கும்..

"காலையில் காலேஜீக்குப் போகிறேன்.. வேலைக்குப் போகிறேன்னு ஆளாளுக்குத் தனித்தனியா அரை வயிறு கால் வயிறா நின்னுக்கிட்டே சாப்பிட்டுட்டு ஓடிப் போயிடறீங்க.. மதியச் சாப்பாட கையில எடுத்துக்கிட்டுப் போயிடறீங்க.. ராத்திரி ஒரு நேரமாவது நாம ஒன்னா உக்காந்து.. ஒருத்தர் மூஞ்சிய ஒருத்தர் அடையாளம் பார்த்துகிட்டே சாப்பிடலாம்.. இதில டிவி.. புத்தம்ன்னு எதையாச்சும் ஊடாலே கொண்டுவந்து நிப்பாட்டினீங்கன்னு வையுங்க.. அப்புறம் நான், நானா இருக்க மாட்டேன்.."

அம்பிகாவின் எச்சரிக்கைக்கு..

"அம்மா அவங்களா இல்லாம யார் போல இருப்பாங்க..?" என்று சந்தேகம் கேட்டாள் பார்கவி..

"வேணும்னா நீ இந்த சந்தேகத்தைக் கேட்டன்னு அம்மாகிட்டக் கேட்டுத் தெளிவு பண்ணிக்கிட்டு வரவா..?"

அலட்டிக் கொள்ளாமல் கேட்டு அவளை அலற வைத்தாள் வித்யா..

அன்றைக்கு சமைத்த உணவு வகைகளை பாத்திரங்களில் நிரப்பி டைனிங் டேபிளில் பரத்தி விட்டு சாப்பிட உட்கார்ந்தாள் அம்பிகா.. அவரவர்க்கு வேண்டியதை அவரவர் போட்டுக் கொள்ள.. சுந்தரேசனுக்கு மட்டும் அம்பிகா பார்த்துப் பார்த்துப் பரிமாறினாள்..

"ஆனாலும் உங்களுக்கு இத்தனை பார்சியாலிட்டி இருக்கக் கூடாதும்மா.. நாங்க மட்டும் ஷெல்ப் சர்வீஸ்.. அப்பாவுக்கு மட்டும் நீங்க ஸ்பெசலா சர்வ் பண்ணுவீங்களா..?"

"இது இன்னைக்கு நேத்தா நடக்குது பாரு..? காலம் காலமா இதுதானே நம்ம வீட்டில நடக்குது..?"

"அப்படி எத்தனை காலத்தை நீ பாத்துட்ட வித்து..?"

"உனக்குச் சொன்னா நீ கணக்கெடுக்கப் போகிறியா மகா..?"

அரட்டையும் சிரிப்புமாக இரவு உணவை முடித்து விட்டுப் பெண்கள் மூவரும் படுக்கப் போனார்கள்.. அம்பிகா சமையலறையை சீர் செய்து விட்டுப் படுக்கப் போனாள்.. தூங்காமல் காத்திருந்த சுந்தரேசனிடம்..

"இன்னும் தூங்கலையா..?" என்றபடி மார்பில் சாய்ந்தாள்..

"நீயில்லாம தூக்கம் வருமா அம்பிகா..?"

"வயசுக்கு வந்த பொண்ணுக ஒன்னுக்கு மூணுபேரு இந்த வீட்டில இருக்காங்க.."

"மறக்கலையே அம்பிகா.. அவங்களுக்காகத்தானே ராப்பகலா உழைக்கிறேன்.."

"தங்கம் விற்கிற விலையில அவங்களுக்கு சரியான சீர் செய்ய முடியுமா..?"

"என் பொண்ணுகளே தங்கம்டி.."

"அவளுக்கு எதுக்குத் தங்கம்ன்னு கட்டிக்கப் போகிற மாப்பிள்ளை வீட்டில சொல்லிருவாங்களா..? கனவு காணாதீங்க.."

"வருவாண்டி.. அப்படியொரு மாப்பிள்ளை வருவான்.. என் மகளைக் குதிரையில தூக்கிட்டுப் போவான்.."

"இதெல்லாம் கதையிலதான் நடக்கும்.."

அதற்கு மேலும் நிராசைகளை கணவரின் நெஞ்சிலே விதைக்காமல் ஆசையுடன் அவருடன் ஒன்றிக் கொண்டாள் அம்பிகா..

5

அன்று காலையில் அலுவலகம் போவதற்காக தன்னுடைய ஓட்டை ஸ்கூட்டியில் ஏறிய மகாலட்சுமிக்கு அந்த ஓட்டை ஸ்கூட்டியினால் வம்பு வரப் போகிறதென்று தெரியாது..

அவள் என்னவோ எப்போதும் போலதான் வேலைக்குக் கிளம்பினாள்.. அவளுடைய ஸ்கூட்டி அவளை ஆபிசிற்கு அழைத்துக் கொண்டு போவதற்குப் பதிலாக ஆணவம் பிடித்த பணக்கார சஞ்சயின் வெளிநாட்டுக் காரைத் தேடிப் பிடித்துப் பதம் பார்த்து... சிராய்ப்பை ஏற்படுத்தி அவனுடைய பிளட் பிரசரை எகிற வைத்துக் தொலைத்தது..

சஞ்சய் வீட்டை விட்டுக் கிளம்பும் போதே அவனுடைய அம்மா ருக்மிணி வாய் விட்டு வைத்தாள்..

"இன்னைக்கு உன்னோட ராசிபலனில வம்பு வந்து சேரும்ன்னு போட்டிருக்குடா சஞ்சய்.. எதுக்கும் நீ இன்னைக்கு அதிகமா பேசி வைக்காதே.."

"வேணும்னா மௌன விரதம் இருந்துரட்டுமா..?"

அமைதியாக சஞ்சய் கேட்க.. ஆனந்தத்துடன் தலையாட்டி வைத்தாள் ருக்மிணி..

"நானே சொல்லலாம்னு இருந்தேண்டா சஞ்சய்.. எப்படியோ என் மனசில இருந்ததை கண்டு பிடிச்சிட்டயே.."

"நீங்க இப்படித்தான் புத்திசாலித்தனமா யோசிச்சு வைப்பீங்கன்னு எனக்குத் தெரியும்மா.. எனக்குன்னு வந்து அம்மா வா வாய்த்திருக்கீங்களே.."

"சஞ்சய்.."

"பேசாதீங்க.."

"நீதாண்டா பேசக் கூடாது.."

"அம்மா.."

உரக்கக் கத்தி விட்டு ரத்த அழுத்தத்தை கட்டுக்குள் கொண்டு வர கண்களை மூடி நின்றான் சஞ்சய்.. அப்படி ரத்த அழுத்தத்தை குறைக்க விட்டு விடுவேனா என்று..

"அப்படித்தான் மனசுக்குள்ள வேண்டிக்கணும்டா சஞ்சய்.." என்று உற்சாகப் படுத்தினாள் ருக்மிணி..

"இங்கே இன்னும் கொஞ்சநேரம் நின்னேன்னா எனக்குப் பைத்தியம்தான் பிடிக்கும்.. கனடாவில இருந்து பிஸினெஸ் பேச வந்திருக்காங்க.. பிஸினெஸ் லன்ச் அரேன்ஜாகி இருக்கு.. முக்கியமான அந்த மீட்டிங்கில நான் மௌன விரதம் இருந்தா விளங்கிரும்.."

"சஞ்சய்.."

"கொஞ்சமாவது மெச்சூரிட்டியோட நடந்துக் கங்கம்மா.."

கோபத்துடன் கத்திவிட்டு சஞ்சய் வேகமாக வெளியேறினான்.. மாடிப்படியிலிருந்து இறங்கிக் கொண்டிருந்த கோகுல்நாத் மகனை அழைத்தார்..

"சஞ்சய்.."

"எதுக்குக் கூப்பிடறீங்க..?"

"இல்லே ருக்மிணி.. அவன் கோபமாய் போகிறதைப் போல இருக்கு.. அதான் கூப்பிட்டேன்.."

"இன்னைக்கு அவனோட ராசிபலனே சரியில்லை.. இவன் விலகிப் போனாலும் தானா வம்பு வந்து சேர்ந்து தொலைக்கும்ன்னு போட்டிருக்குது.."

"அதுக்கு..?"

"நானே அவன் ஏடாகூடமா எந்த வம்பையாவது விலைக்கு வாங்கிட்டு வந்திருவானோன்னு கவலையாய் இருக்கேன்.. அது தெரியாம நீங்க வேற பின்னாலே கூப்பிட்டு வைக்கறீங்க அப்பனே..! ஈஸ்வரா..! என் பிள்ளை பத்திரமா இருக்கணும்ப்பா.."

இப்படி ருக்மிணி கவலைப்படும் சஞ்சய் ஏகப்பட்டவர் களைப் பத்திரமாக பாதுகாக்கும் இண்டஸ்ட்ரியலிஸ்டாக இருந்தான்.. அவன் கொடுக்கும் சம்பளத்தில் பலரின் வாழ்வு வளமாக இருந்தது.. அப்படிப் பட்டவனைத்தான் சின்னக் குழந்தையைப் போல அவனுடைய அம்மா ருக்மிணி சீராட்டிக் கொண்டிருந்தாள்.. அதைக் காரணம் காட்டி அவளுக்கும் சஞ்சய்க்கும் இடையில் அடிக்கடி வாக்குவாதங்கள் நடக்கும்..

எது எப்படியோ.. அன்று சஞ்சய்க்கு வம்பு வந்து சேரும் என்று ருக்மிணி கூறிய ஆருடம் மட்டும் சரியானதாக இருந்தது.. அவனுடைய விலையுயர்ந்த புத்தம்புது வெளிநாட்டுக்காரைத் தேடிப்பிடித்து ஸ்கூட்டியை விட்டு உராய்ந்து சிராய்ப்பை ஏற்படுத்தி வைத்தாள் மகாலட்சுமி..

மகாலட்சுமி ஆபிஸீக்கு போகும் வழியில் அன்று பார்த்து அரசியல் கட்சியொன்றின் ஊர்வலம் நடந்ததில் சாலையில் போன வாகனங்களை வேறு வழியில் திருப்பி விட்டிருந்தார்கள்.. விதியே என்று ஸ்கூட்டியைத் திருப்பிய மகாலட்சுமி முன்னால் சென்ற வாகனங்களைப் பின் பற்றாமல் அவளுக்குத் தெரிந்த குறுக்கு

வழிகளை மனதுக்குள் வரைபடமாக கொண்டுவந்து இஷ்டப் படி சந்து பொந்துக-ளில் வண்டியைத் திருப்பினாள்..

அவள் பிரச்னை அவளுக்கு.. என்னதான் டாணென்று பத்து மணி அடிக்கும் போதே அலுவலக கைவிரல் ரேகை படிய விடும் இயந்திரத்தில் விரலின் ரேகையை பதிய வைத்தாலும்..

"ஆறு செகண்ட் லேட்டாக வந்திருக்கயே.. என்ன விசயம்..?" என்று விழி-களை உருட்டும் மேனேஜர் வந்து வாய்த்திருந்ததில் மகாலட்சுமி தன் உயிரைப் பற்றிக்கூட கவலைப் படாமல் எதிர்படும் மஞ்சள் கலர் லாரிகளின் அடியினில் சறுக்கியாவது ஆபிசுக்குள் போக வேண்டிய கட்டாயத்தில் இருந்தாள்..

"ஏய்ய்.. வீட்டில சொல்லிட்டு வந்தியா..?"

அவள் உரசிக் கொண்டு போனதில் ஓரம் கட்டிய ஆட்டோக்காரன் சவுண்டு விட்டான்..

"எல்லாம் சொல்லியாச்சு.. எங்கம்மா வாசலிலநின்னு டாட்டாவே காண்பிச்-சாங்க.."

போகிற போக்கில் சொல்லி விட்டுப் பறந்தாள் மகாலட்சுமி..

"அவசரத்துக்குப் பொறந்த பொண்ணு போல இருக்கு.."

ஆட்டோக்காரன் திட்டிய வசவுகளைக் காது கொடுத்துக் கேட்க வேண்டிய துர்பாக்கிய நிலையில் இருந்து விரைந்து தப்பித்த மகாலட்சுமி.. எசகு பிசகாக.. அந்த ஒன்வே-யில் ஸ்கூட்டியைத் திருப்பிவிட்டாள்..

சென்னை மாநகரின் சாலைகளைச் சுற்றி ஏகப்பட்ட ஒன்வேக்கள்தான் காத்-திருந்தன.. விவரம் தெரிந்தவர்களே சுற்றோ சுற்றுன்னு சுற்றிக்கிட்டு இருந்தபோது மகா பாவம் என்ன செய்வாள்..? எல்லாத் தெருக்களையும் சுற்றி வளைத்து ஓட்டிப் பார்த்து விட்டாள். அவளுடைய ஆபிஸ் வந்த பாடாக இல்லை.. அந்த மனப் போராட்டத்தில் ஒன்வே என்று தெரியாமல் வண்டியைத் திருப்பி விட்டாள்.. அப்-போதும் அவளுக்கு சந்தேகம்தான்..

'என்னடா இது.. நமக்கு முன்னாடியும் வண்டி போகல.. பின்னாடியும் வண்டி வரல.. என்னவா இருக்கும்..?'

அந்த சிந்தனையுடன் போனவள்.. எதிரே வந்த சஞ்சயின் காரில் மோதிவிட்-டாள்.. ஸ்கூட்டியின் கண்ணாடி தூள்.. தூளா ஆகிருச்சு.. சஞ்சயின் காருக்கோ முன்பக்க சக்கரத்துக்கு மேலே பெரிய சிராய்ப்பு விழுந்து விட்டது.. ஸ்கூட்டி கீழே.. மகா மேலே.. என்று விழுந்து கிடந்த மகாலட்சுமி தட்டுத் தடுமாறி எழுந்து நின்று வண்டியைத் தூக்கி நிறுத்தினாள்.. காருக்குள் உட்கார்ந்திருந்த சஞ்சயை நோக்கிப் பாய்ந்தாள்..

"ஹலோ.. இங்கேயென்ன சினிமா சூட்டிங்கா நடக்குது..? இடிச்சபுளி போல காருக்குள்ள உட்கார்ந்துக் கிட்டு வேடிக்கை பாக்கறிங்க..?"

"இடிச்ச புளியா..?" சஞ்சய்க்கு விளங்கவில்லை..

"பின்னே..? இடிக்காத புளியா..? இது கூடத் தெரியாம நீங்கள்ளாம் காரைத் தூக்கிக்கிட்டு வந்திட்டிங்க.."

"தூக்கிக்கிட்டு வரலை.. ஓட்டிக்கிட்டு வந்திருக்கேன்.."

"இப்ப அதுதான் ரொம்ப முக்கியம்.. இறங்குங்க கீழே.."

"ஐ ஹேவ் சம் அர்ஜன்ட்வொர்க்.."

"உங்களுக்குத்தான் அர்ஜன்ட் வொர்க் இருக்கா..? எங்களுக்கு வேலை வெட்டியே இல்லையா..?"

"அப்படி நான் சொன்னேனா..?"

"சொல்லித்தான் பாருங்களேன்.."

"உங்களுக்கு என்னதான் பிரச்னை..?"

"நீங்கதான் பிரச்னை.. காரை ஓட்டத் தெரிஞ்சா வெளியில எடுத்திட்டு வரனும்.. இல்லைன்னா வீட்டிலேயே நிறுத்தி அழகு பார்த்திருக்கனும்.. அதை விட்டுட்டு இப்படி ஓட்டத் தெரியாம உருட்டிக்கிட்டு வந்து என் ஸ்கூட்டிமேல மோதி கண்ணாடியை சுக்கு நூறாக்கியிருக்கக் கூடாது.."

"இதை நான் சொல்லனும்.." அமர்த்தலாக கூறினான் சஞ்சய்..

"என்னது..!" மகாலட்சுமி இடுப்பில் கைவைத்துக் கொண்டாள்..

"யெஸ்.. நீங்க ஓட்டிக்கிட்டு வந்த லட்சணத்தைத் தான் நான் பார்த்தேனே.. ஸ்கூட்டியை ஓட்டிக்கிட்டு வந்ததைப் போலவா வந்தீங்க.. என்னவோ கடல் நடுவில கட்டு மரத்து மேல உட்கார்ந்துக்கிட்டு வருகிறதைப் போலல்ல வந்தீங்க.."

"என்ன சார் திமிரா..?"

"இல்லை.."

"பணக்காரரில்ல.. திமிராத்தான் பேசுவீங்க.. முதல்ல காரை விட்டு இறங்கிப் பதில் சொல்லுங்க சார்.. நீங்க பெரிய இவரு போல காருக்குள்ள உட்கார்ந்திருப்பீங்க.. நான் ரோட்டில நின்னு நியாயம் கேட்கனுமா..? இறங்குங்க சார்.."

"இறங்கிட்டாப் போச்சு.."

கார் கதவைத் திறந்து கொண்டு இறங்கிய சஞ்சய் அழகாக இருந்தான்.. டிப்டாப்பாக மிடுக்குடன் பார்த்தான்.. வயது 25 இருக்கும்.. கண்களின் தீட்சண்யம் அவன் ஆள்களை எடை போடுவதில் வல்லவன் என்பதை எடுத்துக் கூறியது.. வலது பக்கமாகத் திரும்பி அவன் காரின் கீறல்களைக் கவனித்தான்.. இடது பக்கமாகத் திரும்பி மகாவின் ஸ்கூட்டியைப் பார்த்தான்.. மகாவையும் பார்த்தான்..

'பார்வையைப் பார்.. என்னவோ மாப்பிள்ளை பெண்ணைப் பார்க்கிறதைப் போலயில்ல பார்த்து வைக்கிறான்..' பல்லைக் கடித்தாள் மகாலட்சுமி..

'ஆளும் பாக்க மாப்பிள்ளைப் போலதான் இருக்கா மகா..' அவளுடைய மனம் நேரம் காலம் தெரியாமல் ஜொள்ளி வைத்தது..

ஆளை ஊடுறுவும் அவனுடைய தீட்சண்ய பார்வையை எதிர்கொள்ள அவளால் முடியவில்லை..

'என்னமாப் பார்க்கிறான்..'

முதன்முதலாக அவளது கன்னி மனம் குறுகுறுத்தது.. அவளை மிடுக்குடன் பார்த்தவனின் பார்வையில் மகாலட்சுமியின் மனம் படபடத்தது.. அந்த நேரம் பார்த்து அவள் மனதில் மேனேஜர் கடன்காரனின் பார்வை வந்து தொலைக்க..

'ஆபிசுக்கு டைம் ஆகிருச்சே..' என்று டென்சனாகிப் போனாள் மகாலட்சுமி..

'அந்த கடன்காரன் என்னவெல்லாம் திட்டப் போகிறானோ.. இந்தக் கடன்-காரனைச் சொல்லனும்.. வேணும்னே இவனோட வெளிநாட்டுக் காரை குறுக்கே விட்டு என்னை விழுக வைச்சிட்டான்..'

மகாலட்சுமி மேனேஜர் கடன்காரன் மேல் இருந்த ஒட்டு மொத்த கோபத்தை-யும் சஞ்சய் கடன்காரனின் மீது தள்ளி விட்டாள்..

"உங்க மனசில என்னதான் நினைச்சுக்கிட்டு இருக்கீங்க..?" என்று அவள் பாய்ந்த போது..

"உங்களாலே என் வேலை கெட்டுக்கிட்டு இருக்குன்னு நினைச்சுக்கிட்டு இருக்கேன்.." அமர்த்தலாகச் சொன்னான் அவன்..

"உங்களுக்குத்தான் வேலையிருக்கா..?"

"உங்களுக்கும் வேலை வெட்டியிருக்குன்னு ஒப்புக்கறேன்.. உன் வெட்டி வேலையைப் பார்க்க நீ போ. என் வேலையைப் பார்க்க நான் போகிறேன்.."

சரளமாகப் பேசிய சஞ்சய் வார்த்தைகள் மாறி விட்டதை உணரவில்லை..

"வெட்டி..? வேலையா..?"

மகாலட்சுமி சீறிய பின்னால்தான் அதை உணர்ந்தவன்.. 'தேவுடா..' என்று தலையில் கை வைத்தான்..

6

"ஹலோ.. பார்வை என்ன வேண்டிக்கிடக்கு..?"

"நீங்கதானேம்மா நியாயம் கேட்டிங்க..?"

"அம்மாவா..? யாருக்கு யார் அம்மா..? உங்களுக்கு நான் அம்மாவா..? இவரு சின்ன பப்பா.. இப்பத்தான் தொட்டிலில இருந்து இறங்கி வந்திருக்காரு.. இவரு என்னை அம்மான்னு கூப்பிட வேண்டியதுதான்.."

"மேடம்.."

"மேடமா..? என்னைப் பார்த்தா மேடம் போலவா தெரியுது..?"

"உங்களை எப்படித்தாங்க கூப்பிடறது..?"

"எப்படியும் கூப்பிட வேணாம்.. கண்ணுக்கு அழகா பெண்ணைப் பார்த்துட்டாப் போதுமே.. உடனே ஜாடையா பெயரைக் கேட்கக் கிளம்பிடுவீங்களே.."

'இது வேறயா..?'

உதட்டை இகழ்ச்சியாக மடித்து மகாவை மிதப்பாக ஓர் பார்வை பார்த்த சஞ்சய்.. சுற்று முற்றும் யாரையோ தேடுவதைப் போலப் பாவனை செய்தான்..

"யாரைத் தேடறிங்க..?" மகாவுக்குப் புரியவில்லை..

"இங்கே கண்ணுக்கு அழகாப் பெண்ணிருக் காங்கன்னு சொன்னீங்களே.. அவங்க எங்கேன்னு தேடறேன்.."

அதற்குள் அவர்களைச் சுற்றிக் கூட்டம் கூடியிருந்தது.. கூட்டத்தில் ஒருவர் சஞ்சய் சொல்லியதைக் கேட்டதும் சிரித்துவிட்டார்.. மகாவுக்கு பற்றிக் கொண்டு வந்தது..

"என்னைக் கலாய்க்கிறாராமாம்.." கூட்டத்தைப் பார்த்து அவள் சொன்னாள்..

"அதுக்குத்தானே வீட்டை விட்டுக் கிளம்பி வந்திருக்கேன்..?" புருவங்களை உயர்த்தினான் சஞ்சய்..

"நீங்க எதுக்குக் கிளம்பி வந்தீங்களோ எனக்குத் தெரியாது.. எனக்கு ஒரு வழியைச் சொல்லிட்டுப் போங்க.." குண்டைத் தூக்கிப் போட்டாள் மகா..

"உங்களுக்கு நான் வழி சொல்லனுமா..?" சஞ்சயின் முகம் அஷ்டகோணலாக மாறிப் போனது..

"ஏம்மா.. நீயே வயசுப் பொண்ணு.. இவரும் இளம் வயசுக்காரர்.. இவர்கிட்டப் போயி உனக்கொரு வழியைச் சொல்லிட்டுப் போன்னு சொன்னா எப்படிம்மா..?" கூட்டத்தில் இருந்த பெரியவர் ஒருவர் கேட்டார்..

மகாவுக்கு அவளின் தவறு புரிந்ததில் அவள் நாக்கைக் கடித்துக் கொண்டு சமாளித்தாள்..

"என் ஸ்கூட்டிக்கு ஒரு வழியைச் சொல்லச் சொல்லுங்க சார்.." அந்தப் பெரியவரையே நடுவராக்கினாள்.

"உன் ஸ்கூட்டிக்கு வழி சொல்ல இவரென்ன டிராபிக் போலிஸா..? நீதாம்மா வழி கேட்டுப் போகனும்.." என்றார் அந்தப் பெரியவர்..

"என்ன சார் நீங்க.. தாய்க்குலத்தை விட்டுட்டு தந்தைக்குலத்துக்கு சப்போர்ட் பண்றீங்க.. அது சரி.. யாரு நீங்க.. நீங்களும் ஆம்பளை வர்க்கம்தானே.. இனம் இனத்தோடதான சேரும்..? உங்ககிட்ட நியாயம் கேட்டேன் பாருங்க.. என்னைச் சொல்லனும்.." என்று அந்தப் பெரியவரிடமும் சண்டைக்குப் போனாள் மகாலட்சுமி..

"அவர்கிட்ட எதுக்காக சண்டை போடறீங்க..? எதுவாக இருந்தாலும் என்னிடம் பேசுங்க.." என்றான் சஞ்சய்..

"ஐயா.. எனக்கொரு நியாயம் கிடைக்கனும்.."

"நியாயம்தானே..? அது கிடைக்கும்.. அதுக்காக என்னை ஐயாவாக்காம சும்மாவே பேசுங்க.."

"தோடா.. இவரு மட்டும் என்னை அம்மாம்பாராம்.. மேடம்பாராம்.. இவர மட்டும் ஐயான்னு யாரும் கூப்பிட்டிறக் கூடாதாம்.."

"இதுதான் உங்க பிரச்னையா..? இதுக்கு நியாயம் கேட்டுத்தான் என்னை நிறுத்தி வைத்திருக்கீங்களா..?"

"ஒன்னும் தெரியாத பப்பாவைப் போலப் பேசக் கூடாது.. என் ஸ்கூட்டி மேல காரை விட்டு மோதிட்டு வியாக்கினமா பேசறீங்க..? நல்லவேளை.. கண்ணாடி உடைஞ்சதோட போனது.. அப்படியில்லாம என் கை கால் உடைஞ்சிருந்தா என்ன கதியாகியிருக்கும்..? ஒழுங்காய் காரை ஓட்டிக்கிட்டு வருகிறதுக்கென்ன.?"

"நான் ஒழுங்காய்த்தான் காரை ஓட்டிக்கிட்டு வந்தேன்.. நீங்கதான் ஒன்வேயில ஸ்கூட்டியை ஓட்டிக்கிட்டு வந்தீங்க.." நிதானமாகச் சொன்னான் சஞ்சய்.

படபடவென்று உள்ளங்கையால் வாயில் அடித்துக்கொண்ட மகாலட்சுமி.. சுற்றி நின்றவர்களைப் பார்த்து..

"கேட்டிங்களா..? இவரு காரு என் ஸ்கூட்டி மேல மோதி கண்ணாடி உடைஞ்சிருச்சு.. கேட்டா.. நான் வந்தது ஒன்வேன்னு கதையளக்கிறாரு.. சென்னையோட ரூல்ஸ் பிரகாரம் பெரிய வண்டியும்.. சின்ன வண்டியும் மோதிக்கிட்டா.. சின்ன வண்டிக்காரங்களுக்குத்தானே பொது மக்கள் சப்போர்ட் பண்ணனும்..? நீங்க

யாரும் சப்போர்ட்டுக்கு வராம வேடிக்கை பார்த்துக்கிட்டு நிற்கறிங்களே.. இவருகிட்ட நியாயத்தைக் கேளுங்க.." என்று சொன்னாள்..

"அவர் கதையளக்களம்மா.. இது ஒன்வேதான்.." என்றார் அந்தப் பெரியவர்..

"இதுவேறயா..? அப்ப இவரு ரெண்டு தப்பு பண்ணியிருக்காரா..? முதலாவது தப்பு ஒன்வேயில காரை ஓட்டிக்கிட்டு வந்தது.. இரண்டாவது தப்பு.. என் ஸ்கூட்டிமேல மோதி கண்ணாடியை சுக்கு நூறாக்கினது.. ஏன் சார்.. நீங்க நியாத்தை மதிக்கவே கூடாதுன்னு கங்கணம் கட்டிக்கிட்டு அலைகிறீங்களா..?"

பெரியவரிடம் ஆரம்பித்து.. சஞ்சயிடம் கேள்வி கேட்பதில் முடித்த மகாவுக்கு அந்தப் பெரியவரே பதில் சொன்னார்..

"இங்கே பாரும்மா.. அவர் சரியான ரூட்டிலதான் காரை ஓட்டிக்கிட்டு வந்திருக்கார்.. நீதான் ராங் ரூட்டில் வந்திருக்க.."

'என்னடா இது..'

தலையில் கை வைத்த மகா திரும்பிப் பார்த்தாள்.. அவள் வந்த திசையில் எந்த வண்டியும் வரவில்லை.. மாறாக சஞ்சய் வந்த திசையில்தான் வண்டிகள் வந்து கொண்டிருந்தன..

மகா தன் நெற்றியில் ஒற்றை விரலால் தட்டியபடி..

"அப்பவே நினைச்சேன்.." என்றாள்..

"என்னத்தைம்மா நினைச்ச..?" என்று கேட்டார் அந்தப் பெரியவர்..

"என்னடா இது.. நம்ம வண்டிக்கு முன்னாலேயும் எந்த வண்டியும் போகல.. பின்னாலேயும் எந்த வண்டியும் வரலையேன்னு நினைச்சேன்.." என்றபடி அசடு வழிய அவள் சஞ்சயைப் பார்த்தாள்..

அவனோ இமைக்காமல் அவளையே பார்த்தான்.. அந்தப் பார்வையைத் தாங்கிக் கொள்ள முடியாமல் ஜகா வாங்கினாள் மகா..

"கூல் சார்.. கூல் டவுன்.. நமக்குள்ள எந்தப் பிரச்னையும் வேண்டாம்.. நாம ஒரு டீலுக்கு வருவோம்.. என் ஸ்கூட்டியோட கண்ணாடி உடைஞ்சதுக்கு நீங்களும் பணம்தர வேணாம்.. உங்க வண்டி கீறலுக்கு நானும் பணம் தர வேணாம்.. இட் இஸ் எ சிம்பிள் டீல்.. ஓகே..?"

அவள் டீல் பேசிய விதத்தில் அந்தப் பெரியவர் கடுப்பானார்..

"ஏம்மா.. தப்பு உன் பேரில இருக்கு.. நீயென்னன்னா இதை சிம்பிள் டீல்ங்கிற.."

அவர் கோபப்பட்டபோது..

"ப்ளீஸ்.." என்று அவரைக் கையமர்த்தினான் சஞ்சய்..

"இதை நானே ஹேண்டில் பண்ணிக்கறேன்.."

அவன் சொன்னதில் கூட்டம் கலைந்தது.. மகாவும்.. சஞ்சயும் ஒருவரையொருவர் நேர் கொண்ட பார்வை பார்த்தபடி நின்றார்கள்..

"இப்ப என்ன சார்.. உங்க வண்டி கீறலுக்கு நான் பணம் தரனும்.. அவ்வள-வுதானே.."

ஹேண்ட் பேகை எடுத்த மகாலட்சுமி.. அதிலிருந்த 500 ரூபாயை எடுத்து அவனிடம் நீட்டினாள்..

"இது என்ன..?" ஒரு மாதிரியான குரலில் வினவினான் சஞ்சய்..

"ஐநூறு ரூபாய் சார்.. பெரிய காரை வைச்சிருக்கீங்க.. ஐநூறு ரூபாய் நோட்-டைக் கூட நீங்க பார்த்ததில்லையா..?"

"இது தெரியுது.. இதை வைச்சுக்கிட்டு நானென்ன பண்ண..?"

"உங்க காரோட கீறலை சரி பண்ணிக்கங்க.."

"அதுக்கு முப்பதாயிரம் தேவைப்படும்.."

"என்னது..! முப்பதாயிரமா..!" கண்களை விரித்தாள் மகாலட்சுமி..

"மெல்ல.. என்னாச்சு..? முப்பதாயிரத்தை கண்ணில் பார்த்ததில்லையா..?"

"அதைப் பார்த்திருந்தா நான் ஏன்சார் இந்த ஓட்டை ஸ்கூட்டிகூட மல்லுக்-கட்டிக்கிட்டு இருக்கேன்..?"

"தெரியுதில்ல.. அப்புறம் எதுக்காக டீல் பேசனும்..?"

"வெயிட்.. வெயிட்.. ரொம்பத்தான் அலட்டிக் காதீங்க.. இன்னைக்கு கொடுக்க முடியாட்டாலும்.. என்னைக்காவது ஒருநாள் இந்த பணத்தை உங்களுக்கு கொடுத்தே தீருவேன்.."

"அத்தைக்கு மீசை முளைக்கட்டும்.. அப்புறமா.. அவங்களை சித்தப்பான்னு கூப்பிடறதா.. இல்ல.. பெரியப்பான்னு கூப்பிடறதான்னு யோசிக்கறேன்.."

"பணத்திமிரில் பேசறீங்களா..?"

"ஆமாம்ன்னு சொன்னா என்ன பண்ணுவீங்க..?"

"நாங்க மிடில் கிளாஸ்தான் சார்.. ஆனா ஒரு சொல்.. ஒரு வார்த்தையில நிற்போம்.. இந்தப் பணத்தை உங்களுக்குத் திருப்பிக் கொடுக்கலன்னா.. என் பேரு மகா இல்லைசார்.."

"இப்பவே வேற எந்தப் பெயர் உங்களுக்குப் பிடிச்சிருக்குன்னு யோசிச்சு வைச்-சுக்கங்க.."

சஞ்சய் அவன் பர்ஸைத் திறந்து 1000 ரூபாய் நோட்டொன்றை உறுவி அவளிடம் நீட்டினான்.. மகா புரியாமல் பார்த்தாள்..

"உங்களால என் காரை சரி பண்ண முடியாது.. என்னாலே உங்க ஸ்கூட்டியை சரிபண்ண முடியும்.. இதை வைச்சு உங்க ஸ்கூட்டியோட கண்ணாடியை சரி பண்-ணிக்கங்க.. மீதமிருக்கிற பணத்தில ஒரு நல்ல கண்ணாடியா வாங்கி மாட்டிக்-கங்க.." என்று அலட்சியப் பார்வையோடு சொன்னான்..

"கண்ணாடியா..?" மகா திருதிருத்தாள்..

"கண்ணாடியேதான்.."

அலட்சியப் பார்வையோடு காரில் ஏறி.. அங்கே மகா என்ற ஒருத்தி இல்லாததைப் போன்ற பாவனையுடன் போய் விட்டான்..

அவனின் அந்த அலட்சியப் பார்வை மகாவை துரத்திக் கொண்டே இருக்கிறது.. அவளால் இரவுகளில் நிம்மதியாக உறங்க முடியவில்லை.. தூக்கத்தின் கனவில் 1000 ரூபாய் நோட்டை நீட்டியபடி அலட்சிய பார்வையுடன் அவன் நின்றான்..

'பணத்திமிர்..'

உறக்கம் கலைந்து படுக்கையில் அமரும் மகா பல்லைக் கடித்தாள்..

அவளை உதாசீனப் படுத்திய சஞ்சய் இளைஞர்களின் ஆதர்ச நாயகன்.. எக்கனாமிக்ஸ் டைம்ஸ் பேப்பரில் அந்த வருடத்தின் இந்தியாவின் இளம் பிஸினெஸ்மேன் விருது வாங்கியவர்ன்னு அவன் படத்தைப் போட்டு 3ம் பக்கத்திலே 4 பத்தியிலே ஆர்டிகல் வரும் அளவுக்கு பெயரும் புகழும் பெற்றவன் என்பது அவளுக்குத் தெரியாது.. தெரிந்தாலும் அவற்றையெல்லாம் அவள் பெரிதாகவே நினைக்க மாட்டாள்..

சஞ்சய் வயது இளைஞர்களுக்கு சினிமா பத்தியும்.. ஸோஸியல் நெட்வொர்க் பத்தியும்.. பெண்கள் பத்தியும் பேசினாத்தான் பிடிக்கும்.. சஞ்சஞ்க்கு அப்படியில்லை.. அவனுக்கு பிஸினெஸ் பற்றிய பேச்சுக்களைத்தான் பிடிக்கும்.. ஒரு வெறியோடு ஒவ்வொரு துறையாய் தேர்ந்தெடுத்து அதில் அவன் ஜெயித்துக்கிட்டே இருந்தான்.. அப்படிப்பட்டவன் அவன் என்று மகாவிடம் யார் சொல்லியிருந்தாலும் ஓஹோ என்ற ஒற்றைச் சொல்லுடன் போய்விடக் கூடியவள் மகாலட்சுமி..

அவனுடன் பேசிப்பழக.. தொழிலதிபர்கள் வட்டாரத்தில் ஆர்வம் காட்டினார்கள்.. ஏதாவது ஒரு காரணத்தைச் சொல்லி பார்ட்டிகளை அரேன்ஜ் பண்ணி அவனுக்கு அழைப்பு விடுத்து விடுவார்கள்.. தட்ட முடியாமல் அவனும் அதில் கலந்து கொள்வான்..

அப்படியொரு பார்ட்டிக்காக ஒரு ஐந்து நட்சத்திர ஹோட்டலுக்குப் போயிருந்தபோது ஹோட்டல் வாசலில் மகாவை மீண்டும் சந்தித்தான் சஞ்சய்..

7

காரை பார்க் பண்ண அனுப்பி விட்டு ஹோட்டலின் நீண்டிருந்த படிகளில் ஏறத் திரும்பியபோது.. அவன்மீது மோதினாள் மகாலட்சுமி..

மோதிய வேகத்தில் விழ இருந்தவளைத் தாங்கிப் பிடித்தான் சஞ்சய்.. அந்தக் காலத்து சினிமா கதாநாயகிகளை.. கதாநாயகர்கள் இடுப்பில் கை கொடுத்து வளைத்துப் பிடிப்பதைப் போல.. சஞ்சய் குனிந்து மகாவின் இடுப்பில் கை கொடுத்திருக்க.. வாகாக அதில் சாய்ந்தபடி அவன் முகம் பார்த்தாள் மகா.. பார்த்தவளின் முகத்தில் எள்ளும் கொள்ளும் வெடித்தது..

அவன் கையில் சாய்ந்திருக்கும் நினைவின்றி.. அந்த போஸிலிருந்து விலகாமலே அவனுடன் சண்டைக்குப் போனாள் அவள்..

"மிஸ்டர்.. உங்க மனசில என்னதான் நினைச்சுக்கிட்டு இருக்கீங்க..?"

'இதைத் தவிர வேறு கேள்வியையே இவள் கேட்கமாட்டாளா..?'

"நிச்சயமாய் உங்களை நினைக்கலை.."

"நீங்க நினைக்கனும்னு நானும் தவம் கிடக்கலை.."

"பிழைத்தேன்.."

"எவ்வளவு தைரியமிருந்தா என் இடுப்பில் கை போடுவீங்க..?"

"அதில உங்களுக்கு கோபம் இருக்கிறதைப் போலத் தெரியலையே.."

அவன் சாவாதானமாக கூற.. அவள்..

"என்னது..?!.." என்று அதிர்ந்தாள்..

"யெஸ்.. நான் தான் நீங்கன்னு தெரியாம உங்களைத் தாங்கிப் பிடிச்சிட்டேன்.. உங்களுக்குத்தான் உங்க இடுப்பில் கை போட்டிருக்கிறது நான்னு தெரிஞ்சு போச்சில்ல..? இன்னும் விலகி நிற்காம என் கையிலேயே சாய்ந்துக்கிட்டு சட்டம் பேசினா.. இதை என்னன்னு சொல்கிறது..?"

அவன் மிதப்பாக கேட்ட விதத்தில் அவள் சட்டென்று விலகி நின்றாள்.. அவன் கேள்வியில் அவளின் தன்மானம் அடிவாங்கியது.. முகம் கன்ற அவனை முறைத்தாள் மகா..

"உங்க மனசில பெரிய அழகன்னு நினைப்பா..?"

அவள் கேட்டுக் கொண்டிருந்த போதே அவர்களைக் கடந்து சென்ற இளம் பெண்ணொருத்தி சஞ்சயைக் கண்டதும்.. பக்கத்தில் நடந்து வந்த தோழியிடம்..

"வாவ்..! வாட் எ ஹேண்ட்சம் மேன்..!" என்று சொன்னாள்..

'கேட்டுக் கொண்டாயா..' என்பதைப் போல அவளை அலட்சியப் பார்வை பார்த்த சஞ்சய் இகழ்ச்சியாக உதடுகளை வளைத்தான்..

அவனின் அந்த செய்கையில் மகாவின் ரோசம் அதிகமாக காயப்பட்டது..

"நீங்க பெரிய அழகனாவே இருங்க.. ஐ டோன்ட் கேர்.." அவள் படபடத்தாள்..

"உங்களை கேர் பண்ணச் சொல்லி நான் கேட்டேனா..?" சஞ்சய் நிதானமாக வினவினான்..

"அப்புறம் எதுக்காக சார்.. நான் போகிற பக்கமெல்லாம் நீங்களும் வர்றீங்க..?" மகா குற்றம் சாட்டினாள்..

"நீங்க எங்கே போகிறீங்க..? அங்கேயா..?"

சஞ்சய் ஹோட்டலுக்குள் கை காட்டினான்..

"அங்கே எனக்கென்ன வேலை..?" என்று அவனிடமே கேட்டாள் மகாலட்சுமி..

"நினைச்சேன்.." அவன் அமர்த்தலாகக் கூறினான்..

"என்ன நினைச்சீங்க..?"

"ஆயிரம் ரூபாய் நோட்டையே கண்ணில் பார்த்திருக்காத உங்களுக்கு இங்கே என்ன வேலைன்னு நினைச்சேன்.. இங்கே காபி என்ன விலைன்னு தெரியுமா..?"

"தெரியும்.. அந்த விலையிலே எங்க வீட்டுக்குத் தேவையான மளிகை ஜாமானையே வாங்கிரலாம்.."

"தெரியுதில்ல.. அப்புறம் எதுக்காக இந்தப் பக்கம் வந்தீங்க..? இது எங்க ஏரியா.. உங்க ஏரியா இல்லை.."

சஞ்சயின் அலட்சியப் பார்வையில் கொதித்துப் போனாள் மகா..

"பணத்திமிரை திரும்பவும் காட்டறீங்க.."

"எனக்கென்ன அப்படியெதும் நேர்த்திக்கடனா இருக்கு..? என்கிட்ட பணமிருக்கு.. அதைச் சொல்லிக்கறேன்.. உங்களுக்கு அதில் பிரச்னையிருந்தா ஒதுங்கிப் போக வேண்டியதுதானே.."

"விதி..! வேறென்ன சொல்ல..? இல்லைன்னா.. என் பிரண்டுக்காக காத்திருக்கிறவ உங்க மூஞ்சியிலே முழிச்சு வைப்பேனா..?"

"வெறுமன முழிச்சு வைச்சாலும் பரவாயில்லையே.. நீங்க மோதியில்ல வைக்கறீங்க..? அதென்ன.. என் காரைக் கண்டா உங்க ஸ்கூட்டி ஓடி வந்து மோதுது.. என்னைக் கண்டா நீங்க வந்து மோதறீங்க.. என்ன விசயம்..?"

"அப்படியொரு வேண்டுதல் சார்.. போயும் போயும் உங்க கார் மேல மோதுச்சே என் ஸ்கூட்டி.. அதைச் சொல்லனும்.."

"என் மேல நீங்க மோதினீங்களே.. உங்களைச் சொல்ல வேணாமா..?"

"நீங்க அதிலேயே இருங்க.."

மகாலட்சுமி எரிச்சலுடன் ரோட்டுக்கு போய் விட்டாள்.. அவளை விட அதிக எரிச்சலுடன் தோளைக் குலுக்கிய சஞ்சய் ஹோட்டலுக்குள் போய் விட்டான்.. வாய்க்குள் முணுமுணுப்பாக சஞ்சயைத் திட்டிக் கொண்டிருந்தாள் மகா..

வெகுநாள்கள் வரை அவன் காட்டிய அந்த அலட்சியம் அவள் நினைவில் நின்றது..

அவள் வாழ்வில் பார்க்கவே கூடாது என்று உறுதி எடுத்திருந்த சஞ்சயை ஒரு சுபயோக சுபதினத்தில் மூன்றாம் முறையாக பார்க்கில் சந்தித்தாள் மகா..

ஜாகிங் டிராயரும்.. டிசர்ட்டுமாக.. கவர்ச்சியாக ஓடி வந்து கொண்டிந்தான் சஞ்சய்.. பலூனை ஊதிக் கொடுக்கச் சொன்ன ஒரு குழந்தைக்காக பலூனை ஊதி அதை நூலில் கட்டிக் கொடுத்த மகா.. அந்த பலூன் பறக்க ஆரம்பித்ததும் அதைப் பிடிக்க ஓடினாள்..

மிகச் சரியாக சஞ்சயின் ஓட்டத்திற்கு நடுவில் அவள் கிராஸ் பண்ண.. அவன் கால் தடுக்கி அவள் மீது விழுந்தான்.. இருவரும் புல்வெளியில் உருண்டு.. புரண்டு எழுந்து அமர்ந்தார்கள்..

ஊடே வந்து உருட்டி விட்ட மகராசி யாராக இருக்கும் என்று கோபம் கொந்தளிக்க நிமிர்ந்து பார்த்த சஞ்சய் அனல் பிம்பமாக ஆனான்..

அவனுடன் உருண்டு புரண்டு.. புல்தரையில் வீழ்ந்திருந்த அந்த நிலையிலும்.. தவழ்ந்து பாய்ந்து பலூனின் நூல் முனையைப் பிடித்துக் கொண்டிருந்தாள் மகா..

"கிடைச்சிருச்சு.."

'யுரேகா' என்ற பாணியில் அவள் கூவ.. அவளைவிட அதிகமாக கூவி.. ஆர்ப்பரித்து கை தட்டியது அந்தக் குழந்தை..

"வைச்சுக்க.."

பலூனை பாசத்துடன் கொடுத்தனுப்பி விட்டு.. எழுந்து நின்று உடையில் ஒட்டிக் கொண்டிருந்த புல் துகள்களைத் தட்டி விட்டுக் கொண்டிருந்தவளைப் பார்த்து..

"அறிவில்ல..?" என்று வெடித்தான் சஞ்சய்..

அப்போதுதான் அவனை நிமிர்ந்து பார்த்த மகாவுக்கு 'சுரீர்' என்றது..

'இவன் கூடவா உருண்டு புரண்டோம்..' அவள் முகத்தைச் சுளித்தாள்..

"உங்களுக்கு அறிவில்லைன்னுதான் ஊருக்கே தெரியுமே.. அதை எதுக்காக என்கிட்டச் சொல்றீங்க..?" அவள் நொடித்தாள்..

"நான் உன்னைச் சொன்னேன்.." அவன் வெடித்தான்..

"ஹலோ.. மரியாதை குறையுது.." மகா முறைத்தாள்.

"உனக்கு மரியாதை கொடுத்திட்டாலும்..! விளங்கிரும்..! கண்ணையென்ன முதுகிலயா வைச்சிருக்க..? அன்னைக்கே உன்னை பவர் கிளாஸ் வாங்கி மாட்டுன்னு சொன்னேனா இல்லையா..? ஸ்டுப்பிட்.."

"மைண்ட் யுவர் வெர்டுஸ்.."

"உன்னையெல்லாம் என்னால மைண்ட் பண்ண முடியாது.."

"ஆக்சுவலா நான்தான் உங்ககூட சண்டை போட்டிருக்கனும்.. அன்னைக்கென்னடான்னா ஹோட்டல் வாசலிலே இடுப்பில கை போடறீங்க.. இன்னைக்கு என்னடான்னா என்னைக் கட்டிப்பிடிச்சு புல் தரையில உருள்றீங்க.. என்ன விசயம்..?"

"ரொம்பத்தான் நினைப்பு..! ஜாகிங் வருகிறவன் வழியில புகுந்து மேலே விழுந்து புல்தரையில உருட்டி விட்டுட்டு சட்டமா பேசற..?"

"அதெல்லாம் எனக்குத் தெரியாது.. எங்க பக்கத்து வீட்டு பாட்டி சொல்வாங்க.."

"என்னத்தைச் சொல்வாங்க.. நான் வடை சுட்டேன்.. காக்கா வந்து வடையைத் தூக்கிக்கிட்டுப் போயிருச்சுன்னு கதை சொல்வாங்களா..?"

"அதை உங்க பாட்டி சொல்லுவாங்க.. இந்தப் பாட்டி அப்படியில்லை.. சேலையில முள் பட்டாலும்.. முள் மேலே சேலை பட்டாலும்.. சேதம் சேலைக்குத்தான்னு சொல்லுவாங்க.."

"அடடா.. இதன் மூலம் தாங்கள் சொல்ல விரும்புவது என்னவோ..?"

"உங்க மேல நான் விழுந்தாலும்.. என்மேல நீங்க விழுந்தாலும் பாதிப்பு எனக்குத்தான்.."

"தெரியுதில்ல..? இனிமேல் என் வழிக்கு வராதே.."

சஞ்சய் வெறுப்புடன் சொன்னான்.. அந்த வெறுப்பை கண்டு கொண்ட மகாவின் தன்மானம் மூன்றாம் முறையாக அடி வாங்கியது.. அவள் முகம் மாறினாள்..

"என்ன சொன்னீங்க..? உங்க வழிக்கு நான் வர்றேனா.."

"யெஸ்.."

"நினைப்புத்தான் சார் உங்களுக்கு.. நான் ஏன் உங்க வழிக்கு வரப் போகிறேன்..? நீங்க பெரிய கோடிஸ்வரனா இருக்கலாம்.. அழகனா இருக்கலாம்.. பெரிய அறிவாளியா இருக்கலாம்.. திறமைசாலியா இருக்கலாம்.. எனக்கு இதெல்லாம் ஒன்னுமே இல்ல.. உங்க மனசில எதை நினைச்சுக்கிட்டு இப்படிப் பேசறீங்களோ.. எனக்கு அது தெரியாது.. உங்க மூஞ்சியிலேயே முழிக்கக் கூடாதுன்னு நினைக்கிறவ நான்..! நானாவது.. உங்க வழியில் வர்றதாவது.. நோ சான்ஸ்.. அப்படியே அதுக்கான சான்ஸ் கிடைச்சாலும் அதை தட்டி விடத்தான் நான் பார்ப்பேன்.. உங்களைத் திரும்பிக் கூடப் பார்க்க மாட்டேன்.."

திருமணங்களை மனிதர்கள் நிர்ணயிப்பதில்லை.. இறைவனே நிர்ணயிக்கி-றான்.. இன்னார்க்கு இன்னார் என்று அவன் எழுதி வைத்து விடுகிறான்.. மகா-வுக்கு என்று

எந்த மகராசன் பிறந்திருக்கிறானோ அவள் அறிய மாட்டாள்.. அதே போல சஞ்சய்க்கு என்று எந்த மகராசி பிறந்திருக்கிறாளோ.. அவளும் அதை அறிய மாட்டாள்.. இருந்தும் இருவரும் அதைப்பற்றிய வாய்ச் சண்டையைப் போட்டுக் கொண்டார்கள்..

மகாவின் கோபத்தில் அவளை விசித்திரமாகப் பார்த்தான சஞ்சய்..

‘ஏன் இப்படிப் பார்க்கிறான்..’ மகா யோசித்தாள்..

"நான் யாருன்னு தெரியுமா..?"

"ரெண்டு கால் ரெண்டு கை இருக்கே.. மனுசன் தானே நீங்க..?"

"நக்கலா..?"

"எந்த விக்கலும் இல்ல.."

"நான் சஞ்சய்..! என் நிழலைத் தொடக்கூட ஒரு தகுதியிருக்கனும்.. இந்த லட்சணத்தில.. நீ..? என்னை..? திரும்பிப் பார்க்க மாட்டியா..? உனக்கே நீ சொல்-றது ஓவராத் தெரியலை..?"

சஞ்சயின் அலட்சியப் பார்வையிலும் கேள்வியிலும் முகம் கன்றிப் போனாள் மகா.. ஆனாலும் விட்டுக் கொடுக்காமல் ரோசத்துடன் அவனை முறைத்தாள்..

"தெரியலை.."

"எப்படித் தெரியும்..? உன் தலையில்தான் மேல் மாடி காலியாச்சே.."

சஞ்சய் மூளையிருக்கும் பகுதியை ஒற்றை விரலால் தட்டிக்காட்ட..

‘எனக்கு மூளையில்லைன்னு சொல்றான்..’ என்று வெகுண்டு நின்று விட்டாள் மகாலட்சுமி..

8

மேல்மூச்சு, கீழ் மூச்சு வாங்க நின்று கொண்டிருந்த மகாலட்சுமியின் கோபம் சஞ்சயை துளிக்கூட பாதிக்க வில்லை...

"எனக்கு மேல் மாடி காலிதான்.. அங்கே மட்டும் என்ன வாழுதாம்..? மேல்மாடி முழுக்க பணத்திமிர்தானே நிறைஞ்சிருக்கு..?"

"ஆமாம்.. அதுக்கு இப்ப என்னங்கிற..?"

சஞ்சய் டிசர்ட்டின் கைப்பகுதியை மடித்துவிடவே ஆரம்பித்து விட்டான்.. என்னடா இது.. இவன் முஷ்டியை மடக்கிறானே என்று கதி கலங்கிப் போனாள் மகா..

"இந்தா பாருங்க சார்.. பேச்சு பேச்சா இருக்கனும்.."

"நீ சும்மா பேச்சிலேயே நிற்கிற ஆளுதான்.. எப்பப் பாரு மோதறதிலேயே இருக்க.. இதில வேற இந்தக் கட்டழகி என்னைத் திரும்பிப் பார்க்க மாட்டாங்களாம்.. ஆளைப் பாரு.."

அவன் போய் விட்டான்.. நீண்ட நெடும் மூச்சுக்களை இழுத்து தன்னைச் சமனப் படுத்திக் கொள்ள முயற்சி செய்தாள் மகா.. வீட்டுக்குள் போனதும் முதல் வேளையாக கண்ணாடி பார்த்தாள்..

"வெளியே கிளம்பினப்ப கண்ணாடி பார்த்த.. ஓகே.. வீட்டுக்கு வந்ததும் ஏண்டி கண்ணாடி பார்க்கிற..?" வித்யா கேட்டாள்..

அவன் ஆளைப் பாருன்னு சொன்னான்.. அதான்.. ஏன் அப்படிச் சொன்னான் என்று கண்ணாடி பார்க்கிறேன் என்று சொல்ல முடியாமல் தவித்துப் போன மகாலட்சுமி..

"ஏன் வித்யா.. நான் பார்க்க நல்லாயில்லயா..?" என்று கவலையுடன் கேட்டாள்..

"என்னடி இப்படிக் கேட்கிற..?" வித்யா ஆச்சரியமானாள்..

"சொல்லேன்.." மகா கெஞ்சினாள்..

"உனக்கென்னடி...? அம்சமாய் இருக்க.. போதுமா.."

'அப்புறம் ஏன் அவன் அப்படிச் சொன்னான்..' மகா யோசித்தாள்..

அவளையே மென்மை தவழும் முகத்துடன் ஆராய்ச்சிப் பார்வை பார்த்துக் கொண்டிருந்த வித்யா.. கனிவுடன் கேட்டாள்..

"யாருடி அவன்..?"

"எவன்..?" மகாவுக்கு தூக்கிவாரிப் போட்டது..

"உன் உள்ளம் கவர்ந்த கள்வன்..!" வித்யா கண்சிமிட்டினாள்..

'ம்ஹீம்.. அவன் என் உள்ளத்தைக் கவர்ந் திட்டாலும்..' விளக்கெண்ணெ-யைக் குடித்ததைப் போல முகத்தை வைத்துக் கொண்டாள் மகா..

"என்னடி ஆச்சு..? எதுக்காக இஞ்சி தின்ன குரங்கைப் போல முகத்தை வைச்சுக்கற..?"

"குரங்கு இஞ்சி தின்னப்ப பக்கத்தில இருந்து நீ அதோட முகத்தப் பாத்-தியா..?"

"இல்லதான்.."

"அப்புறம் எதுக்கா இஞ்சி தின்னக் குரங்கை வம்புக்கு இழுக்கற.. விட்டுரு.."

"அதை விட்டுரலாம்.. ஆனா.. உன்னை விட்டுற முடியாது.. யார் அந்தக் கள்வன்..?"

"ஐ.பி.எஸ். எக்ஸாமுக்கு படிக்க ஆரம்பிச்சதில இருந்து ஷெர்லெக் ஹோம்-ஸாவே மாறிப் போயிட்டடி.. எதைச் சொன்னாலும் அதில ஏதோ இருக்குன்னு துப்பறிய ஆரம்பிச்சிடற.."

"அப்ப.. எதுவும் இல்லங்கற..?"

"ஆமாம்கறேன்.."

"நம்ப முயற்சி பண்றேன்.."

"முயற்சி பண்ணாதே.. நம்பு.."

"பார்க்கலாம்.. இதுவரைக்கும் என் மனசில ஏதோ இருக்குன்னு ஒரு பட்சி வந்து கூவினா அதில எதுவும் இல்லாமப் போனதா சரித்திரமில்ல.."

"சரித்திரம்.. பூகோளத்தையெல்லாம் நீ படிக்கிற படிப்பில காட்டு.. என்கிட்டக் காட்டாதே.. ஆமா.. எதுக்கெடுத்தாலும் உன் மனசில பட்ஷி வந்து சொல்லுது.. பட்ஷி வந்து சொல்லுதுன்னு சொல்றயே.. அந்த பட்ஷி என்ன பட்ஷி..? குரு-வியா..? கிளியா..? குயிலா..?"

"ஹா.. ஹா.."

"உன் மனசென்ன மரமா..? அதில வந்து அது கூடு கட்டி குடியிருக்கிற-துக்கு.."

"என் மனசில மட்டுமில்லடி.. எல்லோர் மனசிலும் ஓர் மரமிருக்கு.. அந்த மரத்தில கூடுகட்டி வாழற பட்ஷியும் இருக்கு.. அதுக்குப் பேர்தான் உள்ளுணர்வு.. அந்தப் பட்ஷி சொன்னது எதுவும் தப்பாப் போகாது.."

"ரைட்டாவே போகட்டும்.. அது வழிக்கே நான் வரலை.. ஆளை விடு.. நான் டிரஸ் சேன்ஜ் பண்ணனும்.."

துளைக்கும் வித்யாவின் விழிகளைச் சந்திக்காமல் திரும்பிக் கொண்டாள் மகாலட்சுமி.. அவளுக்குத் தெரியும்.. மனதில் இருப்பதை வெளிக் கொண்டு வந்து விடும் திறமை வித்யாவுக்கு இருக்கிறது என்பது..

'இவகிட்ட மாட்டிக்கக் கூடாது..'

மகாலட்சுமி வெகு உஷாராக இருந்தாள்.. என்னதான் தங்கையாக இருந்தாலும் ஒரு வாலிபனிடம் திரும்பத் திரும்ப தான் மூக்குடைபடுவதைச் சொல்ல மகாலட்சுமிக்கு விருப்பமில்லை..

"உன்னை எனக்குத் தெரியும்டி மகா.." அழுத்தமாக பேசினாள் வித்யா..

"ஆமாமாம்.. நீ பிறந்தவுடன் என் முகத்திலதான் முழிச்சயாம்.. கோமதி மாமி சொல்லுவாங்க.. பிறந்ததில இருந்து பாத்துக்கிட்டிருக்கிறவ.. புதுசாப் பார்த்ததைப் போல உன்னை எனக்குத் தெரியும்டிங்கறியே.." வித்யாவின் அழுத்தத்தை இலகுவாக்க முயன்றாள் மகாலட்சுமி..

"பேச்சை மாத்தாதே.."

"மாத்தலை.. பட்.. டிரஸ்ஸை மாத்தியே ஆகனும்.. கொஞ்சம் வெளியே போறியா.."

விதியாவின் முகத்தைப் பார்க்காமல் சுவர் அலமாரியிலிருந்து ஒரு நைட்டியை உருவியபடி சொன்ன மகாலட்சுமியின் தோளைப் பற்றித் தன் பக்கமாகத் திருப்பி அவள் விழிகளுக்குள் உற்றுப் பார்த்தாள் வித்யா..

"என்னடி..?" மகாலட்சுமி கையிலிருந்த நைட்டியைப் பார்த்தபடி கேட்டாள்..

"நீ.. நீயாய் இல்லைடி.."

"நான் நானா இல்லாம வேற யார் மாதிரிடி இருக்கேன்..? அடிச்சேன்னா தெரியும்.. ஆளை விடு.."

"கண்ணாடி பார்க்காத ஆள் நீ.. உன் அழகைப் பத்தி இதுநாள்வரைக்கும் நீ கவலைப்பட்டதே இல்லை.. இந்த டிரஸ் எனக்கு நல்லாயிருக்கா.. நான் பார்க்க எப்படியிருக்கேன்.. இப்படியெல்லாம் நீ கேட்டதே இல்லைடி.. இன்னைக்குப் புதுசா நான் பார்க்க எப்படியிருக்கேன்னு கேட்டு வைக்கிற.. அதுதான் எனக்கு யோசனையாய் இருக்கு.."

"இதென்னடி வம்பாப் போச்சு.. நான் பார்க்க நல்லாயிருக்கேனான்னு கேட்டா அதுக்காக என்கொயரி கமிசனே போடுவியா..? இட்ஸ் டூ பேட் வித்யா.. அப்படியே கேட்டாலும் யார் அவன்னு நீ எப்படிக் கேட்கலாம்.."

"அதுதாண்டி லேடிஸோட மெண்டாலிட்டி.."

கரெக்டாக பாயிண்டைப் பிடித்து விட்ட வித்யாவிடம் கையும், களவுமாக மாட்டிக் கொண்ட மகாலட்சுமி.. அப்படியெல்லாம் இல்லவே இல்லை என்று

சாதித்து விட்டாள்..

"என்ன பொல்லாத மெண்டாலிட்டியை நீ கண்டு விட்ட.."

"நாம அழகா இருக்கோமா இல்லையாங்கிற கவலையை நமக்குள்ள உண்டு பண்ணறது ஆண் வர்க்கம்தாண்டி.. அவனுக கண்களுக்கு அழகாத் தெரியனும்-னுதான் நாம அலைபாய்வோம்.."

"நான் அலைபாய மாட்டேன்.. அந்த கேட்டகிரி நானில்லை.."

மனதார்ந்த கோபத்துடன் முகம் ஜிவுஜிவுக்க சொன்னாள் மகாலட்சுமி.. அவள் மனதில் அலட்சியப் பார்வையும், பணத்திமிரும் சேர்ந்து செய்த மொத்த உருவமாக சஞ்சாய் நின்றான்..

'அந்த அழகன் கண்ணுக்கு அழகாத் தெரியனும்னு நான் அலைபாய்கிறேனா.. நெவர்..'

அதற்கு மேலும் அங்கேயே நின்றிருந்தால் வித்யா கேள்விக் கணைகளைத் தொடுத்து மகாலட்சுமியின் மனதிலிருக்கும் ரணத்தைக் கண்டு பிடித்து விடுவாள் என்பதினால்..

"ஊஹீம்.. நீ நகர மாட்டேடி.. இங்கேயே நின்னு வாயை வளர்த்துக்கிட்டு இருப்ப.. உன்கூடப் பேசிக்கிட்டே இருந்தா வேலைக்கு ஆகாது.." என்று பாத்ரூ-முக்குள் நுழைந்து கதவைப் பூட்டிக் கொண்டாள்..

பூட்டிய கதவின் மேல் சாய்ந்து நின்ற மகாலட்சுமியின் மனம் பாரமாக இருந்-தது.. மனம் சாந்தோம் சர்ச்சை நினைத்தது.. உடை மாற்றும் எண்ணமில்லாமல் கண்களை மூடியபடி நின்று விட்டாள்.. எவ்வளவு நேரம் அப்படியே நின்றிருந்-தாளோ.. கதவு தடதடத்ததும் அவசரமாக நைட்டிக்கு மாறிக் கதவை திறந்தாள்.. கோபத்துடன் கதவைத் தட்டிக் கொண்டிருநத பார்கவி..

"தூங்கிட்டியாடி..?" என்று சண்டைக்கு வந்தாள்..

"இப்ப என்னத்துக்குடி கதவை உடைக்கிற..?"

"ஊம்..? அப்பாவை தண்டம் கட்ட வைக்கனும்கிற ஆசைதான்.. வெளியில பாத்ரூமை யூஸ் பண்ண முடியாம சுத்தம் பார்த்துக்கிட்டு வீட்டுக்கு ஓடி வந்தா நீ மூணு மணி நேரமா உள்ளே கதவை அடைச்சுக்கிட்டு நிற்கிற.. மனுஷிக்கு எத்-தனை அவதியா இருக்கும்..?"

ஏறக்குறைய மகாலட்சுமியின் கையைப் பிடித்து இழுத்தாள் பார்கவி..

"கை வலிக்குதுடி.."

"வித்யாகிட்டக் காட்டு.."

"எதுக்கு..?"

"சுழுக்கெடுப்பா.."

"மிச்சக் கையையும் ஒடிச்சு விடுவான்னு சொல்லு.."

"என்னவோ செய்துக்கட்டும் ஐ டோண்ட் கேர்.."

அவசரமாக பார்கவி கதவை மூடிக் கொண்டாள்.. நடந்ததைப் பார்த்துக் கொண்டிருந்த வித்யா விழுந்து விழுந்து சிரித்தாள்..

"இப்படியாடி அவளை சோதிச்சு வைப்ப..? ஹா.. ஹா..."

"எல்லாம் உன்னால் வந்ததுதாண்டி.."

கோபப் படுவதைப் போல முகத்தை வைத்துக் கொண்ட மகாலட்சுமியும் சிரித்து விட்டாள்.. பாத்ரூமை விட்டு வெளியே வந்த பார்கவியின் முகத்தில் தெரிந்த நிம்மதியுணர்வில் அவர்களின் சிரிப்பு அதிகமானது..

"இப்பச் சொல்லுங்கடி.. இவ எதுக்காக பாத்ரூமிலே குடியிருந்தா..?"

"இதை அப்பக் கேட்டிருந்தா சொல்லியிருப்பேன்.. இப்ப எனக்கு மூடு மாறி டாட்டா காட்டிட்டு போயே போச்சு.."

வித்யா கை விரிக்க.. கையில் அகப்பட்ட தலையணையை எடுத்து அவள்மீது எறிந்தாள் பார்கவி..

"உனக்கு வந்தாத் தெரியுண்டி அந்த அவதி.."

"பெண்ணாப் பிறந்த எல்லோருக்கும் இந்த அவதி இருக்கத்தான் செய்யுது.. ஆண்கள் பாடுதான் கவலையில்லை.. சுத்தம் சுகாதாரம் பார்க்காம ரோட்டோரமா வேலையை முடிச்சுக்கிறாங்க.."

"உவ்வே..! அதைப் பத்திப் பேசாதே வித்யா.. ஆயிரம் பேர் ரோட்டில போனாலும் அதைப் பத்தியெல்லாம் கவலைப்படாம எப்படித்தான் இப்படிச் செய்து வைக்கிறாங்களோ.."

"தெரியலை.."

வித்யா மகாலட்சுமியைப் பார்த்தாள்.. அவள் ஏதோ ஒரு ஞாபகத்தில் விரல் பார்த்துக் கொண்டிருக்க.. தங்கையிடம் தமக்கையைக் கவனிக்கும் படி கண் சமிக்ஞை செய்தாள்.. அவள் மகாலட்சுமியை ஊன்றிப் பார்த்துவிட்டு..

'என்னவாம்..?' என்று சைகையில் கேட்டாள்..

'சொல்ல மாட்டேங்கிறா..' வித்யா பதிலுக்கு சைகை செய்தாள்..

இதையெல்லாம் கவனிக்காமல் சஞ்சயின் வார்த்தை களிலேயே உழன்று கொண்டிருந்த மகாலட்சுமியின் முகத்தில் நவரசமும் வந்து போயின..

"மகா.." பார்கவி கூப்பிட்டாள்..

பதிலில்லை.. தன் போக்கில் மனதுக்குள் சஞ்சயைத் திட்டிக் கொண்டிருந்த மகாலட்சுமியின் கோபத்தில்..

"மகாலட்சுமி.." என்று நீட்டி முழக்கி அழைத்தாள் வித்யா..

அதற்கும் மகாலட்சுமியிடம் எந்த பிரதிபலிப்பும் வராமல் போனதில்..

"நினைச்சேன்.." என்றாள் பார்கவி..

"என்னத்தடி நினைச்ச..?"

"கொஞ்ச நாளாவே இவ ஒரு மார்க்கமாவே இருக்கா வித்து.."

"ஈஸிட்..? நான் கவனிக்கலையே.."

"உன் முன்னாடிதான் ஆளுயுயரத்துக்கு தடித்தடியா புத்தகங்கள அடுக்கி வைச்சிருக்கயே.. அதைத்தாண்டி இவளை கவனிக்க உன்னால முடியாதுதான்.."

"ஆமாண்டி.. நான் புத்தகப் புழுதான்.. நீதான் உணக்கையா இவளைக் கவனிச்சிருக்கயே.. என்கிட்டச் சொல்றதுக்கென்ன..?"

"இவ ஊருக்கே புத்தி சொல்ற ஆளாச்சே.. தன் பிரச்னையைத் தானே பாத்-துக்க மாட்டாளான்னு விட்டுட்டேன்.."

"அடிச்சேன்னா பாரு.. இதுக்காடி அக்கா, தங்கையா பொறந்திருக்கோம்..?"

"இப்ப என்ன செய்யனும்கிற..? என்ன தவம் செய்துப்புட்டோம்.. அக்கா, தங்கை ஆகிப்புட்டோம்ன்னு பாட்டு பாடச் சொல்றியா.."

"உன்னை.."

வித்யா பல்லைக் கடித்த அதே நேரத்தில் மகாலட்சுமியும் பற்களை நறநறத்த-தில் அக்கா, தங்கை இருவரும் அரண்டு விட்டார்கள்.. மகாலட்சுமியை விசித்தி-ரமாகப் பார்த்தபடி அவளை எந்தக் காற்றும், கருப்பும் பிடித்திருக்கக் கூடும் என்று தீவிரமாக தங்களுக்குள் டிஸ்கஸ் செய்ய ஆரம்பித்தார்கள்..

9

தங்கைகளின் ஆராய்ச்சியைக் கவனிக்காமல் தனக்குத் தானே பேசிக் கொள்வதும்.. ஊடும் பாடும் கண்ணாடியில் தன் அழகைப் பார்த்து முணுமுணுத்துக் கொள்வதுமாக இருந்தாள் மகாலட்சுமி..

ஒரு கட்டத்துக்கு மேல் தாங்க முடியாதவளாக அவள் கை பற்றித் தடுத்த வித்யா..

"முடியலை மகா.. இன்னைக்கு இது போதும்.. இதுக்கு மேலே தாங்காது.. நீ பண்ற அழும்பில நாங்க ஊரில இருக்கிற காத்து கருப்பு கிட்டயெல்லாம் நியாயம் கேட்டுக்கிட்டிருக்கோம்.. நிறுத்திருடி ப்ளீஸ்.." என்றாள்..

"காத்து.. கருப்பா..?"

மகாலட்சுமி வித்யாவை விசித்திரமாக பார்த்து வைக்க..

"தேவைதாண்டி எனக்கு.." என்று தலையில் கை வைத்து உட்கார்ந்து விட்டாள் வித்யா..

"ஆனானப்பட்ட ஆலமரத்தையே சாச்சுப்புட்டியே மகா.. ஐ.பி.எஸ் ஆகிற கனவுல இருக்கிறவளையே தலை மேல கையை வைச்சு உட்கார வைச்சுட்டியே.. இத என்னன்னு சொல்லுவேன்..? எங்கே போய் சொல்லுவேன்..?" பார்கவி பிலாக்கணம் வைக்க ஆரம்பிக்க..

"என்னடி சத்தம் இங்கே..?" என்று அறைக்குள் எட்டிப் பார்த்த அம்பிகா அதட்டினாள்..

"இவளுக லூசும்மா.." மகா சொன்னதில்..

"அடிப்பாவி..!" என்று தலையில் வைத்திருந்த கையை எடுத்து வாய்பொத்தி விழி விரித்தாள் வித்யா..

"தேவைதாண்டி எனக்குன்னு சொன்னில்ல.. உனக்கு இது தேவைதான் வித்து.. ஹா.. ஹா.. உன்கூட சேர்ந்து எனக்கும் லூசுப் பட்டம் கிடைச்சிருச்சு பாரேன்.. ஹா.. ஹா.."

பார்கவி விழுந்து விழுந்து சிரிக்க ஆரம்பிக்க.. மகாலட்சுமி அவர்கள் இருவரையும் வண்டலூர் ஜீவிலிருந்து தப்பி வந்து விட்ட குரங்குகளைப் பார்ப்பதைப்

போல பார்த்து விட்டு.. நீ பாட்டுக்கு சிரி.. எனக்கென்ன வந்தது என்று அம்பிகாவை பின் தொடர்ந்து போய் விட்டாள்..

"இவ பாருடி.. லூசுத்தனமா எல்லாத்தையும் பண்ணிட்டு எனக்கும்.. உனக்கும் லூசுப் பட்டம் கட்டிட்டுப் போயிட்டா.." வித்யா ஆற்றாற்றுப் போனாள்..

"அட... உன்னைச் சொன்னாப் பரவாயில்லை.. நீ ஐ.பி.எஸ் படிக்கிறேன்னு தடித்தடியா புத்தகங்களைக் கட்டிக்கிட்டு இருக்கிற மறை கழண்ட கேஸீ.. என்னைக்காவது ஒருநாள் உனக்கு இந்தப் பட்டம் கிடைச்சே தீரும்ன்னு நினைச்சேன்.. அந்தத் திருநாள் இத்தனை சீக்கிரமா வந்து சேரும்ன்னுதான் நினைச்சுப் பார்க்கலை.. ஆனா உன்கூட என்னையும் இணை சேர்த்து லூசுப் பட்டம் கொடுத்திட்டா பாரேன்.. அதைத்தான் என்னால தாங்கிக்கவே முடியலைடி வித்து.." வித்யாவின் கை வளைவிற்குள் எட்டி விடாமல் படு ஜாக்கிரதையாக தள்ளிப் போய் நின்றபடி சொன்னாள் பார்கவி..

"அடிதாண்டி வாங்கப் போற.. நான் மறை கழண்ட கேஸா..?"

"பின்னே.. இல்லியா..?"

"எல்லாம் என் நேரம்டி.. இந்த மகா என்னைக்கும் இல்லாத திருநாளா பெக்குலியரா பிஹேவ் பண்ணினா பாரு.. அவளைப் பத்திக் கவலைப்பட்டா இப்படியாடி எனக்குப் பேரைக் கட்டி விடுவா..?"

"மகாதானே.. அவ பூமராங் மாதிரி..! அவ்வளவு லேசா அவளைச் சாய்ச்சிர முடியாது.. எப்படி அம்பை வீசினாலும் அதை நம்ம பக்கம் திருப்பி விடறதில படு கில்லாடியாச்சே.."

"ம்ப்ச்.. உனக்கே இவ்வளவு தெரியறப்ப எனக்கு எவ்வளவு தெரியாது..? அவசொன்னதைக் கூட தாங்கிக்கலாம்.. ஆனா நீயெல்லாம் பாடம் எடுக்க நான் கேட்டுக்கிற நிலைமை வந்திருக்கு பாரு.. அதைத்தாண்டி என்னால தாங்கிக்க முடியல.."

"எதையும் தாங்கும் இதயம் உனக்கிருக்குன்னு சொன்னாகளே.."

"யாருடி சொன்னது..?"

"யாரோ.."

"இவ ஏண்டி இன்னைக்கு இப்படி பிஹேவ் பண்ணினா..?"

"யாருக்குத் தெரியும்..?"

"மகா உன்னையும், என்னையும் மாதிரி இல்லேடி.. அவ தனி ரகம்.. நீயும் நானும் நம்மோட எதிர்காலத்தைப் பிளான் பண்ணினோம்.. இதைத்தான் படிப்போம்ன்னு அம்பிசன் வைச்சோம்.. இவ எதையும் செய்யலைடி.. ஸ்கூல் டேஸ்லேயே டைப்பிங் கத்துக்கிட்டா.. கம்யூட்டர் கிளாஸீக்குப் போனா.. பிளஸ் டூ முடிக்கிறப்பவே ஏகப்பட்ட எக்ஸ்ட்ரா குவாலிபிகேசன் சர்டிபிகேட்ஸை கையில வைச்சிருந்தா.. புரபசனல் கோர்ஸ் படிக்காம டிகிரிபடிக்க ஆரம்பிச்சா.. அந்த

மூணு வருசத்திலேயும் ஈவினிங் டயத்திலே வீட்டில டியூசன் எடுத்தா.. அப்பவே அம்மா கையில அவ சம்பாதித்த பணத்தைக் கொடுத்தவடி மகா.. டிகிரி முடிச்சும் வேலைக்குப் போயிட்டா.. பிரைவேட் கம்பெனின்னு யோசிக்கவே இல்லடி.. கனவு-களை நாம கண்டோம்.. நனவில அவ நம்ம கனவுகளுக்கு உதவியா இருக்கிறா.. அப்பாவோட ஸ்வீட் ஸ்டால் வருமானத்தில மட்டும் நாம படிச்சிருக்க முடியும்ன்னு நினைக்கறியா..? வறுமை இந்த வீட்டுக்குள்ள வந்து விடாம அப்பா பார்த்திருப்-பார்.. இருக்க இடம்.. உடுத்திக்க துணிமணிகள்.. மூணு வேளைக்குச் சாப்பாடு.. ஓரளவுக்கு படிப்பு.. இதைத்தாண்டி அப்பாவால கொடுத்திருக்க முடியும்.. வசதி-யான வாழ்க்கையைக் கொடுத்திருக்க முடியாது.. மகாவோட சம்பளமும் சேர்ந்தி-ருக்கிறதாலேதான் இந்த அளவுக்கு நாம வசதியான வீட்டில குடியிருக்க முடியுது.. விலை உசத்தியான துணிகளை வாங்கிக்க முடியுது.. படிக்க நினைச்ச படிப்பை படிக்க முடியுது.. இதைப் பத்தி ஒரு நாளாவது அவ நினைச்சுப் பார்த்திருப்-பாளா..? இல்லை சொல்லிக் காட்டியிருப்பாளா..? ஷி இஸ் ஸோ கிரேட் பாரு.."

"அப்ஃகோர்ஸ்.. ஷி இஸ் எ ஜீனியஸ்.."

"அதைச் சொல்லு.."

தமக்கையின் நினைவில் நெகிழ்ந்தார்கள் அந்த தங்கைகள்..

"சமையல்ல தூள் கிளப்பறா.. பாட ஆரம்பிச்சான்னா இன்னைக்குப் பூராவும் கேட்டுக்கிட்டே இருக்கலாம்.. ஆன்மீகம்ன்னு இறாங்கிட்டா அத்தைப் பாட்டி போல புராணக் கதைகளை அள்ளி விடறா.. பக்கத்து வீட்டுக்கு வெள்ளைக்காரி ஒருத்தி கெஸ்டா வந்தப்ப இந்திய கலாச்சாரத்தைத் தெரிஞ்சுக்கனும்னு ஆசைப்-பட்டா.. நினைவிருக்கா..?"

"மறக்குமாடி வித்யா.. இந்தியக் கலாச்சாரத்தை எடுத்துச் சொல்ல நம்ம மகா-தான் சரியான ஆளுன்னு அந்த மாமி கூப்பிட்டு விட்டுட்டாங்களே.. இவளும் போய்

நம் கல்ச்சர்.. லைஃப் ஸ்டைல்ன்னு பிட்டுப் பிட்டு வைச்சுப் பிளந்து கட்-டிட்டா.. அதில இம்ப்ரெஸ் ஆன வெள்ளைக்காரி இவளைக் கையோட அவ நாட்டுக்கே கூப்பிட்டுட்டுப் போகப் பார்த்திட்டாளே.."

அந்த நாளின் நினைவில் அக்கா தங்கை இருவரும் சிரித்துக் கொண்டார்கள்..

"அம்மாவும், அப்பாவும் அலறியடிச்சுக்கிட்டு மகா கையைப் பிடிச்சு இழுக்க.. அந்தப் பக்கம் அந்த வெள்ளைக்காரி இழுக்கன்னு ஒரே களேபரமா ஆகிப் போயிருச்சில்ல.."

"இவ்வளவு டேலண்ட்ஸீம் ஒட்டு மொத்தமா ஒருத்திகிட்ட மட்டும் குடியிருக்-கிறத இவகிட்ட மட்டும்தான் பார்க்கிறேன் பாரு.."

"இதில ஒன்னு கூட உன்கிட்ட இல்லாத போதும் நீ ஐ.பி.எஸ் படிக்கக் கிளம்-பியிருக்கயே.. அதைச் சொல்ல மறந்துட்டியே வித்து.."

"உழக்கு போல இருக்கிற நீயே எம்.ஈ படிச்சு பெரிய லெக்சரர் ஆகனும்னு கிளம்பியிருக்கிறப்ப நான் ஐ.பி.எஸ் படிக்கக் கிளம்ப மாட்டேனா பா...ரூ...."

"உழக்கா..? நானா..?"

"நீயேதான்.. பின்னே மகாவையா சொல்லுவேன்..?"

"அவளை ஏன் சொல்லப் போற..? அவ உன்னைப் பின்னிப் பெடலெடுத்திர மாட்டாளா..?"

பார்கவியின் கேள்வியில் மகாலட்சுமி அதைச் செய்தாக வேண்டும் என்ற ஆசை அப்பட்டமாக வெளிப்பட்டதில்..

"எத்தனை நாளாடி ஸ்கெட்ச் போட்டுக்கிட்டு இருக்க..?" என்று கேட்டாள் வித்யா..

"உன்னையெல்லாம் தூக்க ஸ்கெட்ச்சும், கலர் பென்னும் வேனுமாக்கும்..? நீயே ஒத்தை இட்லிக் கேசு.. ஊதினாப் பறந்து போகிற வெயிட்டு.. இந்த லட்சணத்தில இந்தம்மா ஐ.பி.எஸ் படிச்சுக் கிழிக்கப் போறாகளாம்.."

"அதில உனக்கு ஏண்டி இத்தனை காண்டு..?"

பார்கவியின் தலையில் கொட்டி விட்டுத் தனது தடித்தடியான புத்தகங்களுக்குள் புதைந்து போனாள் வித்யா..

தெரு முனையில் திரும்பும் போதே சைக்கிளின் செயின் கழன்று விட்டது.. பார்கவி இறங்கி சைக்கிளை ஸ்டண்ட் போட்டு நிறுத்தினாள்.. குனிந்து அமர்ந்து சைக்கிள் செயினை மாட்ட முயன்றாள்.. முடியவில்லை.. காலை மடித்து அமர்வதற்கு அவள் அணிந்திருந்த சுரிதார் மாபெரும் தடையாக இருந்தது..

சுற்று முற்றும் பார்த்தாள்.. அதிக ஜன நடமாட்டம் இல்லாத மரங்கள் அடர்ந்த தெருவாக அந்தத் தெரு இருந்தது.. சாலையின் இருபக்கமும் மரங்கள் அடர்ந்திருக்க.. வரிசை கட்டியிருந்த வீடுகள் அனைத்தும் சுற்றுச் சுவர் எழுப்பிய பங்களாக்களாக இருந்ததில் சலித்துக் கொண்டாள் அவள்..

'நம்ம வீட்டப் போல இருந்தா யார்கிட்டேயாவது ஹெல்ப் கேட்கலாம்..'

பணக்காரர்கள் வாழும் பகுதிகளில் சூழ்ந்திருக்கும் அமைதியைப் பற்றிய கேள்விகள் அவள் நெஞ்சில் எழுந்தன..

அந்தத் தெருவில் என்று இல்லை.. எங்கெல்லாம் பணக்காரர்கள் வாசம் செய்கிறார்களோ.. அங்கெல்லாம் அமைதியான சூழல் நிலவுவதன் தாத்பர்யம் என்னவென்று பார்கவிக்குப் புரியவில்லை..

உயர்ந்த கதவுகளுக்கு முன்னால் காவலாளிகள் காவல் செய்ய உள்ளே வசித்திருப்பது வீட்டுச் சிறையைப் போல இல்லையா என்று தனக்குத்தானே அவள் கேட்டுக் கொண்டாள்..

சைக்கிளை பார்த்துக் கொண்டவளுக்கு கோபம் கோபமாக வந்தது..

"ச்சை.. இதுக்குத்தான் எனக்கும் ஒரு ஸ்கூட்டியை வாங்கிக் கொடுங்கன்னு கெஞ்சறேன்.. யாராவது காதில் போட்டுக்கிட்டாத்தான..?"

தனக்குள் முணுமுணுத்தபடி சைக்கிள் செயினுடன் அவள் மல்லுக் கட்டிக் கொண்டிருந்த போது.. அவள் பின்னாலிருந்து குரல் கேட்டது..

"என்னாச்சு பாரு..?"

பார்கவி நிமிர்ந்து பார்த்தாள்.. பக்கத்து வீட்டு கோமதி மாமியின் மகன் கௌதம் ஹீரோ ஹோண்டாவில் அமர்ந்திருந்தான்..

"என்னவாகும்..? வழக்கமா நடக்கறதுதான்.. இந்த ஓட்டைச் சைக்கிளோட செயின் கழண்டுக்குச்சு.." அலுத்துக் கொண்டாள் பார்கவி..

"தள்ளு சொல்றேன்.."

கௌதம் ஹீரோ ஹோண்டாவை நிறுத்தி விட்டு இறங்கினான்.. சட்டையின் கைப் பகுதியை மடித்து விட்டு கால் மடக்கி உட்கார்ந்தான்.. ஒரே நிமிடத்தில் செயினை மாட்டி விட்டான்..

"எக்ஸெலெண்ட்.." வியந்து போனாள் பார்கவி..

"சைக்கிள் செயினத்தான மாட்டிக் கொடுத்தேன்..? என்னவோ சைக்கிளையே கண்டு பிடிச்சு கொடுத்ததைப் போல அட்மைர் பண்றியே.. வேணாம் பார்கவி.. விட்டுரு.."

"எதை..?"

"பாராட்டை... நீ எதைன்னு நினைச்ச..?"

அவள் விழிகளை ஊடுருவிப் பார்த்தபடி கௌதம் கேட்டான்.. பார்கவி தோளைக் குலுக்கியபடி..

"நானா..? நான் எதையும் நினைக்கலியே.." என்றாள்..

'எதையும் நினைக்கலியா..?' மனதுக்குள் ஏமாற்றமாக உணர்ந்தான் கௌதம்..

"சைக்கிள் தகராறு பண்ணுதுன்னா டூவீலர் வாங்கிக்க வேண்டியதுதான..?"

"என்னமோ.. என் கையில ஆயிரமாயிரமா பணமிருக்கிறதப் போலவும்.. அதை எண்ண முடியாம நான் தவிச்சுக்கிட்டு இருக்கிறதப் போலவுமில்ல பேசி வைக்கறிங்க..? நானென்ன வைச்சுக்கிட்டா வஞ்சனை பண்றேன்..? இத அதிரச சக்கரவர்த்தி சுந்தரேசன் கிட்டயில்ல நீங்க கேக்கனும்..? பத்தாவது படிக்கிறப்ப வாங்கித் தந்த சைக்கிள்.. இதிலேயே காலேஜீக்கும் போய் வரனும்ன்னா நான் என்ன பண்ணுவேன்..? நீங்களே சொல்லுங்க.. மகாகிட்ட கேட்டா எப்படியாவது வாங்கிக் கொடுத்திடுவா.. எனக்குத்தான் கேட்கக் கஷ்டமா இருக்கு.."

இயல்பாக கௌதமிடம் சொன்னாள் பார்கவி.. அவள் சொன்ன விதத்தில் அவன் உள்ளம் உருகியது.. அவளுக்காக எதையாவது செய்ய வேண்டுமென்று அவன் மனம் துடித்தான்..

பார்கவி அப்படியெல்லாம் அடுத்த வீட்டு மனிதர்களிடம் வீட்டு நிலவரத்தைப் பற்றிப் பேசும் பெண்ணல்ல.. அவள் கௌதமை அடுத்த வீட்டு மனிதனாகவே நினைக்கவில்லை.. அவளுக்கு நினைவு தெரிந்த நாள் முதலாக அவனைப் பார்த்து பழகி வருகிறாள்.. பக்கத்து வீட்டு கோமதி மாமியும் அம்பிகாவும் ஒட்டிக் கொள்கிறார்களோ இல்லையோ.. கோமதி மாமி பெற்ற தவப் புதல்வனான கௌதம் மட்டும் கோந்து இல்லாமலேயே அம்பிகாவின் வீட்டில் ஒட்டிக் கொண்டான்.. அந்த வீட்டில் ஒருவனைப் போல பழகி வருகிறவனிடம் பார்கவி வேற்றுமை பாராட்டியதில்லை.. அவனுக்கு சுந்தரேசன் மீது தாய் மாமனின் மீதிருக்கும் அபிமானம் இருந்தது.. அவரின் தர்மபத்தினியான அம்பிகாவை அத்தை என்றே அவன் அழைத்தான்.. மகாவிடமும்.. வித்யாவிடமும் தோழனைப் போலப் பழகினான்.. பார்கவியிடம் மட்டும்.. காதலனைப் போல உருகினான்..

இந்த விவரமெல்லாம் பார்கவிக்குத் தெரியாது.. அவள் மனதில் கௌதமின் மீது நட்பு இருந்தது.. அது காதலாக மாறும் காலத்திற்காக காத்திருந்தான் கௌதம்..

"மகாகிட்ட ஸ்கூட்டியிருக்கே.."

"கேட்டா கொடுப்பாதான்.. ஆனா அத வைச்சுக்கிட்டு நான் என்ன பண்ண..?"

"இதென்ன கேள்வி.. ஓட்ட வேண்டியதுதான..?"

இலகுவாக கேட்டான் கௌதம்.. தோள்களைக் குலுக்கினாள் பார்கவி.. அந்த அழகில் கௌதமின் மனம் தடுக்கி விழுந்தது..

10

"நீங்க வேற.. அந்த ஸ்கூட்டி மகா சொன்ன பேச்சை மட்டும்தான் கேக்கும்.. நாம சொன்னா கேக்காது.."

"என்னது..?..!"

ஆச்சரியத்துடன் கேட்டான் கௌதம்.. இப்படிப்பட்ட வியாக்கினத்தை இதற்கு முன்னால் அவன் கேட்டதில்லை.. ஸ்கூட்டியை உயிருள்ள ஜீவன் போல பார்கவி பேசி வைத்ததில் அவனுக்கு ஆச்சரியமாக இருந்தது..

"ஆமாங்க.. ஒரு தடவ நானும் கேட்டேன்.. அவளும் இந்தாடின்னு அவளோட ஸ்கூட்டி சாவிய தாராளம் தண்ணிபட்ட பாடா டகார்ன்னு கொடுத்திட்டா.. அப்பவே எனக்குச் சந்தேகம்தான்.. என்னடா.. இவ தூங்கறப்பகூட ஸ்கூட்டி சாவிய தலையணைக்கு அடியில பதுக்கி வைச்சுக்கிட்டுத் தூங்குவாளே.. நாம கேட்டவுடனே கொடுத்திட்டாளேன்னு நினைச்சுக்கிட்டுத்தான் வண்டியை எடுத்தேன்.. அது சரியா ஒரு மீட்டர் தூரம் வரைக்கும்தான் ஓடுச்சு.. ஹெவி டிராபிக்ல நான் வண்டியைத் திருப்பினதும் நடு ரோட்டில அப்படியே நின்னுருச்சு.."

பார்கவியின் விழிகளில் அந்த நாளின் மிரட்சி அப்படியே இருந்தது..

"அடடா.." கௌதம் அனுதாபப் பட்டான்..

"உதைக்கிறேன்.. உதைக்கிறேன்.. உதைக்கிறேன்.. ஒரு மணி நேரமா உதைச்சுப் பாக்கறேன்.. ஸ்டார்ட் ஆவேனான்னு மல்லுக்கட்டிருச்சு.."

"அப்புறம்.."

"டிராபிக் ஜாம் பண்றேன்னு டிராபிக் போலிஸ்காரர் திட்டறாரு.. கடந்து போகிற காருக்காரனும்.. வண்டிக் காரனும் திட்டறானுக.. ஒரு மனுஷி எத்தன திட்டத்தான் வாங்க முடியும்..?"

"வாஸ்தவம்தான்.."

"வேற வழியில்லாம.. ஸ்கூட்டியை தள்ளிக்கிட்டே வீட்டுக்கு வந்து சேர்ந்தேன்.."

"வீட்டுக்கா வந்த..?"

"ம்ம்ம்.."

"காலேஜீக்குப் போகலை..?"

"எங்கே..? அந்த ஓட்டை ஸ்கூட்டியை உதைச்சதில ஒரு மணி நேரம்.. அதத் தள்ளிக்கிட்டு வீடு வந்து சேர்ந்ததில அரை மணிநேரம்.. அந்த ஸ்கூட்டியை என் தலயில கட்டினதுக்காக மகாவோட சண்டை போட்டதில ரெண்டு மணி நேரம்ன்னு ஒரு முழு நாளே டாட்டா காட்டிட்டு ஓடிப் போயிருச்சே.."

"ஹா.. ஹா.."

வாய் விட்டுச் சிரித்தபடி பார்கவியின் பேச்சை ரசித்தான் கௌதம்.. அவளும் ரசிக்கும்படிதான் இருந்தாள்.. அப்போதுதான் இளமையின் தலைவாசலில் அடி-யெடுத்து வைத்திருந்தவளின் முகத்தில் ஓர்விதமான தேவதைக்களை தெரிந்தது.. அறிந்தும் அறியாத யௌவனப் பருவத்தின் வார்ப்பாக அவனெதிரே அவள் நின்-றாள்..

'சொல்லி விடலாமா..' அவன் மனம் துடித்தது..

அவளின் அருகாமை உணர்த்திய பரவசத்தில் சிக்கிக் கொண்டவனின் தொண்டையில் வார்த்தைகளும் சிக்கிக் கொண்டன..

"பார்கவி.." ஆழ்ந்த குரலில் அவளை அழைத்தான்..

"ஊம்..?" அவனை ஏறிட்டுப் பார்த்தாள் பார்கவி.

கள்ளம்.. கபடமில்லாத அந்த விழிகளில் காதல் இல்லை.. கௌதமின் மனதில் ஏமாற்றம் கவிந்தது.. இவள் என்றைக்குத்தான் அவன் மனதில் இருக்கும் காதலை உணர்வாள் என்று ஏக்கப்பட்டுப் போனான் கௌதம்..

"ஒன்னுமில்ல.." அவன் பெருமூச்சு விட்டான்..

"ஒன்னுமில்லாததுக்கா இந்த பில்ட்-அப்பைக் கொடுத்தீங்க..?" பார்கவி வெள்-ளையாகச் சிரித்தாள்..

"ஓகே.. நான் கிளம்பனும்.. அம்மா வீட்டு வாசல்ல வழி மேல் விழி வைச்சு காத்துக்கிட்டு இருப்பாங்க.."

தலையை லேசாக அசைத்து விட்டு சைக்கிளில் ஏறினாள்.. சற்று தூரம் போனவள்.. சைக்கிளை நிறுத்தி ஒரு காலைத் தரையில் ஊன்றி அவனைத் திரும்பிப் பார்த்தாள்..

'என்னவோ சொல்லப் போறா..' கௌதமின் விழிகள் மின்னின..

"வீட்டில கிரைண்டர் ரிப்பேராயிருச்சாம்.. உங்களுக்குத் தெரிஞ்ச கடையில சொன்னீங்கன்னா வீட்டுக்கே வந்து ரிப்பேர் பண்ணித் தருவாங்களாம்.. உங்களை வழியில பாத்தாச் சொல்லச் சொல்லி அம்மா சொன்னாங்க.."

கௌதமின் எதிர் பார்ப்பு.. ஊசி பட்ட பலூனாக காற்றிழந்து சுருங்கிப் போனது.. கடைசியில் இதைச் சொல்லத்தான் அவன் காதலி அவனைத் திரும்பிப் பார்த்தாளா..? இதைத்தவிர அவனிடம் பேசுவதற்கு அவளுக்கு வேறு விவரங்களே இல்லையா..?

பார்கவி போய் விட்டாள்.. மழை பொழிந்ததால் தூசு தும்பு இல்லாமல் சுத்தமாக இருந்த சாலையை அவன் பார்த்தான்.. சிவப்பு நிறப் பூக்களுடன் இருந்த பெயர் தெரியாத அந்த சாலையோர பூமரங்களைப் பார்த்தான்.. அந்தி சாயும் பொழுதைப் பார்த்தான்..

அந்த ரம்யமான சூழலில் அவன் மனதை ஏன் அவள் உணரவில்லை..?

மாடி பால்கனியில் இருந்த ஊஞ்சலில் ஆடிக் கொண்டிருந்தாள் சாருலதா.. அவளின் முதுகை மறைத்திருந்த அடர்த்தியான கரிய கூந்தல் அவளின் அழகை அதிகப்படுத்திக் கொண்டிருந்தது.. ஊஞ்சலில் மிதமான வேகத்தில் அவள் ஆடிக் கொண்டிருந்த தன்மையே.. அவளின் மென்மையை உணர்த்துவதாக இருந்தது..

"சாரு.."

ருக்மிணியின் அழைப்பில் அவள் திரும்பிப் பார்த்தாள்..

"அப்பா உன்னக் கூப்பிடறார்ம்மா.. கீழே இறங்கி வா.."

"இதோ.."

பூமி அதிராமல் தரையில் இறங்கிய சாருலதா.. படிகள் அதிராமல் மாடிப்படிகளில் இறங்கி அமைதியாக கோகுல்நாத்தின் முன்னால் போய் நின்றாள்.. ஜோஸியருடன் பேசிக் கொண்டிருந்த கோகுல்நாத் மகளை நிமிர்ந்து பார்த்து..

"உட்காரும்மா.." என்று வாத்சல்யத்துடன் சொன்னார்..

ஆடம்பரமான அந்த ஹாலில் இருந்த விலையுயர்ந்த சோபாக்களில் ஒன்றில் அமர்ந்தாள் சாருலதா.. ருக்மிணியும் அவள் பக்கத்தில் அமர்ந்தாள்.. அவள் முகம் கவலையுடன் இருந்தது..

"இவதான் என் பொண்ணு சாருலதா.." என்றார் கோகுல்நாத்..

நிமிர்ந்து பார்த்த ஜோஸியரின் கருணைப் பார்வையில் குழம்பிப் போனாள் சாருலதா..

"பொண்ணு ஐஸ்வர்ய லட்சுமியப் போல இருக்கா.." என்றார் ஜோஸியர்..

"பொண்ணை வீட்டில வைச்சுக்கிட்டு பையனுக்கு பெண் பார்க்கனும்னா அது சரியா வருமா..?"

"பெண்ணுக்குத்தான் முதலில் கல்யாணம் செய்யனும்.."

அவர்கள் பேசிக் கொண்ட விவரம் என்னவென்று சாருலதாவிற்குப் புரியவில்லை.. அவள் புரியாத பார்வை பார்த்துக் கொண்டிருக்கும் போதே ஜோஸியர் அவளைக் கருணை பார்வை பார்த்தபடி விடை பெற்றுக்கொண்டு போய் விட்டார்.. கோகுல்நாத்தும் அதே கருணைப் பார்வையை பார்த்து வைக்க.

"அப்பா..?" என்றாள் சாருலதா..

"என்னங்க..? ஜோஸியர் முடிவா என்னதான் சொல்றாரு..?"

"சாருவோட ஜாதகத்தில கல்யாண யோகம் வந்திருக்குன்னு சொல்றாரு ருக்மிணி.. சஞ்சய் ஜாதகத்திலயும் கல்யாண யோகம் கதவைத் தட்டுதாம்.."

"இவதான் கல்யாணமே வேணாம்ன்னு ஒத்தைக் காலிலே நிற்கிறாளே.."

திருமணத்தைப் பற்றிய பேச்சு என்பதில் சாருலதா மௌனமாகி விட்டாள்.. அவளும் இரண்டு வருடங்களாக இதே பேச்சைத்தான் கேட்டுக் கொண்டிருக்கிறாள்.. சாதாரணமாக சிரித்துப் பேசுவதற்கே ஜாதகத்தைப் பார்க்கும் ருக்மிணி மகளின் திருமணம் என்று வரும் போது சும்மாயிருப்பாளா..? அவள் சாருலதாவின் இருபதாம் வயதிலேயே அவளின் ஜாதகத்தைக் கையில் எடுத்து விட்டாள்.. அன்றிலிருந்து இன்றுவரை அனைத்து ஜோஸியர்களும் ஒரேயொரு தெளிவான பதிலைத்தான் சொல்லி வந்தார்கள்..

"இந்தப் பெண்ணோட ஜாதகத்தில தோசமில்ல.. இது யோக ஜாதகம்.." சாருலதா காதில் போட்டுக் கொள்ளவே மாட்டாள்..

இதுவரை இப்படியொரு ஆருடத்தைச் சொல்லிக் கொண்டிருந்த ஆருடக்காரர் இப்போது புதிதாக வேறு ஒன்றையும் சேர்த்துச் சொல்லியிருக்கிறார்.. அதனால்

தான் கோகுல்நாத் நிம்மதியில்லாமல் மகளை அழைத்திருக்கிறார்..

"இந்த யோகமான நேரத்திலயே சஞ்சய்க்கு கல்யாணத்தை பண்ணி வைச்சுரனுமாம் ருக்மிணி.. இல்லைன்னா.. அவனுக்கும் கல்யாணம் தள்ளிப் போகுமாம்.."

ருக்மிணி இதற்கு என்ன பதிலைச் சொல்லுவாள்.. அவள் சங்கடத்துடன் மகளின் முகத்தைப் பார்த்தாள்.. அது தான் பேச வேண்டிய நேரம் என்பதை உணர்ந்தாள் சாருலதா.. அவளுடைய அப்பாவான தி கிரேட் கோகுல்நாத் அவளுடைய அனுமதியை மறைமுகமாக வேண்டுவதை அவளால் புரிந்து கொள்ள முடிந்தது.. அவர் கேட்க விரும்பும் பதிலை அவளும் சொல்ல ஆரம்பித்தாள்..

"நீங்க ஜாதகம் சொல்கிறதை நம்புகிறவர்ப்பா.. சஞ்சய்க்கு கல்யாண யோகம் வந்திருக்குன்னா உடனே அவனுக்குப் பெண் பார்த்து கல்யாணத்தை முடித்து விட வேண்டியதுதானே..?"

"அவனுக்கு தங்கையா நீ இருக்கியேம்மா.. உனக்கும் கல்யாண வேளை கூடி வந்திருக்கே.."

"அது கூடி வந்தா வரட்டும்ப்பா.. இப்ப சஞ்சய்க்கு கூடி வந்திருக்ககில்ல.. அவனுக்கு கல்யாணத்தைப் பண்ணுங்க.. வீட்டுக்கு அண்ணி வரட்டும்.."

"அப்படியா சொல்ற..? இது சரிவராதும்மா.. வீட்டில நீ இருக்கிறப்ப உனக்கு முன்னாலே உன் அண்ணனுக்கு கல்யாணமா..?"

"அப்பா ப்ளீஸ்.." கண்ணீருடன் கெஞ்சினாள் சாருலதா..

"அப்ப சஞ்சய்க்கு பெண் தேடவா..?" பெருமூச்சுடன் கேட்டார் கோகுல்நாத்..

"தேடுங்கப்பா.." கொஞ்சம் கூடச் சலனமில்லாமல் இலகுவாகச் சொல்லி விட்டு எழுந்து போய் விட்டாள் சாருலதா.. கோகுல்நாத் தலையில் கை வைத்து

யோசனையுடன் அமர்ந்து விட்டார்..

"யோசிக்க வேணாம்ங்க.." என்றாள் ருக்மிணி..

"சாருவப் பார்த்தியா ருக்மிணி.. கொஞ்சம் கூட மனசு இரங்காம சொல்லிட்டுப் போறா.. ம்ஹீம்.. இப்படிப்பட்ட பொண்ணு மனசில என்ன இருக்குன்னு தெரிய-லையே.."

இந்த ஆழ்ந்த வருத்தத்தால் யாதொரு பிரயோசனமும் இல்லை என்று கணவ-ரிடம் சொல்ல முடியாமல்

மௌனக் கண்ணீர் விட்டாள் ருக்மிணி.. அவளுக்கு கோகுல்நாத்தைப் பற்றித் தெரியும்.. மகளுக்காக வருத்தப்பட்டு தனது ஆரோக்கியத்தைக் கெடுத்துக் கொள்-வார்.. அவள் நினைவில் மருகி.. மருகி.. உட்கார்ந்து விடுவார்.. அண்ணனின் திருமணமும் தடைபடுகிறது என்ற நினைவில் சாருலதா உருக்குலைந்து விடு-வாள்..

"என்னங்க செய்யறது..? அவதான் மனசார சொல்லிட்டுப் போறாள்ல.. நீங்க சஞ்சய்க்கு பெண் தேடுங்க.. நானும் நம்ம சொந்த பந்தத்திலே விசாரிக்கறேன்.."

"ஊஹீம்.. அப்படி எதையும் செய்துராதே.. சஞ்சய்க்கு பெண் கொடுக்க.. கோடிஸ்வரக் குடும்பத்தில இருந்து கியூ வரிசையில நிக்கிறாங்க.."

"அவங்கள்ல ஒரு பொண்ணைப் பார்க்கப் போறிங்களா..?"

"நோ.. நோ.. அப்படியொரு தப்பைச் செய்யவே மாட்டேன்.. சஞ்சயோட ஜாத-கத்துக்கு பொருத்தமான ஜாதகத்தோட எந்தப் பெண்ணிருக்கோ.. அந்தப் பெண்-ணைத்தான் சஞ்சய்க்கு கல்யாணம் பண்ணி வைப்பேன்.."

இது தெரிந்த சங்கதிதானே என்று நினைத்துக் கொண்டாள் ருக்மிணி.. அந்த விசயத்தில் மட்டும் கணவருக்கு சளைத்த மனைவியல்ல அவள்.. ஆருடம் பார்ப்-பதில் கணவரை விட ஒரு படி முன்னால் நிற்பவள்..

11

"உனக்குத்தான் நானிருக்கேனில்ல.. அப்புறம் உன் மாமா மகனுக்கு யாரைப் பெண் பார்த்தா உனக்கென்ன வந்துச்சு..?"

கோபத்துடன் மணலை அள்ளி எறிந்த ரம்யாவிடம் கேட்டான் வினோத்..

"நீ எதுக்கானவன்..?" இகழ்ச்சியாக அவனைப் பார்த்தாள் ரம்யா.. அவள் விழிகளில் தெரிந்த வெறுப்பில் வினோத்தின் மனதில் புயலடித்தது..

"உனக்குன்னு ஒரிஜினாலிட்டி இருக்கா வினோத்..? நீ மத்தவங்க தோள் மேல சவாரி செய்கிறவன்.. அவங்க பலவீனங்களைச் சொல்லிக் காட்டற சின்னப் புத்தி படைச்சவன்.. உனக்குன்னு மண்டையில மசாலா இருக்கா..? ஊரான் வீட்டுச் சொத்துக்கு ஆளாப் பறக்கிற ஆள் நீ.."

"டாமிட்.. எனக்கான இமேஜைப் பத்தித் தெரியாம பேசாதே.."

"எல்லாம் எனக்கும் தெரியும்.. ஒரு நாள் பார்த்தா தமிழ் வாழ்கன்னு மேடை போட்டுப் பேசுவ.. அடுத்தநாள் பார்த்தா இங்கிலீஷில் பீலா விட்டுக்கிட்டு.. அரை குறை இங்கிலிஷில் மத்தவங்களை இன்சல்ட் பண்ணிப் பேசிக்காட்டுவ.. உண்ட வீட்டுக்கே ரெண்டகம் பண்ற ஆள் நீ.. உன் அக்கா சொத்தை கொள்ளையடிச்சு அதை உன் சொத்தா சொல்லிக்கிட்டு ஊருக்குள்ள நானும் பெரிய ஆள்தான்னு அலைஞ்சுக்கிட்டு இருக்க.. உன்னை வைச்சுக்கிட்டு நானென்ன பண்ண..?"

"என்னைப் பத்தித்தான் தெரியுதில்ல.. அப்புறமும் எதுக்காக என் பின்னாலே வந்த..?"

"ஏன்னா.. எனக்கும் உன் புத்திதான்.. அதான்.. ஒரே மனசா யோசிக்கலா-மேன்னு உன்கூடக் கூட்டுச் சேர்ந்தேன்.."

எரிச்சலுடன் பேசிய ரம்யா கவர்ச்சியாக உடையணிந்திருந்தாள்.. அவள் தோள்மீது கை போட்டிருந்த வினோத்தின் முகத்தில் கபடம் தெரிந்தது.. இருவ-ருமே ஒருவரின் குணத்தை ஒருவர் அறிந்தவர் களாகவே இருந்தார்கள்.. அதற்-காக அவர்கள் பெரிதாக அலட்டிக் கொள்ளவில்லை.. அவர்கள் என்ன காவியக் காதலர்களா..? டைம் பாஸீக்காக ஜோடி போட்டு அலைகிற ரகத்தைச் சேர்ந்த-வர்கள் என்றாலும் வினோத்துக்கு ரம்யாவின் மீது ஒரு கண் இருந்தது..

தி கிரேட் கோகுல்நாத்தின் தங்கை மகள்.. நெல்லுக்குப் பாய்கிற தண்ணீரில் கொஞ்சம் புல்லுக்கும் பாயாமலா போய்விடும்..? அப்பேற்பட்ட கோடிஸ்வரர்.. தங்கை மகளை வெறுங்கையுடன்தான் புகுந்த வீட்டிற்கு அனுப்பி வைப்பாரா..? கோடிக் கணக்கான சொத்துக்களில் சிலவற்றை அவள் பெயருக்கு மாற்றிக் கொடுக்க மாட்டாரா..?

ரம்யாவுக்கும் அது தெரிந்துதான் இருந்தது.. ஆனாலும் அவளுக்கு அது போதவில்லை..

"எனக்கு அந்தச் சொத்து முழுசும் வேணும்..." என்றாள் அவள்..

"அதைத்தான் முடியாதுன்னு உன் மாமா சொல்லிட்டாரே.."

பேசிக் கொண்டே ரம்யாவின் தோள்மீது கைவைத்தான் வினோத்.. அதை தட்டி விட்டாள் ரம்யா..

"டோன்ட் டச் மி வினோத்.."

"ஆப்டர் ஆல் வி ஆர் லவ்வர்ஸ் ரம்ஸ்.."

"ம்ப்ச்.. ரம்.. வொயின்னு என் பெயரைக் கொலை செய்தேன்னு வைய்யி.. எனக்கு கெட்ட கோபம் வரும்.. நாம லவ்வர்ஸ்ன்னு யார் சொன்னது..?"

"இல்லேங்கறியா..?"

"ஆமாம்ன்னு சொல்லலை.. இப்போதைக்கு இப்படியே விடு வினோத்.. எந்த எக்ஸ்பெக்டேசனையும் மனசில வைச்சுக்காதே.. நாளைக்கு என்ன நடக்குதுன்னு யாருக்குத் தெரியும்..?"

"கனவு காணாதே ரம்யா.. சொந்த அண்ணன்.. தங்கையோட பிள்ளைகளுக்கு கல்யாணம் பண்ணி வைச்சா சைன்டிபிக்கா கெடுதல் வரும்ன்னு உங்க மாமா சொல்றார்ன்னு நீதான் சொன்ன.. அதோட உங்கப்பா இறந்த பின்னாலே.. உங்கம்மாவும் போய் சேர்ந்துட்டதால உன்னையும்.. உன் அண்ணனையும் தன்னோட குடும்பத்தோட உங்க மாமா தங்க வைச்சிட்டாருன்னும் நீதான் சொன்ன.. சின்ன வயசில இருந்து கூட வளர்ந்ததினாலே உங்களுக்கும்.. உங்க மாமா பிள்ளைகளுக்கும் இடையே அண்ணன் தங்கை பாசம் தான் இருக்குன்னு சஞ்சய் சொன்னான்னு நீதான்

சொன்ன.. அப்படியிருக்கப்ப.. சஞ்சய்க்கு வொய்பாக உனக்கு சான்ஸ் கிடைக்கும்ன்னு எப்படி நீ நம்பற..?"

"இன்னும் சஞ்சய்க்கு கல்யாணம் ஆகலை வினோத் அதுவரைக்கும்.. ஏன் அதுக்குப் பின்னாலேயும் எனக்கு சான்ஸ் இருக்கு.."

"கல்யாணம் வரைக்கும் சான்ஸ் இருக்குன்னு சொல்கிறது கூட ஓகேதான்.. கல்யாணத்துக்குப் பின்னாலேயும் சான்ஸ் இருக்குன்னு சொல்கிற பாரு.. அதுதான் கொஞ்சம் இடிக்குது.."

"அந்த வீட்டிலதான் நானும் இருக்கேன் வினோத் என்னை மீறி சஞ்சய்க்கு வொய்பா வரப் போகிறவ எப்படி அவன் கூடயும்.. அந்த வீட்டிலயும்.. வாழ்ந்துருவான்னு நானும் பார்க்கிறேன்.." சபதம் போட்டாள் ரம்யா..

வரவர.. நல்லவர்களைவிட... இதுபோன்ற குரூர புத்தி கொண்டவர்களே அதிகமான சபதங்களைப் போடுகிறார்கள் என்று நினைத்துக் கொண்டான் அந்த வினோத்..

கோகுல்நாத்தின் வீட்டு ஹாலில் தென்னிந் தியாவின் பிரபல ஜோதிடர்கள் குழுமியிருந்தார்கள்.. அவர்கள் மத்தியில் வந்து நின்று பேச ஆரம்பித்தார் கோகுல்நாத்..

"அப்படியே ஜோதிட மீட்டிங்கைப் பார்க்கிற மாதிரியே இருக்கு.." முகம் சுளித்தாள் ரம்யா..

"மாமாவைக் கிண்டல் பண்றயா..? வாயிலயே போட்டிருவேன்.." ருக்மிணி நாத்தனார் மகளைக் கண்டித்தாள்..

"அவளை எதுக்காகத் திட்டறிங்கம்மா.. நடக்கிறதப் பாத்தா அப்படித்தான் இருக்கு.." என்றாள் சாருலதா..

சிறிசுகளின் கிண்டலில் ருக்மிணிக்கு உடன் பாடில்லை..

டைனிங் ஹாலில் இருந்து ஹாலைப் பார்த்துக் கொண்டிருந்த பெண்களின் பேச்சுக்கள் கோகுல்நாத்தின் காதுகளில் விழவில்லை.. அவர் தன் போக்கில் பேசிக் கொண்டிருந்தார்..

"உங்க எல்லோர கையிலயும் ஆயிரம் ஜாதகங்களுக்கு மேலேயே கொடுத்திருக்கேன்.. இது அத்தனையும் மீடியேட்டர்ஸ், இன்டர்நெட், மேகசின், திருமணத் தகவல் மையம்ன்னு கலெக்ட் பண்ணினது.. இந்த ஜாதகத்தில என் மகன் சஞ்சயோட ஜாதகத்தோட பொருந்தி வர்ற ஜாதகத்த நீங்கள்ளாம் செலக்ட் பண்ணிக் கொடுக்கனும்.."

கோகுல்நாத்தின் வீட்டில் ஜோதிடர்களின் கூட்டம் நடந்து கொண்டிருக்க.. அதை அறியாதவனாக பிஸினெஸ்ஸில் கவனமாக இருந்தான் சஞ்சய்..

தைப் பொங்கல் தினத்தை தமிழகமே கொண்டாடிக் கொண்டிருக்க.. அவனோ சர்க்கரைப் பொங்கலின் நினைவேயில்லாமல் அலுவலகத்திற்கு சென்று விட்டான்..

"இன்னைக்கும் ஆபிஸ் போகனுமா சஞ்சய்..?" ருக்மிணி கேட்டபோது..

"இன்னைக்குத்தான் சீக்கிரமாப் போகனும்மா.. பிரேசில்ல இருந்து 3 பிஸினெஸ் மேன் வர்றாங்க.. லண்டன் மும்பை வழியா சென்னைக்கு காலையில 11 மணிக்கு இன்டர் நேசனல் ஏர்போர்ட்ல லேண்ட் ஆகிருவாங்க.. 11.45க்கு அவங்களுக்கு நேரம் ஒதுக்கியிருக்கேன்.. இம்பார்டன்ட் பிஸினெஸ் டீலை பேசியாகனும்.. சர்க்கரைப் பொங்கலை ஆபிசுக்கே அனுப்புங்க.." என்று சொல்லி விட்-

டான்..

அவன் அலுவலகத்தில் இருந்த போது அவனது செல்போன் சிணுங்கியது.. எடுத்துப் பேசினான்..

"பிரேசில்ல இருந்து அவங்க வந்திட்டாங்க சார்.." மறுமுனையில் அவனுடைய பெர்சனல் செகரட்டரி விஷ்ணு பேசினான்..

"ஓகே.."

"சார்.. லாங் ஜர்னியில அவங்க டயர்டா ஃபீல் பண்றாங்க.. ஸடி, உங்களை மீட் பண்ற டயத்தை ஈவினிங்குக்கு மாத்திக்கலாமான்னு கேட்கிறாங்க.."

"ஏன்..? இப்ப என்ன செய்யப் போறாங்களாம்..?"

"ஹோட்டல் போய் ரெஸ்ட் எடுக்கனும்னு நினைக்கிறாங்க.."

"நோ விஷ்ணு.. ஈவினிங்கில எனக்கு வேற அப்பாயிண்ட்மென்ட் இருக்கு.. மார்னிங்கே வந்தா இவங்க என்னை மீட் பண்ணலாம்.. இல்லைன்னா இவங்க இந்த டிரிப்பில என்னை மீட் பண்ண முடியாதுன்னு சொல்லிருங்க.."

"இல்லை சார்.. அவங்க ரொம்ப டயர்டா.."

"ஸ்டாப் இட் விஷ்ணு.. நான் சொன்னத செய்ங்க.."

சஞ்சய் போனை அணைத்து விட்டான்.. அவன் கண்டிப்பில் காலையிலேயே மீட்டிங் நடந்தது.. சஞ்சய் எதிர்பார்த்த வியாபார ஒப்பந்தங்கள் கையெழுத்தாகின.. சஞ்சய்க்கும் சந்தோசம்.. பிரேசிலில் இருந்து வந்திருந்தவர்களுக்கும் சந்தோசம்.. அவர்கள் ஹோட்டலுக்கு கிளம்பி விட்டார்கள்.. விஷ்ணுவுக்கு மட்டும் ஒரு சந்தேகம்..

"சார்.. எனக்குத் தெரிஞ்சு.. உங்களுக்கு ஈவினிங்கில எந்த அப்பாயிண்ட்மென்டும் இல்ல.. நீங்க ஈவினிங்கிலயே அவங்களை மீட் பண்ணியிருக்கலாமே சார்..?"

"அதுதான் பிஸினெஸ் விஷ்ணு.. லாங் பிளேன் ஜர்னியில அவங்க ஜெட் லாக்கில இருப்பாங்க.. அந்த நேரத்தில நாம பிஸினெஸ் டீல் பேசினா.. சீக்கிரமா அந்த டீலை முடிச்சிட்டு ஹோட்டலுக்குப் போய் ரெஸ்ட் எடுக்கனும்னுதான் அவங்க நினைப்பாங்க.. வேற எதிலயும் அவங்க மைன்ட் செட்டாகாது.. நாம என்ன சொன்னாலும் எதிர் சொல்லச் சொல்லாம.. ஓகே.. ஓகேயின்னு டீலை பேசி முடிச்சிட்டாங்க பார்த்தியா.. இதுவே அவங்க ரெஸ்ட் எடுத்துட்டு ஈவினிங்கில பேச வந்திருந்தா.. தெளிவா பேசுவாங்க.. விவாதம் பண்ணுவாங்க.. சில விசயங்கள நாம விட்டுக் கொடுக்க வேண்டியதாகியிருக்கும்.. அது மட்டுமில்லாம அவங்க ஹோட்டலில ரெஸ்ட் எடுக்கிற நேரத்தில நம்மள மாதிரி இங்க இருக்கிற வேற சில கம்பெனிகளுக்கு போன் போட்டு பிஸினெஸ் டீல் பத்தி டிஸ்கஸ் பண்ண சான்ஸிருக்கு.. அதனாலதான் டைம் மாத்த வேணாம்னு சொன்னேன்.." என்றான் சஞ்சய்..

விஷ்ணு வியந்து போனான்..

கோகுல்நாத் கொடுத்தனுப்பிய ஜாதகங்களில் அனைத்து ஜோஸியர்களாலும் ஒரு மனதாக சஞ்சயின் ஜாதகத்துக்கு மிக.. மிக.. பொருத்தமான ஜாதகம் என்று ஒரு ஜாதகத்தை தேர்ந்தெடுத்திருந்தார்கள்..

அவர் அதைப்பற்றிப் பேச சஞ்சயை அழைத்தார்.. அவன் மாட்டிக் கொள்வேனா என்று அலுவலகத்திற்கு பறந்து விட்டான்.. வேறு வழியின்றி வழக்கம்

போல ருக்மிணியையும்.. சாருலதாவையும் அழைத்து ஜாதகத்தைப் பற்றிய விவரங்களை பகிர்ந்து கொண்டார் கோகுல்நாத்.. என்றைக்கும் இல்லாத திருநாளாக அந்தப் பேச்சில் ரம்யாவும் கலந்து கொண்டாள்..

"பிரமாதமான ஜாதகமாம் ருக்மிணி.."

"ஆமாங்க.. நானும் பார்த்தேன்.."

"நீயும் பார்த்தேயில்ல.. எல்லா ஜோஸியரும் இந்த ஜாதகத்தைத்தான் எடுத்து நீட்டறாங்க.. யோக ஜாதகம்.. இந்தப் பொண்ணு நம்ம வீட்டில காலடி வைச்சா.. சாருவுக்கும் கல்யாண யோகம் வந்துருமாம்.."

"அவளுக்குத்தான மாமா யோகம் அடிச்சிருக்கு.. இதில அக்காவுக்கு யோகத்த அவ கொடுக்கப் போறாளா..?" பொறாமையுடன் சொன்னாள் ரம்யா..

"ஸ்ஸ்.. ரம்யா.. மாமா பேசறப்ப குறுக்கே பேசக் கூடாதுன்னு எத்தனை வாட்டி சொல்லியிருக்கேன்..?" ருக்மிணி எரிச்சல்பட்டாள்..

"விடு ருக்மிணி.. அவ ஏதோ விளையாட்டாப் பேசறா.. இந்த ஜாதகத்தோட யோகத்தைப் பத்தி அவளுக்கென்ன தெரியும்..? இந்தப் பொண்ண கல்யாணம் பண்ணிக்கிட்டா நம்ம சஞ்சய் உச்சத்துக்கே போயிடுவான்.." என்றார் கோகுல்நாத்..

"ஏதாச்சும் ஹில் ஸ்டேசனில அத்தான் குடி போயிருவாரா மாமா..?" அப்பாவி போல கேட்டு வைத்தாள் ரம்யா..

"உன் வாயை மூடவே மாட்டியா..?" ருக்மிணி முறைத்தாள்..

"பெண்ணோட பெயர் என்னப்பா..?" சாருலதா ஆவலாக வினவினாள்..

"மகாலட்சுமி.." என்றார் கோகுல்நாத்..

பெயரைக் கேட்டவுடனே சாருலதாவிற்கு அந்தப் பெண்ணைப் பிடித்து விட்டது.. ஏதோ ஒருவகையில் அந்தப்பெயர் அவளை ஈர்த்தது..

12

"இந்தப் பெண்ணோட அப்பாம்மா என்ன செய்கிறாங்க..?" ருக்மிணி பொறுப்பான தாயாக விசாரித்தாள்..

"அப்பா பெயர் சுந்தரேசன்... மயிலாப்பூர்ல கபாலீஸ்வரர் கோவிலுக்குப் பக்கத்தில சின்னதா ஸ்வீட் கடை வைச்சிருக்காராம்.." கோகுல்நாத் விவரம் சொல்லச் சொல்ல..

"கிரேட்.." என்றாள் ரம்யா.. அவள் உதடுகள் இகழ்ச்சியாக வளைந்து மடிந்தன..

"எங்க மாமாவோட பெயரைச் சொன்னாலே அதிரும்.. அவரோட சம்பந்தி.. சின்னதா ஸ்வீட் கடை வைச்சிருக்கவராம்.. கொஞ்சம் கூட மேட்ச் ஆகலையே.."

"பாரும்மா.. நீ சின்னப் பொண்ணு.. உனக்கு இதைப் பத்தியெல்லாம் எதுவும் தெரியாது.. எனக்கும் சுந்தரேசனுக்கும் மேட்ச் ஆகனும்கிற அவசியமில்ல.. என் பையன் ஜாதகத்தோட அவர் பொண்ணு ஜாதகம் மட்டும்தான் சூப்பரா மேட்ச் ஆகியிருக்கு.. எனக்கு அது மட்டும்தான் முக்கியம்.."

கோகுல்நாத் கண்டிப்பாகச் சொல்லி விட்டார்..

சுந்தரேசன் சொன்னதைக் கேட்ட அம்பிகாவிற்கு தலை சுற்றி மயக்கமே வந்து விட்டது..

"நிஜமாகவா சொல்கிறீங்க..?"

எதற்கும் இருக்கட்டும் என்று சமையலறை மேடையை இறுக்கிப் பிடித்து சாய்ந்து நின்று கொண்டு விழிகள் விரிய கேட்டாள்..

"நிஜமாத்தாண்டி சொல்றேன்.. கோகுல்நாத் சாரோட மகனுக்கு நம்ம மகாவை பெண் கேட்டு வந்திருக்காராம்.."

அப்போதும் அம்பிகாவினால் அந்தச் செய்தியை நம்ப முடியவில்லை.. அவள் முன்னறையை எட்டிப் பார்த்தாள்.. அவர்கள் வீட்டிலிருந்து சாதாரணமான சோபாவில் கால்மேல் கால் போட்டு தோரணையாக உட்கார்ந்திருந்தார் கோகுல்நாத்..

"ரசவடையை போட்டு எடுத்துக்கிட்டு இருக்கேன்.. நம்ம கடை வாசல்ல வெளிநாட்டுக் கார் வந்து நிக்குது.. கடைக்கு புது வாடிக்கை வந்திருக்கு போலன்னு நினைச்சா கோகுல்நாத் காரில இருந்து இறங்கி வர்றாரு.. வந்தவரு அதிசரத்தையும்.. ரசவடையையும் கேக்காம என் பெயரைச் சொல்லி என்னைக் கேக்கிறாரு.. என்ன விவரம்ன்னா.. காரில ஏறுங்க.. வீட்டுக்கு போகிற வழியில காரில விவரம் சொல்றேன்னு சொல்றாரு.. எனக்கு கையும் ஓடலை.. காலும் ஓடலை.. போட்டது போட்டபடி விட்டுட்டு.. நம்ம ரங்குடுகிட்ட கடையைப் பார்த்துக்கடான்னு சொல்லிட்டு காரில ஏறிட்டேன்.."

"அத எதுத்தாப்புல பழக்கடையை வைச்சிருக்கிற சுப்பையா பார்த்தாப்பலயா..?"

"இப்ப அதுவாடி முக்கியம்.."

"அதுவும் முக்கியம்தான்.. என்னவோ அவன்தான் பெரிய மனுசன் போல கெத்து காட்டுவானே.. இப்ப எங்கே போய் முகத்தை வைச்சுக்குவானாம்..?"

"அவன் கழுத்து மேலதான் முகத்த வைச்சுக்குவான்.. அதை விடு அம்பிகா.. இப்பேற்பட்ட பெரிய மனுசன் என்னைப் பாத்து சுந்தரேசன்.. உங்க மக மகாலட்சுமி யோட ஜாதகம் என் மகன் சஞ்சயோட ஜாதகத்தோட அமோகமா பொருந்தியிருக்குன்னு சொன்னப்ப எனக்கு காத்தில பறக்கறதைப் போலவே இருந்துச்சுடி.."

"நல்லவேளை.. நீங்க காருக்குள்ள இருந்தீங்க.. மயக்கம் போட்டாலும் பிரச்னையில்ல.."

"எனக்கு என்ன சொல்கிறதுன்னே தெரியலைடி.. தரையில கால் பாவலை.. வானத்தில பறக்கறதைப் போலவே இருக்கு.."

"எனக்கும்தான்.."

"மகா எங்கே..?"

"உள்ளதான் இருக்கா.."

"வித்யா.. பாரு..?"

"ரெண்டும் அவ கூடத்தான் இருக்குதுக.."

"மகாவை பெண் பார்க்க வந்திருக்காங்கன்னு சொல்லி அவள ரெடி பண்ணிக் கூப்பிட்டுக்கிட்டு வா அம்பிகா.."

"அத நான் பார்த்துக்கிறேன்.. நீங்க அவர்கூட உட்கார்ந்து பேசிக்கிட்டு இருங்க.." அம்பிகா கணவரை விரட்டி விட்டாள்..

"பொண்ணுப் பார்க்க வந்திருக்காரா..? என்னையா..?" மகா திகைத்துப் போனாள்..

அந்த நேரம் பார்த்து..

"புகுந்த வீடு.. இனிமையான..

மல்லிகைப் பந்தல்..

அங்கே புதிய வாழ்வைத்

தேடிப் போகும் இவளொரு தென்றல்.."

என்று எப்.எம் ரேடியோ பாடி வைத்து..

"மகா.. உன் மாமனாரைப் பார்த்தா அச்சு அசல் அனுபம் கேர் போலவே இருக்காருடி.." முன்னறையை எட்டிப் பார்த்த வித்யா கமெண்ட் அடித்தாள்..

"மாப்பிள்ளை பெண்ணைப் பார்க்க வேணாமா..?" பார்கவி வேறொரு பிரச்-னையைக் கிளப்பி விட்டாள்..

"அவளே பேசாம இருக்கா.. உனக்கெதுக்கடி இந்தப் பிரச்னை..?" அம்பிகா சின்ன மகளை கடிந்து கொண்டாள்..

"நான் மாப்பிள்ளயப் பாக்க வேணாமா..?" பார்கவி பேச்சை விடவில்லை..

"அவங்க மகாவத்தான் கேட்டு வந்திருக்காங்க.. உன்னையில்ல.." வித்யா கிண்டல் செய்தாள்..

கேலியும்.. கிண்டலுமாக.. வித்யாவும்.. பார்கவியும் மகாவை அலங்கரித்து விட்டார்கள்.. புயல் வேகத்தில் நெய்வழியும் ரவா கேசரியையும்.. வாழைக்காய் பஜ்ஜியையும் செய்து தான் ஒரு தேர்ந்த ஸ்வீட் கடைக்காரரின் மனைவி என்பதை நிருபித்தாள் அம்பிகா..

பட்டுப் புடவை சரசரக்க.. தலையில் மல்லிகைச் சரம் வழிய குடும்பப் பாங்-கான அழகோடு அவர் முன்னால் பலகாரத் தட்டை நீட்டிய மகாலட்சுமியை முதல் பார்வையிலேயே கோகுல்நாத்திற்கு பிடித்து விட்டது..

'இவதான் என் வீட்டு மருமகள்..' என்று அவர் தீர்மானமே செய்து விட்டார்..

"பெயருக்கேத்ததைப் போல அந்தப் பொண்ணு மகாலட்சுமிதான் ருக்மிணி.."

வீட்டுக்குப் போனதும் மனநிறைவுடன் ருக்மிணியிடம் சொன்னார் கோகுல்-நாத்..

சுந்தரேசனின் வீட்டினிலோ இரவு நேரச் சாப்பாட்டின் போது நடக்கும் வட்ட மேஜை மாநாடு தொடங்கியது..

அரை வட்டமாக அமர்ந்திருந்த சுந்தரேசனுக்கும்.. மூன்று மகள்களுக்கும் தட்-டுக்களை போட்டு விட்டு.. அவர்கள் முன்னால் உட்கார்ந்து பரிமாறியபடி பேச ஆரம்பித்தாள் அம்பிகா..

"என் மக தங்கம்டி.. என் மக தங்கம்டின்னு வாய்க்கு வாய் உங்க அப்பா சொல்லுவார்.. அப்பள்ளாம்.. தங்கமே வேணாம்.. உங்க மகளே போதும்ன்னு மாப்-பிள்ளை வீட்டில சொல்லப் போறாங்களான்னு கேப்பேன்.. கடைசியில பார்த்தா.. இவரு சொன்னதப் போலவே மகாவுக்கு பெரிய இடத்தில மாப்பிள்ளை அமைஞ்-சிருச்சு.. ஒரு குண்டு மணியளவு தங்கம் கூடப் போட வேணாம்ன்னு சொல்றாங்க.. என்னால நம்பவே முடியலை.."

"எல்லாம் நான் கும்பிடற அம்பாளோட அனுகிரகம் தாண்டி.. வித்யா ஐ.பி.எஸ் பரிட்சையில பாஸ் ஆகி டிரெயினிங்குக்கு போகப் போறா.. மகாவுக்கு பெரிய இடத்திலயிருந்து சம்பந்தம் வந்திருக்கு.."

"எனக்கென்னவோ பயமாயிருக்குப்பா.." என்றாள் மகாலட்சுமி..

"இவளப்பாரு.. கோகுல்நாத் வீட்டுக்கு மருமகளாகப் போகிறதுக்கு இவளுக்கு பயமாம்.. ஐ.பி.எஸ் டிரெயினிங்குக்கு போகப் போகிற நானே பயப்படலை.. இவ இப்படிப் பேத்தறா.." வித்யா சிரித்தாள்..

"உன்னப் போல ஒரு மருமக வரான்னு அவங்க வீட்டிலதான் பயப்படனும்.. உனக்கெதுக்கு பயம்..?" என்றாள் பார்கவி..

யாருமே மகாலட்சுமியின் மனதிலிருந்த பயத்தை புரிந்து கொள்ளவில்லை..

இரவு உணவு முடிந்தவுடன் ஹாலுக்கு வந்த சுந்தரேசன் விச்ராந்தியாக வெறும் தரையில் தலையணையைப் போட்டுப் படுத்து டிவி பார்க்க ஆரம்பித்து விட்டார்.. மூத்த மகளுக்கு மிகப் பெரிய இடத்தில் சம்பந்தம் அமைந்து விட்ட சந்தோசத்தில் அவர் மனம் பாரங்கள் இல்லாமல் லேசாக இருந்தது..

"ஒளி மயமான எதிர்காலம்..

என் உள்ளத்தில் தெரிகின்றது.."

ஒலிபரப்பாகிக் கொண்டிருந்த கருப்பு வெள்ளைத் திரைப்படத்தின் பாடல் காட்சியோடு தானும் பாடிக் கொண்டிருந்த சுந்தரேசனின் குதூகலத்தைக் கலைக்க மனமில்லாமல் வாசலுக்குப் போனாள் மகாலட்சுமி.. படியில் அமர்ந்து முழங்கால்களில் தலையைப் புதைத்துக் கொண்டவளின் மனம் பாரமாக இருந்தது..

"என்னடி மகா வாசல்ல உக்காந்திருக்க..?"

சுவாதீனமாக கேட்டபடி பக்கத்தில் வந்து அமர்ந்தாள் கோமதி மாமி.. தலை தூக்கிப் பார்த்த மகாலட்சுமியின் கண்கள் கலங்கியிருந்ததை வெளிச்சமில்லாத அந்த இருள் பொழுதிலும் கண்டு பிடித்து விட்டாள் மாமி..

"எங்களுக்கும் காலம் வரும்..

காலம் வந்தால் வாழ்வு வரும்.."

பாடல் மாறியிருந்தது.. இப்போது சுந்தரேசனின் குரலோடு அம்பிகாவின் குரலும் சேர்ந்து பாடிக் கொண்டிருந்தது..

'அம்மா அடுப்படி வேலையை முடிச்சிட்டாங்க போல..'

திரும்பிப் பார்த்தாள் மகாலட்சுமி.. வேலைகள் முடிந்தவிட்ட விடுதலையுணர்வு அம்பிகாவின் முகத்தில் தெரிந்தது.. தளைகளற்ற உணர்வு இரவுப் பொழுதுகளில் மட்டும்தான் பெண்களுக்குக் கிடைக்கிறது என்று நினைத்துக் கொண்டாள் மகாலட்சுமி.. பகல் பொழுதின் மணித்துளிகள் அவர்களுக்குச் சொந்தமானதல்ல.. அனைவரும் உறங்கி விட்டபின்னர்தான் மற்றவர்களுக்குச் சொந்தமான அவர்களின் நேரம் அவர்களுக்கே அவர்களுக்கு என்று சொந்தமாகிறது..

அம்பிகா சுவரில் சாய்ந்து கால் நீட்டி உட்கார்ந்தாள்.. சுந்தரேசன் அவள் பக்கமாக திரும்பிப் பார்த்துக் கொண்டார்.. சன்னமான குரலில் கணவனும் மனைவியும் பேசிக் கொள்ளும் பேச்சு அவர்களின் மகளுக்கு அமைந்திருக்கும் அமோக வாழ்வைப் பற்றியது என்பதில் மகாலட்சுமியின் மனம் தவித்தது..

ஒரு மகளாக பெற்றவர்களின் சந்தோசத்தைக் குலைக்க அவளுக்கு மனம் வரவில்லை.. அதே சமயத்தில் பெரிய இடத்தில் வாழ்க்கைப் படப் போகும் சந்தோசம் துளிக்கூட அவள் மனதில் இல்லை..

வாசலின் விளக்கு எரியவில்லை.. எப்போதுமே படியில் வந்து உட்காருவதாக இருந்தால் வீட்டின் வரான்டா விளக்கையும், வாசல் விளக்கையும் அனைத்து விட வேண்டுமென்று சுந்தரேசன் ஆணையிட்டிருந்தார்.. அவர் வீட்டுப் பெண்கள் அமர்ந்திருப்பதை மற்றவர் பார்க்கக் கூடாது என்பதற்காகத்தான் அந்தக் கண்டிப்பு..

அதைத் தவறாமல் கடை பிடிக்கும் மகாலட்சுமி தெருவிளக்குளினாலும், மற்ற வீடுகளின் வாசல்களில் எரியும் விளக்குகளினாலும் பரவியிருந்த மெல்லிய வெளிச்சத்தில் சோகம் ததும்ப கோமதி மாமியைப் பார்த்தாள்..

"உன்னைப் பாத்தாக் கல்யாணப் பெண் போலவா தெரியறது..? அசடு..! முகத்தை முழ நீளத்துக்குத் தூக்கிக்கிட்டு கண் கலங்க ஏன் உக்காந்திருக்க..?" கோமதி அதட்டினாள்..

"தெரியலை மாமி.. ஆனா.. மனசில மலையளவுக்கு பாரம் ஏறி உட்கார்ந்திருக்கு.." மகாவின் குரல் சோகத்தில் தோய்ந்திருந்தது..

"பைத்தியமாடி நோக்கு..? கனவிலும் நினைச்சுப் பார்க்க முடியாத இடத்தில இருந்து உன்னப் பெண் கேட்டு வந்திருக்கா.. அவாத்தில ஐசுவரியம் கொட்டிக் கிடக்குடி.. குபேர சம்பந்து கிடைக்கப் போகுது.. ஆனந்தப்படாம கண்ணைக் கசக்கிற.."

"இல்லை மாமி.. என்னால ஆனந்தப் பட முடியலை.. தொண்டைக்குள்ள முள் செருகினாப்புல ஏதோ அவஸ்தை சொல்லத் தெரியாத துக்கம்.."

"தேவையில்லாம பயபடறன்னுதான் நான் சொல்லுவேன்.."

"எனக்கெதுக்கு மாமி பெரிய இடத்து வாழ்க்கை..? எங்களைப் போல இருக்கிறவங்க வீட்டுக்கு மருமகளாப் போனா நிம்மதியா இருக்கும் மாமி.. பயமில்லாம இருக்கும்.. பூமியில கால் பதிய நிக்கிறவளப் பிடிச்சு.. ஆகாசத்தில விட்டுப் பறக்கச் சொன்னா நான் என்ன பண்ணுவேன் மாமி..?"

மகாவின் குரல் தேம்பியது.. மாமி மௌனமாக இருந்தாள்.. எல்லோரின் மனமும் ஒன்று போல இருப்பதில்லை.. அவரவர்க்கு தனி மனம்..! தனி நினைவு..!

மகாலட்சுமியின் மனம் நினைப்பதை தவறென்று சொல்ல முடியுமா..?

"உன்னோட தோப்பனாரையும், அம்மாவையும் பாருடி.. அவங்க முகத்தில இப்படியாப்பட்ட சந்தோசத்த நான் பார்த்ததே இல்லடி மகா.. அவா சந்தோசத்-

தைக் கலைக்கப் போறியா..?"

ஆழ்ந்த குரலில் மாமி கேட்டபோது ஆமாம் என்று சொல்ல மகாலட்சுமிக்கு மனம் வரவில்லை..

13

சஞ்சய் கோபத்தில் இருந்தான்.. அன்று காலையில் அவனுக்காக காபி கொண்டு வந்த ருக்மிணி..

"உனக்குக் கல்யாணம் கூடிருச்சுடா சஞ்சய்.." என்றதில் இருந்துதான் அவனது கோபத்தீ எரிய ஆரம்பித்திருந்தது..

முகத்தைச் சுளித்தபடி காபியை வாங்கிக் கொண்டவனின் பக்கத்தில் உட்-கார்ந்து கதை அளந்தாள் ருக்மிணி..

"அப்பா தேடிப்பிடித்தாருடா.."

"எதை..?"

"ஜாதகத்தை.."

"வாட்..?"

சஞ்சய்க்கு தலையும் புரியவில்லை.. காலும் புரியவில்லை.. ருக்மிணி விளக்-கமாக எடுத்துரைக்க முயன்றாள்..

"ஆமாண்டா சஞ்சய்.. உன் ஜாதகத்தில கல்யாண யோகம் வந்திருச்சாம்.. ஜோசியர் சொன்னாரு.."

"ம்மா.. காலையிலேயே கடுப்படிக்காதீங்க.. நான் ஏற்கனெவே மகா டென்-சனில இருக்கேன்.."

"நிஜமாத்தான் சொல்றேன் சஞ்சய்.. அப்பாவும், நானும் உன்னோட ஜாதகத்-தைப் பார்த்தோமா.. அப்பத்தான் ஜோசியர் இதைச் சொன்னார்.."

"உங்களுக்கு வேற வேலையே இல்லை.. அப்பாவும் உங்க கூடக் கூட்டுச் சேர்ந்துக்கிறதுதான் தலை வேதனையா இருக்கு.. இதுக்காகத்தான் வீட்டில ஜோசி-யர்கள ஒன்னு கூட்டி மாநாடு போட்டுக்கிட்டு இருக்கீங்களா..?"

"உனக்கும் அது தெரிஞ்சு போச்சா..?"

"ஊருக்கே தெரிஞ்சிருக்கு.. எனக்குத் தெரியாதா..? ஏம்மா இப்படிப் படுத்த-றிங்க..?"

"என்னத்தப் படுத்தறோம்..? உன் தங்கைதான் கல்யாணப் பேச்சை எடுத்தாலே சண்டைக்கு வர்றா.. உனக்காவது காலாகாலத்தில கல்யாணம் பண்ணிப் பார்க்-

கனும்னு நினைக்கிறோம்.. அது தப்பா..?"

"தப்புத்தான்.."

கோபத்துடன் ஜாகிங் போய் விட்டான் சஞ்சய்... ஓடிக் களைத்து திரும்பி வந்தவனிடம்..

"ஹாய்.. அத்தான்.." என்றபடி வந்தாள் ரம்யா..

அவள் கண்களில் தெரிந்த கொஞ்சலில் சஞ்சயின் கோபம் அதிகரித்தது.. இவள் இயல்பாகவே இருக்க மாட்டாளா என்று பல்லைக் கடித்தவன்..

"என்ன..?" என்று அடித்து விடுகிறவனைப் போலக் கேட்டான்..

'கொஞ்சமாச்சும் ஷாப்ட்டா பேசறானா..? எப்பப் பாரு.. கடுகடுன்னு கடுவன் பூனை போல முகத்தை வைச்சுக்கிட்டு..'

ரம்யாவுக்கு அவனை விட எரிச்சலாக இருந்தது.. கம்பீரமாக.. அழகாக.. கவர்ச்சியாக.. உயரமாக.. தோரணையுடன் இருக்கும் சஞ்சயின் தோற்றப் பொழிவை அவளுக்குப் பிடிக்கும்தான்.. அந்த மயக்கத்தை வெளிப்படுத்தப் போனால் அடித்து விரட்டாத குறையாக அவளை அவமானப்படுத்தும் அவனின் ஆணவத்தினால் அவன் சம்பந்தப்பட்ட அத்தனை ப்ளஸ் பாயிண்டுகளும் அவள் மனதில் பதியாமல் போய் விட்டன..

'இவன் மட்டும் கோகுல்நாத்தின் மகனா இல்லாம இருந்திருந்தா இவனை ஏன் நான் திரும்பிப் பார்க்கப் போறேன்..' மனதுக்குள் கருவுவாள் ரம்யா..

அன்றும் அதுபோலக் கருவியவள் ஏளனச் சிரிப்புடன்..

"என்ன அத்தான்..? அதிரசக் கடைக்காரருக்கு மருமகனாப் போகப் போறிங்க போல.." என்றாள்..

"என்ன உளருகிற..?"

"உளருகிறேனா..? நானா..? நோ, நோ.. இது உளரல் இல்லை அத்தான்.. முக்காலும் உண்மை.. உங்களுக்கு வரப் போகிற மனைவியைப் பெத்தவர் குட்டியூண்டா

ஒரு ஸ்டாலை போட்டு அதில அடுப்பு மூட்டி அதிரசம் சுட்டு விற்கிறவர்தான்.. சந்தேகமிருந்தா அத்தைகிட்டக் கேளுங்க.."

கண்களில் பிரதிபலித்த கேலிச்சிரிப்புடன் ரம்யா போய்விட.. அசையாமல் நின்ற விட்டான் சஞ்சய்.. ரம்யாவின் ஏளனச்சிரிப்பு அவனை மிகவும் பாதித்தது..

'அதிரசக் கடைக்காரரின் மகள் எனக்கு மனைவியா வரப் போகிறாளா..? ரப்பிஷ்..! இந்த வீட்டில என்னதான் நடக்குது..?'

வேகத்துடன் வீட்டுக்குள் நுழைந்த சஞ்சய் லொக், லொக்கென்று இருமினான்.. புகைமூட்டம் மேகங்களைப் போல அந்த பிரம்மாண்டமான ஹாலை நிறைத்திருந்தது.. தேவலோகம் போலக் காட்சி தந்த அந்த ஹாலுக்குள் நுழைந்த சஞ்சய் யாரையும் பார்க்க முடியாமல் இமை கொட்டி விழித்தான்..

"வாட் இஸ் திஸ்..? அம்மா.. அம்மா.."

அவனது அலறலுக்கு புகை மண்டலத்துக் குள்ளிருந்து பதில் வந்தது..

"அப்படியே நில்லு சஞ்சய்.."

புகை மத்தியிலிருந்து பராசக்தி போல வெளியே வந்தாள் ருக்மிணி..

"வீட்டுக்குள்ள என்னம்மா புகையா இருக்கு..? ஃபயர் சர்வீஸிக்கு போன் போடறேன்.."

"படுத்தாதேடா.. அப்பா ஹோமம் பண்ணிக்கிட்டு இருக்கார்.."

உதட்டில் விரலை வைத்து மகனை எச்சரித்தாள் ருக்மிணி..

"ஹோமம் பண்றாரா.. எங்கே..?" கண்களைக் கசக்கியபடி புகை மூட்டத்திற்குள் கூர்ந்து பார்த்தான் சஞ்சய்..

"அங்கே.."

ருக்மிணி சுட்டிக் காட்டிய திசையில் புகை மண்டலத்தின் நடுவே.. வேட்டி சட்டையுடன் தரையில் கால்களை மடித்து சம்மணமிட்டு அமர்ந்து கைகளைக் குவித்திருந்தார் கோகுல்நாத்.. அவருக்கு எதிரே அமர்ந்திருந்த அய்யர்கள் மந்திரங்களை ஓதிக் கொண்டிருந்தார்கள்..

வீட்டுக்குப் பதிலாக கோவிலுக்குள் குடியிருக்கி றோமோ என்ற சந்தேகம் சஞ்சயக்கு வந்து விட்டது..

"இன்னைக்கு என்னவாம்..?" ருக்மிணியிடம் விசாரித்தான்..

"அப்பாவோட ஜாதகப் பிரகாரம் இப்ப ஹோமம் பண்ணனுமாம்.."

"போனவாரம்தான் அதைப் பண்ணினாரே.."

"அது கோவிலில் சஞ்சய்.. இது வீட்டில பண்ற ஹோமம்.."

"என்னவோ போங்க.. எனக்கு எதுவும் புரியலை.. நேத்து என்னடான்னா.. தேவையில்லாம என்கூட சண்டை வளர்த்தாரு.."

"ராசிபலன்ல நீ யாரு கூடவாவது சண்டை போடனும்னு போட்டிருந்ததாம்.. அதனாலதான் அவரே உன் கூட சண்டை போட்டு அனுப்பி வைச்சாரு.. வெளியே உனக்கு பிரச்னை வரக் கூடாதில்ல.. நான்தான் அதைச் செய்யச் சொன்னேன்.."

ருக்மிணியின் விளக்கத்தில் சுவரில் மோதிக் கொள்ளலாம் போலத் தோன்றியது சஞ்சய்க்கு..

"போனவாரம் இந்தப் பாடில்ல.."

"எப்படியிருக்கும்..? போனவாரம் பூரா சந்தோசம் நிலவும்ன்னுதான் நம்ம எல்லாரோட ஜாதகத்திலயும் இருந்ததாமில்ல.."

"ஏம்மா.. இப்படி இருக்கிறீங்க..? வெளியே தி கிரேட் கோகுல்நாத்தா இருக்கிறவரு.. வீட்டுக்குள்ள ஜாதகத்தப் பார்த்து இன்னைக்கு சிரித்துப் பேசலாமா இல்ல.. சண்டை போடலாமான்னு முடிவை எடுக்கிறாரு.. தாங்கலை.. இத்தனைக்-

கும் காரணம் நீங்கதான்ம்மா.. எதுக்கெடுத்தாலும் ஜாதகம், ஜோசியம்ன்னு அப்பாவை நீங்கதான் திசை திருப்பி விட்டுட்டீங்க.."

"ஆமாண்டா.. உங்கப்பாவுக்கு வாயில விரலை வைத்தாக் கடிக்கத் தெரியாது.. பச்சைக் குழந்தை பாரு.. அவர நான்தான் பிரெயின் வாஷ் பண்ணி.. எதுக்கெடுத்தாலும் ஜாதகம் பாருங்க.. ஜோசியம் பாருங்கன்னு சொல்லி வைச்சிருக்கேன்.."

"பின்னே இல்லையா..?"

"வேண்டான்டா சஞ்சய்.. தேவையில்லாம வம்புக்கு வராதே.."

"யாரு..? நான்..? தேவையில்லாம வம்புக்கு வர்றேன்..? தேவைதாம்மா எனக்கு.. உங்களாலே அந்த ஒன்றரைக் கண்ணு ரம்யா காலங்கார்த்தாலே என்னைக் கடுப்படிச்சுட்டுப் போறா.."

"தப்பு சஞ்சய்.. தாய், தகப்பனில்லாத பொண்ணு.. நம்மள அண்டி வாழுதுங்கிறதுக்காக என்ன வேணும்னாலும் பேசிறக் கூடாது.."

"கொடுமைம்மா.. நானா அவளைப் பேசினேன்..? அவதான் என்னைப் பேசிட்டுப் போறா.."

தலையில் அடித்துக் கொண்டான் சஞ்சய்.. அப்படி அவன் தலையில் அடித்துக் கொள்ளும் அளவிற்கு ரம்யா என்னத்தைத்தான் சொல்லி வைத்திருப்பாள் என்ற யோசனையில் ஆழ்ந்தாள் ருக்மிணி..

"ஹலோ.. மாம்.."

அவள் முன்னால் சஞ்சய் விரல் சொடுக்கியதில் தன்னுணர்விற்கு வந்தவள்..

"என்னடா..?" என்றாள்..

"யோசிக்கிறேன் பேர்வழின்னு நின்றுக்கிட்டேத் தூக்கம் போடக் கூடாது.. உங்களைச் சொல்லிக் குற்ற மில்லை.. கோழிகூவற வேளையிலேயே ஹோமத்துக்கான ஏற்பாடுகளை ஆரம்பிக்க எழுந்திருச்சீப்பீங்க.. காலையில பெட் காபி கொடுக்கறப்ப இதைப்பத்தி மூச்சுக்கூட விடலையே.."

"சொன்னா.. நீ காதிலயாவாங்கிக்கப் போற..? அதுக்கும் கேலி பேசப் போற.."

"இப்ப ஹோமம் வளர்க்கிறதில என்ன நடந்திரப் போகுது..?"

"நாம உச்சத்தில வாழலாம்.."

"இப்ப உச்சத்திலதானே இருக்கிறோம்.."

"அதெல்லாம் எதால வந்ததுன்னு நினைக்கிற..?"

"நீங்க பண்ற ஹோமத்தினாலதான் வந்துச்சாக்கும்.."

"ஆமாண்டா ஆமாம்.."

"பேசாம போயிருங்கம்மா.. எதுக்கெடுத்தாலும் ஜாதகம், ஜோசியம்ன்னு பினாத்திக்கிட்டு.."

அவன் சொன்னதைக் கேட்டபடி புகை மண்டலத்திலிருந்து வெளியே வந்த கோகுல்நாத்..

"உனக்கென்னடா தெரியும்..? நீ பிறக்கறப்பவே யோக ஜாதகத்தோட பிறந்தவன்.. நான் அப்படியில்ல.. முப்பது வருசமா உழைச்சு முன்னேறினவன்.. என் வளர்ச்சிக்கு உழைப்பு மட்டும் காரணமில்லடா.. என் ஜாதகக் கட்டத்துக்குள்ள குடியிருக்கிற நவகிரகங்கள் தான் காரணம்டா.." என்றார்..

"டாடி.. ப்ளீஸ்.. காலையிலேயே ஆரம்பிச்சுராதீங்க.."

"நோ சஞ்சய்..! ஜாதகக் கட்டங்களை ஈஸியா எடை போடாதே.. அவங்களுக்கான பவர் ஜாஸ்தி.. அவங்க நினைச்சா குப்பை மேட்டில இருக்கிறவங்க கூட கோபுரத்தோட உச்சிக்குப் போயிருவாங்க.."

"அப்ப நான் உச்சத்திலே நிக்கிறதுக்கு கூட என் ஜாதகம் தான் காரணம்ன்னு சொல்வீங்களா..?"

"நிச்சயமாச்சொல்வேன்.. முப்பது வருசமா நான் உழைத்து சம்பாதிச்சதை விட இரண்டு மடங்கு அதிகமா இந்த நாலே வருசத்தில நீ சம்பாதிச்சிருக்கன்னா.. அதுக்குக் காரணம் உன் உழைப்பும்.. அறிவும் மட்டுமில்ல.. உன் ஜாதகம்தான் முக்கிய காரணம்.."

சஞ்சயால் தாங்க முடியவில்லை.. அவனும்தான் எத்தனை முறை அதை வாய் விட்டுச் சொல்வான்..?

"தாங்கலைப்பா.." என்று தலையைப் பிடித்தான்..

"என்னடி..?" கோகுல்நாத் ருக்மிணியைப் பார்த்தார்..

"ரம்யா ஏதோ சொன்னாளாம்.. அதான் மூட் அவுட்டா இருக்கான்.." என்றாள் ருக்மிணி..

"என்ன சொன்னாளாம்..?"

"தெரியலைங்க.."

"இன்னைக்கு ராசிபலன்ல இவனுக்கு வம்பு வரும்ன்னு போட்டிருக்கு.. அதனாலதான் இன்னைக்கும் ஒரு சண்டையைப் போட்டு அனுப்பி வைக்கலாம்ன்னு பார்த்தேன்.. அதுக்குள்ள ரம்யா ஆரம்பிச்சு வைச் சிட்டாளா..?" திருப்தியுடன் சொன்னார் கோகுல்நாத்..

இன்றைய விடியல் இப்படியாகப்பட்ட விடியலாக விடிந்திருக்கிறதே என்று ஆற்றாமையாக இருந்தது சஞ்சய்க்கு..

பெரும்பான்மையான விடியல்கள் அப்படித்தான் விடிந்திருக்கின்றன என்று அவன் அறிவு நினைவு படுத்தியதில் அவனது தலை வேதனை அதிகரித்தது..

"ரம்யா சொன்னது உண்மையா..?" அவன் நேரடியாகவே கோகுல்நாத்திடம் கேட்டு விட்டான்..

"அவ என்ன சொன்னான்னு சொன்னாத்தானே அவ சொல்றது உண்மையா பொய்யான்னு சொல்ல முடியும்..?" என்று கேட்டார் கோகுல்நாத்..

"ஏதோ ஒரு அதிரசம் போடறவரின் மகளை எனக்கு வுட்-பி-யா பிக்ஸ் பண்ணியிருக்கீங்களாமே... உளருகிறாப்பா.. உங்க தங்கை மகள்ங்கிறதுக்காக அவ என்ன வேணும்னாலும் பேசுவா.. நான் அதைக் கேட்டுக் கிட்டு நிற்கனுமா..? முடியலைப்பா.. அடித்துப் பல்லைக் கழட்டியிருப்பேன்.. உங்க முகத் தாட்சண்யத்துக்காக சும்மா விட்டிருக்கேன்.. அவளை வார்ன் பண்ணி வையுங்க.. இன்னொருமுறை இதைப் போல என்கிட்டப் பேசினான்னா நடக்கிறதே வேற.." கொதித்தான் சஞ்சய்..

"சஞ்சய்.. அவ உண்மையைத்தான் சொல்லி யிருக்கா.." நிதானமாக அவன் தலையில் அணுகுண்டைப் போட்டார் கோகுல்நாத்..

"என்னது..?" அதிர்ந்து விட்டான் சஞ்சய்..

"ஆமாம் சஞ்சய்.. அவர் பெயர் சுந்தரேசன்.. நல்ல மனிதர்.."

"இருந்துட்டுப் போகட்டுமே.."

"அப்படி ஒட்டாமல் பேசாதே சஞ்சய்.. அவரோட மூத்த மகள் மகாலட்சுமியைத்தான் உனக்கு பிக்ஸ் பண்ணியிருக்கோம்.."

"குட்..! தி பேமஸ் இண்டஸ்டரியலிஸ்ட் சஞ்சய்க்கு பெண்டாட்டியா.. ஒரு அதிரசம் சுடறவரின் மகள் வரப்போறா.. சொல்கிறப்பவே அபத்தமா தோணலையாப்பா..?"

"இல்லை சஞ்சய்..! ஆயிரம் ஜாதங்களைக் கொடுத்து உன் ஜாதகத்துக்கு பொருத்தமான ஜாதகமாத் தேடிப் பிடிக்கச் சொன்னேன்.. பத்துக்குப் பத்தா இந்தப் பொண்ணுதான் பொருந்தி வந்தா.."

"பத்துக்குப் பத்தா..?"

"யெஸ் மை டியர் சன்.. பத்துப் பொருத்தத்துக்கு பத்துப் பொருத்தமும் அப்படியே பொருந்தி வர்றது ரொம்பவும் ரேர்.. இந்தப் பெண்ணோட ஜாதகம்தான் அப்படியே பொருந்தி வந்துச்சு.. நேரில போய் பாத்தேன்.. பொண்ணு பெயருக்கேத்ததைப் போல மகாலட்சுமியாய் ஜொலிக்கிறாள்.. இவதான் என் மருமகள்ன்னு அவளைப் பெத்தவங்ககிட்ட வாக்குக் கொடுத்திட்டேன்.."

சஞ்சயின் முன்னால் உலகமே சுழல்வதைப் போல இருந்தது.. பொருந்தாத அந்தத் திருமணத்தை மனப்பூர்வமாக அவன் வெறுத்தான்..

14

அலுவலகத்தின் சுவர் கடிகாரம் ஆறு மணி என்று அறிவித்தது.. ஐந்தடித்ததுமே அலுவலகமே காலியாகி விட்ட நிலையில்.. ஆறடித்த பின்னாலும் எழுந்து கொள்ள மனமில்லாமல் கம்யூட்டரை நோண்டிக் கொண்டிருந்தாள் மகாலட்சுமி..

'வீட்டுக்குப் போனா கல்யாணப் பேச்சைத்தானே பேசறாங்க..'

மகாலட்சுமிக்கு சலிப்பாக இருந்தது.. தப்பிக்க மார்க்கம் இல்லாமல் அகப்பட்டுக் கொண்ட துக்கத்துடன் அவள் கண்களை மூடிக் கொண்டாள்.. காணாததைக் கண்டதைப் போல் என்று சொல்வார்கள்.. மகாலட்சுமியின் குடும்பம் அப்படித்தான் கும்மியடித்தது.. அவர்கள் கனவிலும் நினைத்துப் பார்க்காத உயர்ந்த இடத்தில் மகாலட்சுமியைப் பெண் கேட்டு வந்துவிட்ட சந்தோசத்திலிருந்து அவர்களால் வெளியே வரவே முடியவில்லை..

சம்பந்தப்பட்ட மகாலட்சுமிதான் பித்துப் பிடித்தவளைப் போல இருந்தாள்.. கோமதி மாமி சொல்லிப் பார்த்துவிட்டாள்..

"எப்படியும் நீ யாரோ ஒருத்தனுக்கு கழுத்தை நீட்டி அவனை ஆம்படையானா ஏத்துக்கிட்டு புக்காத்துக்கு போயித்தானேடி ஆகனும்..?"

"தெரியும் மாமி.. அந்த புகுந்த வீடு எங்க வீட்டைப் போல இருக்கனும்.. இப்படி எட்டாத உயரத்தில இருக்கக் கூடாது.."

"அதில நோக்கென்னடி பிரச்னை..?"

"நிறைய இருக்கு மாமி.."

மகாலட்சுமியினால் அவற்றை பட்டியலிட முடியவில்லை... அவள் மனதை நிரப்பியிருக்கும் பயங்களைப் பற்றிச் சொன்னால் மாமி புரிந்து கொள்வாளா என்றிருந்தது அவளுக்கு..

'போடி அசடே..!' என்பாள்..

ஆயிரம் வியாக்கினங்களைச் சொல்வாள்.. அந்த வியாக்கினங்களுக்கு மகாலட்சுமியின் மனதிலிருக்கும் பயங்களை விரட்டியடிக்கும் சக்தியில்லை என்பதை மட்டும் அறிய மாட்டாள்..

'தெய்வமே..! என்னைக் காப்பாற்று..'

கண்களில் துளிர்த்த கண்ணீரை நாசுக்காய் பிறர் அறியா வண்ணம் கைக்குட்டையால் ஒற்றி எடுத்தாள் மகாலட்சுமி..

"ஹல்லோ.. இன்னுமா நீங்க கிளம்பலை.."

பக்கத்தில் கேட்ட குரலில் மகாலட்சுமியின் உடல் தூக்கிப் போட்டது.. பதறியடித்துக் கொண்டு நிமிர்ந்தாள்.. அவள் பயந்ததைப் போல ரமேஷ்தான் அங்கே நின்றிருந்தான்..

கண்களாலேயே தூகிலுரியும் அவன் விழிகளை வெகுஜாக்கிரதையாக தவிர்த்தபடி அலுவலகத்தைச் சுற்றிப் பார்வையை ஓட்டினாள்.. மகாலட்சுமி.. ஒருவரையும் காணோம் என்பதில் அடிவயிறில் பயபந்து சுருண்டது.. அவசரமாக கம்யூட்டரை அணைத்து விட்டு அவள் பொருள்களைச் சேகரித்துக் கைப்பையை நிரப்பினாள்..

"எப்படா ஐந்தடிக்கும்ன்னு காத்திருக்கிறதைப் போல ஆபிசே காலியாயிருச்சு.. நீங்க மட்டும் டயத்தை மைண்ட் பண்ணாம வொர்க் பண்ணிக்கிட்டு இருக்கீங்க.. உங்களைப் போல சின்சியர் வொர்க்கரை ரொம்ப ரேராத்தான் பார்க்க முடியுது.. ஐ அப்ரிசியேட் யு.." என்றவனின் பார்வை கழுத்திற்கு மேல் ஏன் பார்க்க மாட்டேன் என்று அடம் பிடிக்கிறது என்று அருவெறுத்தாள் மகாலட்சுமி..

'எப்பப் பாரு.. கழுத்துக்கு கீழேதான் பார்த்து வைக்கிறான்.. விருந்தாளிக்கு பிறந்த பயல்..'

முகம் சிவக்க அவனை விட்டு விலகி நடக்க முற்பட்டாள் மகாலட்சுமி... அவனைத் திட்டித் தொலைக்கவும் முடியாது.. அந்த அலுவலகத்திற்கு அந்தப் பொறுக்கிதான் மேனேஜராக இருந்தான்..

"வெயிட்.. வெயிட்.. எதுக்கு இந்த வேகம் மிஸ் மகாலட்சுமி..?"

கபடமாக சிரித்தபடி அவள் வழியை மறித்தான் அவன்..

'ஊஹீம்.. இவன் இன்னைக்கு என் கையாலே மாத்து வாங்கனும்ங்கிற முடிவோடதான் இருக்கான்..' அவனை நேருக்கு நேர் முறைத்தாள் மகா..

"ரொம்ப நாளா உங்ககிட்ட ஒன்னு சொல்லனும்னு இருந்தேன்.."

"நானும் ரொம்ப நாளா உங்களுக்கு ஒன்னு கொடுக்கனும்னுதான் இருந்தேன் சார்.."

"என்ன மகா அது..? முத்தமா..? கொடுங்க.. கொடுங்க.."

மகாலட்சுமியின் மனதிலிருந்த கொதிப்பை அறியாமல் அவள் அறைவதற்குத் தோதாக.. வாகாக கன்னத்தைக் காட்டி வைத்தான் ரமேஷ்.. ஆண்டாண்டு காலமாக அடக்கி வைத்திருந்த அத்தனை கோபத்தையும் ஒன்று திரட்டி மகாலட்சுமி ஓங்கி ஒரு அறை விட்டாள்..

"பளார்.."

அலுவலகத்தின் நான்கு சுவர்களிலும் எதிரொலி கிளம்பும் அளவிற்கு மாத்து வாங்குவோம் என்று அந்த ரமேஷ் கொஞ்சம்கூட எதிர் பார்த்திருக்கவில்லை..

விழுந்த அறையில் நிலை குலைந்து போய் கன்னத்தைப் பிடித்தபடி அவன் தள்ளாடி நின்றபோது அடுத்த சோதனை அவனுக்கு ஆரம்பமானது..

"பார்த்து சார்.. கீழே விழுந்துரப் போறீங்க.. அப்புறம் அதுக்கு வேற வைத்தியம் பார்க்கணும்.." என்றபடி பக்கத்து டேபிளுக்கு அடியிலிருந்து எழுந்தான் ஆபிஸ் அட்டெண்டர் பாபு..

'இவன் வேற இருக்கானா..?'

ஒரே சமயத்தில் ஒன்று போல ரமேஷின் மனதிலும், மகாலட்சுமியின் மனதிலும் உதித்த இந்த எண்ணம் இருவருக்குமே வேறுபட்ட உணர்வுகளைக் கொடுத்தது..

'இவன் பார்த்துத் தொலைச்சிட்டானா..? போச்சு.. ஆயிஸ் முழுக்க தம்பட்டம் அடிச்சுருவானே..'

கன்னத்தில் அடிபட்ட வலி மறைந்து போய் ரமேஷுக்கு நெஞ்சு வலிக்க ஆரம்பித்து விட்டது...

மகாவுக்கோ.. 'அப்பாடி...! இவன் இருக்கான்..' என்ற நிம்மதியுணர்வு ஏற்பட்டது..

காலில் உள்ள செருப்பைக் கழட்ட வேண்டிய அவசிய மில்லாமல் போய் விட்டதே என்ற நன்றியுணர்வுடன் பாபுவை அவள் பார்த்தாள்.. ரமேஷிற்கும் அவளுக்கும் இடையில் வந்து நின்று கொண்ட பாபு...

"டிரைவர்கிட்ட காரை எடுக்கச் சொல்லவா சார்..? கன்னம் பழுத்திருக்கே.. ஆஸ்பத்திரியில காட்டியாகனுமே.." என்று அக்கறைப் பட்டான்...

பதில் சொல்ல முடியாமல் ரமேஷ் தவித்துக் கொண்டு நிற்கும்போதே மகாலட்சுமி விலகி நடந்து விட்டாள்...

'இப்படியா.. ஆபிசில இருக்கிற அத்தனை பேரும் போய் விட்டாங்கங்கிறதைக் கவனிக்காம பித்து பிடிச்சதைப் போல இருப்பேன்..?' தன்னைத் தானே கடிந்து கொண்டவளுக்கு தன் நிலையை நினைத்துக் கவலையாக இருந்தது..

என்று அவளுடைய திருமணப் பேச்சு ஆரம்பித்ததோ... அன்றிலிருந்து மகாலட்சுமியின் அமைதி தொலைந்து போயிருந்தது..

'இப்ப இந்த கோகுல்நாத் குடும்பத்தில இருந்து அவரோட மகனுக்குப் பெண் கேட்டு வரலைன்னு யார் அழுதா..?'

அவளுடைய ஓட்டை ஸ்கூட்டியைத் தேடிக் கண்டுபிடித்து அதை ஸ்டார்ட் செய்ய முனைந்த போது அவளின் செல்போன் ஒலித்தது...

'நல்ல வேளை.. இப்பவே அடிச்சுத் தொலைச்சது.. ஹெவி டிராபிக்கில அடிச்சிருந்தா என்னாகிறது...'

போனை எடுத்துப் பார்த்தாள்.. அறியாத நம்பர் என்றது அது.. அவள் போனில் அறியாத நம்பரா...?

'யாரா இருக்கும்...?'

செல்போனை எடுத்து உயர்ப்பித்துக் காதில் வைத்தாள்..

"ஹலோ.." என்றதும்..

"ஐ வான்ட் டு டால்க் வித் யு.." என்றது அதிகாரமாக ஒரு ஆண் குரல்..

'எவன்டா அது...?' மகாலட்சுமியின் இயல்பான கோபம் தலை தூக்கியதில்.. அவள்

"ஐ டோன்ட் வான்ட் டு டால்க் வித் யு..." என்றாள்..

மறுமுனையில் சில நொடிகள் மௌனம் நிலவியதில் மகாலட்சுமிக்கு வெகு திருப்தியாக இருந்தது.

'இவன் பெரிய இவன்...! என்கூட பேச ஆசைப்பட்டதும் நான் ஓடோடிப் போய் பேசனும்.. நினைப்பைப் பாரு...'

அந்த பெரிய இவன் எவனாக இருப்பான் என்ற ஆராய்ச்சியுடன் அந்த அறியாத நம்பரை உற்று உற்றுப் பார்த்தாள்.. யாரென்றே தெரியவில்லை.. போனை அணைத்து விட்டு..

'தொலைகிறது விடு.. காலாகாலத்தில் வீடு போய் சேரலாம்..' என்று ஸ்கூட்டியை உதைத்த போது.. ஸ்கூட்டிக்குப் பதில் செல்போன் அலறியது..

'என்னாங்கடா இது ரோதனையாப் போச்சு..'

எரிச்சலுடன் செல்போனை உயிர்ப்பித்தவள்..

"ஹலோ.." என்று படபடக்கும் முன்..

"நான் சஞ்சய்.." என்றது மறுமுனை...

மகாலட்சுமிக்கு சஞ்சய் என்பது யாரென்று மறந்து விட்டது.. கோகுல்நாத்தின் குடும்பத்தில் அவருடைய மகனுக்காகப் பெண் கேட்கிறார்கள் என்று சொன்ன சுந்தரேசன் அந்த மகனின் பெயர் சஞ்சய் என்பதையும் சேர்த்துத்தான் சொன்னார்..

ஆனால் கல்யாணப் பேச்சில் கலவரப்பட்டுப் போயிருந்த மகாலட்சுமிதான் அந்தப் பெயரைக் கவனிக்காமல் விட்டு விட்டாள்.. அதனால் சஞ்சய் செல்போனில் 'நான் சஞ்சய்..' என்று அறிமுகப் படுத்திக் கொண்டதும்...

"யாருங்க நீங்க...? சஞ்சய்ன்னு சொன்னவுடனே தெரிஞ்சுக்கற அளவுக்கு நீங்க என்ன பில்கேட்ஸ் போல பாப்புலரான ஆளா...?" என்று கேட்டு வைத்தாள்..

அப்போதும் கூட அவன் பெயர் அவளுக்குப் பரிச்சயமான பெயரைப் போலத் தோன்றவில்லை.. என்றோ ஒருநாள் அவளை உதாசீனப்படுத்தி.. இரவுகளில் அவளைத் தூக்கத்தை தொலைக்க வைத்த பணக்கார அகம்பாவம் பிடித்த ஆணவக்காரன் ஒருவனின் பெயரும் சஞ்சய்தான் என்பது அவளுக்குச் சுத்தமாக

மறந்து தொலைத்திருந்தது..

மறுமுனையில் பற்கள் நொறுங்கும் சப்தத்தைக் கேட்டவளுக்கு காதில் தேன் பாய்வதைப் போல இருந்தது.. அவனை மேலும் கடுப்பேற்ற விரும்பியவள்.. தொடர்ந்து..

"இல்ல.. அமெரிக்க அதிபர் ஒபாமாவா..?" என்று கேட்டு விட்டு...

'சூப்பர்டி மகா..' என்று தனக்குத்தானே பாராட்டிக் கொண்டாள்..

"லுக்.." என்றான் அவன்..

"போனில் லுக் விட முடியாது.. பேசத்தான் முடியும்.. இல்லேன்னா மத்தவங்க பேசறதைக் கேட்கத்தான் முடியும்.." என்றாள் இவள்..

"உன்கிட்டேயெல்லாம் பேசறதே வேஸ்டுன்னு நினைக்கிறவன் நான்.." அவன் சொன்னான்..

"உங்களை மாதிரி ஆளுக பேசறதைக் கேட்கிறதே வேஸ்டுன்னு நினைக்கிறவ நான்..! மனசிலாயி..?" இவள் பதிலடி கொடுத்தாள்..

"விதி...! உன்கூடல்லாம் நான் பேச வேண்டியிருக்கு.." அவன் அலுத்துக் கொண்டான்..

"காலக்கொடுமை..! நீங்க பேசறதை நான் கேட்டுத் தொலைக்க வேண்டியிருக்கு.." இவள் சலித்துக் கொண்டாள்..

"ம்ஹீம்.. இந்த வாழ்க்கை இன்னும் எத்தனை அபத்தங்களை நான் ஃபேஸ் பண்ணனும்னு எழுதி வைச்சிருக்கோ.." அவன் வெறுத்துப் போக...

"இதை விட அபத்தமா வேற ஒன்னும் இருக்காதுன்னுதான் நான் நினைக்கிறேன்.." என்று இவள் அவனை விட அதிகமாக வெறுத்துப் போனாள்..

"லிசன்..."

"நீங்க என்ன டீச்சரா..? நானென்ன ஸ்டூண்டா..?"

"இந்த ப்ளடி நான்சென்ஸ் ஆர்கியுமெண்டை கொஞ்சம் ஏறக்கட்டறியா...?"

"முன்னே பின்னே தெரியாத பெண்ணை வா.. போன்னு பேசறதை விடவா பெரிய நான்சென்ஸ் இருந்துரப் போகுது...?"

"முன்னே பின்னே தெரியாத பெண்தான்.. என்ன செய்து தொலைக்கிறது..? எல்லாம் என் தலையெழுத்து.."

"என் தலையெழுத்தும்தான்.."

"உன் தலையெழுத்து ஒழுங்காத்தான் இருக்கு.. என் தலையெழுத்துத்தான் கோணல் மாணலா ஆகித் தொலைச்சிருக்கு.."

"அதுக்கு ஏன் சார் எனக்கு போன் பண்ணியிருக் கீங்க..? உங்களைப் படைச்ச பிரம்மனுக்குள்ள நீங்க போன் பண்ணியிருக்கனும்..?"

"திமிர்...?"

"ஆமாம் சாரே..."

"பிரம்ம லோகத்தில் டவர் சரியாக் கிடைக்கலையாம்.. அதான் உன்கிட்டப் பேசி.. பிரம்மனுக்கு தூதனுப்ப முடியுமான்னு பாக்கறேன்.."

"இந்த தூது போகிற வேலைக்கெல்லாம் நான் சரிப்பட்டு வர மாட்டேன் சார்.. இப்படித்தான் சின்ன வயசில பக்கத்து வீட்டு அண்ணா.. எதிர் வீட்டு அக்கா-வுக்கு என் மூலமா ஒரு தூதனுப்பினார்.. அது வேலைக்கு ஆகாம போயி ரெண்டு வீட்டிலயும் சண்டை பத்திக்குச்சு.. தூது விசயத்தில என் ராசி அப்படி.. செம வீக்கான ஆளு நானு.. ஸோ.. என்னை விட்டுட்டு பிரம்மலோக தூதரகத்துக்கு தூதரா அனுப்ப வேற ஆளைத் தேடுங்க சார்.. பை.."

"பொறு..."

"என்ன அலுவலுக்கு...?"

"எனக்கு உன்கூடப் பேசியே ஆகனும்.. அவசரம்.."

"இந்த அவசியமும்.. அவசரமும் எனக்கு இல்லை.. ஸோ.. நான் சொன்ன 'பை..' கண்டினியு ஆகுது.. கேன்சலாகலை.."

"உனக்கு எதுக்கு அவசியமும், அவசரமும் இருக்கப் போகுது..?"

அவன் குரலில் தொனித்த இகழ்ச்சியில் துடித்துப் போனாள் மகாலட்சுமி.. இந்த அளவுக்குக் கூட ஒருவனால் இகழ்ச்சியாக பேச முடியுமா..?

"வாட் டு யு மீன்..?" சீறினாள்..

"ஐ மீன் வாட் ஐ ஸே... எனக்கும் உனக்குமான இந்த மேரேஜ் பத்தின பேச்-சில் உனக்கு லாபமும் எனக்கு நஷ்டமும் ஏற்படப் போகுதுங்கிறப்ப.. நீ ஏன் என்-னைப் பார்க்க வர்றதில அவசரம் காட்டப் போற..? இந்த மேரேஜ் புரொபசிலில எனக்குக் கொஞ்சம் கூட விருப்பமில்லைன்னு உனக்கு எப்படியோ தெரிஞ்சிருக்-கனும்.. அதனாலதான நீ என்னை மீட் பண்றதை அவாய்ட் பண்ணனும்னு துடிக்-கிற..?" பதிலுக்கு அவனும் சீறினான்..

"எங்கே வரனும்..?" உடனடியாக கேட்டாள் மகா..

அவனுக்கு அவள் மனதை உணர்த்தி விட வேண்டும் என்ற துடிப்பு அவன் உடலின் ஒவ்வொரு அணுவிலும் நிறைந்திருந்தது..

ஐயா..! நீ பெரிய பணக்காரனா இருக்கலாம்.. கோடிஸ்வரனா இருக்கலாம்.. உன்னைக் கல்யாணம் பண்ணிக் கொள்ள எனக்குத் துளிக்கூட விருப்பமில்லை என்று அவன் முகத்தில் அடிப்பதைப் போலச் சொல்லி விடலாம் என்றுதான் போனாள்.. போன இடத்தில் கோகுல்நாத்தின் மகனாக நின்றவனைக் கண்டதும் அவளுக்கு மயக்கமே வந்து விட்டது...

"நீங்களா...?" அவள் அதிர்ச்சியுடன் கேட்டாள்..

"நீதானா..?" அவன் இகழ்ச்சியுடன் கேட்டான்..

'கடவுளே..! இந்த அகம்பாவம் பிடித்தவனுக்கா என்னைப் பெண் கேட்டு வந்-திருக்கிறார்கள்..? இதையா அதிர்ஷ்டம் என்று என் வீட்டார் கொண்டாடுகிறார்-

கள்..' மகாலட்சுமி மலைத்து நின்றாள்..

15

அந்த காபி ஷாப்பில் அதிகமான கூட்டமில்லை.. வந்திருந்த ஒன்றிரண்டு ஜோடி-களும் தாழ்ந்த குரலில் பேசியபடி தள்ளி அமர்ந்திருந்தார்கள்.. மகாலட்சுமியை உறுத்துப் பார்த்தபடி உட்கார்ந்திருந்த சஞ்சயின் முகத்தில் குடம் குடமாக ஆத்-திரம் பொங்கி வழிந்து கொண்டிருந்தது.. என்னவோ.. அவன்தான் கணவனாக வேண்டுமென்று மகாலட்சுமி வலை வீசி அவனைப் பிடித்து விட்டதைப் போல அவளைத் திட்டித் தீர்த்துக் கொண்டிருந்தான் அவன்..

"உன் மனசில என்னதான் நினைச்சுக்கிட்டிருக்க..?" என்று அவன் ஆரம்பித்த போது..

'இந்த டயலாக்கை விட்டால் வேற டயலாக்கே இவனுக்குக் கிடைக்கலியா...? டிவியிலதான் எந்த சேனலைப் போட்டாலும் அதில் வர்ற அத்தனை சீரியலிலயும் ஒன்னு விடாம இந்த டயலாக் வருதுன்னா.. இவனும் அதையேதான் சொல்லித் தொலைக்கனுமா..?' என்று நேரம் காலம் தெரியாமல் நினைவு வந்தது மகாலட்சு-மிக்கு..

"நீ யார்..? உன் லெவல் என்னங்கிறது மறந்து போச்சா..? ஆப்டர் ஆல் ஃபைவ் ஸ்டார் ஹோட்டலில் ஒரு கப் காபி சாப்பிடக் கூட வக்கில்லாதவ நீ.. உனக்கு சஞ்சய் கேட்குதா...?"

அவன் கை முஷ்டியை மடக்கிக் குவித்துக் கேள்வி கேட்ட போது.. இருந்-தாலும் இவனுக்கு இத்தனை ஆணவம் இருக்கக் கூடாது என்று வெகுண்டாள் மகா...!

"ஹலோ.. மிஸ்டர் சஞ்சய்..! உங்களை எந்தக் கடையில சார் விக்கிறாங்க..?"

எகத்தாளமாக அவள் கேள்வி கேட்டதில் வெகுண்டு போவது இப்போது சஞ்-சயின் முறையானது...

"என்ன தைரியம்..? யாரைப் பார்த்து என்ன கேள்வி கேட்கிற..?"

"அடங்குங்க சார்.. என்னவோ கடையில உங்களை விற்பனைக்கு வைச்சி-ருந்ததைப் போலவும்.. உங்களைக் கை காட்டி எனக்கு சஞ்சய்தான் வேணும்ன்னு நான் கையைக் காலை உதைச்சு அழுததைப் போலவும் பீலா விட்டுக்கிட்டு உட்-

கார்ந்திருக்கிங்க.. என்ன...? நீங்க பெரிய கோடிஸ்வரா இருந்தா அது உங்க-ளோடு..

எனக்கு ஒன்னுமே இல்லைன்னு ஏற்கனவே நான் சொல்லியாச்சு.."

"அவ்வளவு ரோசமிருக்கிறவ என்னை நினைச்சுப் கூடப் பார்த்திருக்கக் கூடாது.. நான் இருக்கிற திசைப்பக்கம் கூட திரும்பியிருக்கக் கூடாது.."

"இதை நான் சொல்லனும் மிஸ்டர் ஒபாமா..."

"ஐ ஆம் சஞ்சய்..! மைண்ட் இட்..."

"நீங்களும் இதைத்தான் வாய்க்கு வாய் சொல்கறீங்க.. ஆனா.. நீங்க பண்ற.. அளப்பறையைப் பார்க்கிறப்ப எனக்கு அந்தப் பேர்தான் வாயில வருது..."

"கொழுப்பு...?"

"யெஸ்... யுவர் ஆனர்..."

"என் பக்கத்தில நின்னு பேசக்கூட ஒரு ஸ்டேட்டஸ் வேணும்.."

"எந்த ஸ்டேட்டஸைச் சொல்றீங்க சார்...? பேஸ்புக் சோட ஸ்டேட்டஸையா சொல்கிறீங்க..?"

அப்பாவியாய் இமை கொட்டி விழி விரித்துக் கேட்ட மகாலட்சுமியை இமைக்-காமல் பார்த்தான் சஞ்சய்.. அவள் பண்ணிய அராத்தில் அவனுடைய பிளட்பிரசர் எகிறியது...

"உன்னைப் போல ஒருத்தி கூட கொஞ்சநேரம் பேசிக்கிட்டு இருக்கிறதுக்குள்-ளயே எனக்கு மூச்சு முட்டுது.."

"எனக்கு மூச்சே நின்னு விடும் போல இருக்கு.."

"அப்படின்னாப்போ.. போய் என் அப்பாவிடம் சொல்லு."

"என்னன்னு...?"

"இந்த மேரேஜில் உனக்கு விருப்பமில்லைன்னு..."

எரிச்சல் பட்டவனை ஆழமாக பர்த்தாள் மகாலட்சுமி.. அவளது பார்வையில் புருவங்களைச் சுருக்கியவனை அலட்சியமாகவும் பார்த்தாள்.

"உங்களுக்கு மட்டும் இந்த மேரேஜில் விருப்ப மிருக்குதா..?" நீதானமாக கேட்-டாள்..

"உன்னை மேரேஜ் பண்ணிக்கிறதுக்கு நான் கூறாம சன்யாசம் வாங்கிக்கிட்டு போயிடலாம்.." உதாசீனமாக பேசினான் அவன்..

"இங்கேயும் அந்த முடிவுதான்.. என்ன ஒரு வித்தியாசம்ன்னா நான் கன்-யாஸ்திரியா போயிடலாம்ன்னு இருக்கேன்.."

"பெயர் மட்டும் மகாலட்சுமி...! மேரின்னு பெயர் இருந்தா நீ சொல்றதை நம்-பலாம்.."

"மகாலட்சுமின்னு பெயர் இருந்தாலும் நம்பலாம்.. ஏன்னா நான் கபாலிசுவரர் கோவிலுக்கும் போவேன்.. சாந்தோம் சர்ச்சுக்கும் போவேன்.."

"எம்மதமும் சம்மதம் போல..."

"ஆமாம்.. அதில உங்களுக்கென்ன பிரச்னை..?"

"எனக்கென்ன பிரச்னை வரப் போகுது..? அது உன் பிரச்னை.."

"தெரியுதுல்ல...?"

ஆழ்ந்த பார்வையுடன் அவள் கேள்வி கேட்டதில் புருவங்களை உயர்த்தினான் சஞ்சய்.. அவள் அடிக்கடி ஆழ்ந்த பார்வை பார்க்கிறாள் என்பதை மனதுக்குள் குறித்துக் கொண்டான்..

'அம்மணி அவ்வளவு ஆழ்ந்து சிந்திக்கிற அளவுக்கு ஆழமானவங்களாம்...' உதட்டில் புன்னகை நெளிய..

"எதை..?" என்று கேட்டான்..

"பிரச்னையில் கூட உங்க பிரச்னை.. என் பிரச்னைன்னு பிரிவு இருக்குங்கிறதை.." அழுத்தமான குரலில் சொன்னாள் மகா..

"ஆஹா..! எப்பேர்பட்ட கண்டுபிடிப்பு.." போலியாய் பாராட்டிய கையோடு..

"என்னைப் பாத்தா டைம் பாஸ் பண்றவனைப் போலத் தோணுதா..?" என்று சீறவும் செய்தான் சஞ்சய்..

"இதே கேள்வியை நானும் கேட்கலாம்.."

"அப்ப டயத்தை வேஸ்ட் பண்ணாதே.."

"உங்க அப்பா உங்களுக்கு மேரேஜ் பண்ணனும்னு முடிவு பண்ணியிருந்தா அது உங்க பிரச்னை..! அதில் நான் எப்படித் தலையிட முடியும்..? அவர் உங்களுக்குத்தான் அப்பா.. எனக்கில்லை.. ஸோ.. உங்க பிரச்னையைப் பத்தி உங்க அப்பாகிட்ட நீங்கதான் பேசனும்.. நான் பேச முடியாது.."

தெளிவாகப் பேசினவளை வெறித்துப் பார்த்தான் சஞ்சய்.. அவளோ.. போடா.. நீயுமாச்சு.. உன் முறைப்பு மாச்சு எனும் விதமாக அசட்டையாக பார்த்து வைத்தாள்..

"நீ ஒரு முடிவோடுதான் இருக்கே.." அவன் கண்கள் பளபளத்தன..

அவள் மனதை பாதிக்கும் விதமாக எதையோ சொல்லப் போகிறான் என்று அவளுக்குப் புரிந்து விட்டது.. இது என்ன புதுசா என்ற நினைவுடன்..

"என்ன முடிவோட இருக்கிறேன்ங்கிறதையும் தாங்களே கூறி விட்டால் தேவலாம்.. நான் ஒன்றைச் சொல்ல.. நீங்க வேற ஒன்றைச் சொல்லிக்கிட்டு இருக்கும் வேலை மிச்சமாகும் பாருங்க.." என்று போலிப் பணிவுடன் சொல்லி வைத்தாள்..

"கோடிஸ்வரியாகிற முடிவு..!" அமர்த்தலாக சொன்னான் அவன்..

"அப்படியா..? எந்த ஜாக்பாட் அடிக்கும்னு நான் எதிர்பார்க்கிறேனாம்.." சலனமில்லாமல் அவளும் கேட்டாள்..

"என்னை மேரேஜ் பண்ணிக்கிறது உனக்கான ஜாக்பாட்தானே.." துச்சமாக அவளைப் பார்த்தான் சஞ்சய்.

"அப்படின்னு நீங்களா நினைச்சுக்க வேண்டியது தான்.. உங்களைக் கல்யாணம் பண்ணிக்கிறதுக்குப் பதில் தண்டவாளத்தில் தலையை வைத்துப் படுத்து விட-லாம்.." அறிவித்தாள் மகாலட்சுமி..

"அப்படின்னா அதையே செய்து விடேன்.." ஆவலுடன் ஆலோசனை சொன்-னான் சஞ்சய்..

"நீங்களும் வாங்க.. கூட்டணி போட்டுக்கிட்டுத் தண்டவாளத்தில தலையைக் கொடுக்கலாம்.." அவள் கையை நீட்டினாள்..

"நான் ஏன் வரனும்..?"

"உங்களுக்கு என்னை மேரேஜ் பண்ணிக்கனும்னு ஆவலா இருக்கா..?"

"சேச்சே.."

"இங்கேயும் 'தூத்தூ'தான்.. ரெண்டு பேரும் ஷேம் போட்டில இருக்கிறப்ப.. ஒருத்தர் மட்டும் தனியா தண்டவாளத்தில தலையை வைச்சா நல்லா இருக்காது ஓபாமா சார்.."

"ஐ ஆம் சஞ்சய்.."

"இருந்துட்டுப் போங்க.. எனக்கென்ன போச்சு..?"

எப்படி பால் போட்டாலும் விடாமல் கேட்ச் பிடிப்பவளை என்ன செய்வது என்று பற்களைக் கடித்தான் சஞ்சய் ராமசாமி.. எப்படியாவது அவளைக் காயப்-படுத்தி விட வேண்டும் என்ற வன்மம் அவனுக்குள் வந்தது.. கண்கள் இடுங்க அவளைப் பார்த்தான்.. அவளோ நீ பால் போடுடா மச்சான்.. கேட்ச் பிடிக்க நான் காத்துக்கிட்டுத்தான் இருக்கிறேன் என்று பதிலுக்குப் பார்த்தாள்..

"உனக்கென்ன போகப் போகுது..? போகப் போகிறது என்னோட லைஃப்-தானே.." இகழ்ச்சியாக சொன்னவன்..

"இப்படிக் குறுக்கு வழியில் கோடிஸ்வரியாகனும்னு ஆளாய் பறக்கிறயே.. உனக்கு வெட்கமாயில்லையா..?" என்று கனகாரியமாக விசாரித்தான்..

என்னதான் முகம் மாறாமல் இருக்க வேண்டும் என்று மனதுக்குள் பிரயத்-தனங்களை மேற்கொண்டாலும் ஊசி முனையின் கூர்மையோடு அவள் இதயத்தில் தைத்த அவனது வார்த்தை அம்புகள் உண்டாக்கிய ரணத்தில் அவள் இதயத்தில் குருதி கொட்டத்தான் செய்தது..

'எப்படிக் கேட்டு விட்டான்..!' அவள் பொருமினாள்.

'இவன் பணக்காரன் என்பதற்காக அடுத்த வீட்டுப் பெண்களை இவ்வளவு இகழ்ச்சியாகப் பேசி விடுவானா..? இவனுடைய பணம் இவனோடு.. என்னைப் பேசும் உரிமையை இவனுக்கு யார் கொடுத்தது..?' அவளுக்கு ரத்தம் கொதித்தது..

"குறுக்கு வழியா..?"

அவள் மனதை மறைத்துக் கொண்டு அவன் முதுகுக்குப் பின்னால் தேடுவ-தைப் போல பார்த்தாள்..

"எந்தக் குறுக்கு வழியையும் காணோமே.. ஒருவேளை உங்க கண்ணுக்கு மாத்திரம் அந்தக் குறுக்கு வழி தெரிகிறதோ என்னவோ.. எனக்கு நேர்வழியில் போய்த்தான் பழக்கம்.." நிதானமாக சொன்னவள்..

"ஏன் சஞ்சய் சார்.. அந்தக் குறுக்கு வழியினாலதான் நீங்க கோடிஸ்வரா ஆனிங்களா..?" என்று இமை கொட்டி விசாரிக்கவும் செய்தாள்..

"என்ன தேவைக்கு..?" அவன் சீறினான்..

"பணக்காரங்களாவே இருக்கனும்ங்கிற தேவைக்குத் தான்.. வேற என்னத்-துக்கு..? எங்களைப் போல ஏழ்மை நிலையில இருக்கிறவங்க வசதி குறைவான வாழ்க்கை யையும் சந்தோசமா வாழ்ந்து பார்த்து விடுவோம் சார்.. உங்களைப் போல பணக்கார வர்க்கம்தான் கொஞ்சம் சறுக்கினாலும் உடைஞ்சு போய் மூலை-யில உட்கார்ந்துருவீங்க.. ஸோ.. கோடிஸ்வரியாகனும்கிற ஆசை எனக்குக் கிடை-யாது.. அதுக்கு குறுக்கு வழியைத் தேடனும்கிற அவசியமும் எனக்கு இல்லை.. இதெல்லாம் இல்லைங்கிறப்ப நான் ஏன் வெட்கப்படனும்..? தலை நிமிர்ந்து வாழ்-கின்ற கேட்டகிரி சார் நான்.."

தீர்க்கமான பார்வையுடன் அவள் பேசப் பேச.. அவன் முகம் மாறிப் போனது.. நெற்றியடியாய் அவள் பதில் சொன்ன விதத்தில் அவளைக் காயப்படுத்த முடியாத தோல்வி அவன் மனதில் புகைந்தது..

"இவ்வளவு பேசறவ.. இந்தப் பொருத்தமில்லாத மேரேஜ் புரபசலை ஏன் தடுத்து நிறுத்த மாட்டேங்கிற..? உனக்கு நேர்வழிதான் பிடிக்கும்ன்னா.. எனக்கு மனைவியாகி.. அதன் மூலமா கோடிஸ்வரியாகனும்ங்கிற குறுக்கு வழியை அவாய்ட் பண்ண வேண்டியதுதானே..?" எரிந்து விழுந்தான்..

"உங்க அப்பாவை உங்களுக்காக என்னைப் பெண் கேட்டு வரச் சொல்லி நான் சொல்லலை.. திடிர்ன்னு வந்து நின்னு உங்க பெண்ணை என் மகனுக்குக் கல்யாணம் பண்ணிக் கொடுங்க.. இந்த உலகத்திலேயே உங்க பெண்ணோட ஜாத-கம்தான் என் பையனோட ஜாதகத்தோட பொருந்தியிருக்குன்னு சொன்னா எந்-தப் பெண்ணைப் பெத்தவங்களும் ஆஹான்னு மகிழ்ந்து போகத்தான் செய்வாங்க.. என்னைப் பெத்தவங்களும் அதைத்தான் செய்தாங்க.. பட்.. எனக்கு இந்தக் கல்-யாணத்தில விருப்பமில்லை.."

"ஆர் யூ ஷ்யூர்..?"

"ஹண்ட்ரெட் பெர்ஸெண்ட் ஷ்யூர்.."

மகாலட்சுமியின் அழுத்தம் திருத்தமான பதிலில் மனதின் ஓர் மூலையில் அடி விழுவதைப் போல் உணர்ந்தான் சஞ்சய்..

அவனைத் திருமணம் செய்து கொள்வதில் விருப்பமில்லையென்றுகூட ஒரு பெண் சொல்வாளா என்ன..?

முதன்முதலாக அவனைப் பார்த்து அந்த வார்த்தைகளைச் சொன்ன மகாலட்சுமியை.. முதன் முதலாகக் கூர்ந்து பார்த்தான் சஞ்சய்..

'அழகாத்தான் இருக்கா.. ரொம்பவும் அழகுதான்.. பேரழகிங்கிறதினாலதான் இந்தத் திமிரா..?'

மகாலட்சுமியின் ஏழ்மையும், திமிரும் பொருந்தி வராததில் குழம்பிப் போனான் அவன்..

"இந்த ஆன்சரை அப்படியே என் அப்பாவுக்கு ஃபார்வர்டு பண்ணிட்டேன்னு வை.. பிராப்ளம் சால்வ்.. நான் நிம்மதியா இருப்பேன்.."

"உங்களைவிட அதிகமான நிம்மதியோட நான் இருப்பேன்.."

'விட மாட்டாளே..' அவனுக்குப் பற்றிக் கொண்டு வந்தது..

"மிளகாய் காரத்தோட பேசிப் பயனில்ல.. செயலில் காட்டனும்.."

"அதை நீங்கதான் காட்டனும்.. அவர் உங்களோட அப்பா.. அவர்கிட்ட நீங்கதான் பேசனும்ன்னு நான் தெளிவாப் பலமுறை சொல்லியாச்சு.."

"அதை நீ சொன்னால்தான் என்ன..?"

"என்னவா..?"

சஞ்சயை அவள் முறைத்த முறைப்பில் வெளிப்பட்ட ஜ்வாலையில் அவன் புரியாமல் பார்த்தான்..

'அப்படி என்னத்தைத் தப்பாச் சொல்லிட்டேன்னு இவ இப்படி கண்ணகி மதுரையைப் பார்த்ததைப் போல அன்பா பார்த்து வைக்கிறா..?' அவனுக்கு ஒரு மண்ணும் புரியவில்லை..

"மிடில் கிளாஸ் வர்க்கத்தில பெண்ணாப் பிறந்தவங்க படற பாட்டைப் பத்தி உங்களுக்கு என்ன தெரியும்..?"

சீற்றத்துடன் கேட்ட மகாலட்சுமி.. அதற்கான விளக்கத்தை எடுத்துச் சொல்லி அவனுக்குப் புரிய வைக்க ஆரம்பித்தாள்..

"ஏன்..? உங்களுக்கென்ன பிராப்ளம்..?"

"அது இருக்கு ஆயிரம் பிராப்ளம்.. அதைத் தெரிந்துக்கிட்டு உங்களுக்கு ஆகப் போகிறது ஏதுமில்லை.. அதனால தெரிந்து கொள்ள வேண்டியதை மட்டும் தெரிந்துக்கங்க.."

"சொல்லித்தொலை.."

"நீங்களும் கேட்டுத் தொலைங்க.. உங்க அப்பாவிடம் எனக்கு உங்க மகனைக் கல்யாணம் பண்ணிக்கிறதில விருப்பமில்லைன்னு நான் சொல்றேன்னு வையுங்க.. அவர் என்னைப் பத்தி என்ன நினைப்பார்..?"

"என்ன நினைப்பார்..?"

"அடக்கமில்லாத பெண்ணுன்னு நினைப்பார்.. அவரை நான் அவமானப் படுத்திட்டதா நினைப்பார்.. நீங்கள்ளாம்தான் பணக்கார வர்க்கமாச்சே.. நீங்க

பெண் கேட்டு வந்ததும் நாங்க தலைகால் புரியாம ஆடிக்கிட்டு.. கையெடுத்துக் கும்பிட்டு.. எங்க வீட்டுப் பெண்ணைக் கட்டிக்கங்கன்னு கெஞ்சனும்னுதான எதிர்பார்ப்பீங்க.. அதை வேணாம்ன்னு சொன்னா உங்க அப்பாவுக்கு ஹார்ட் அட்டாக் வந்திராது..?"

மகாலட்சுமி கேட்ட கேள்வியில் தலையைப் பிடித்துக் கொண்டான் சஞ்சய்.. அவள் சொன்னதைப் போல நடப்பதற்கான சாத்தியக்கூறு இருக்கிறது என்பதில் அவனால் மறுத்துப் பேச முடியாமல் போனது..

'தி கிரேட் கோகுல்நாத்தோட சன் சஞ்சயை மேரேஜ் பண்ணிக்க மாட்டேன்னு ஒரு மிடில்கிளாஸ் பெண் மறுத்துப் பேசுவான்னு அப்பா நினைத்துக் கூடப் பார்த்திருக்க மாட்டார்..'

மகாலட்சுமியின் மறுப்பு நிச்சயமாக அவருக்கு அதிர்ச்சியைத்தரும் என்ற நினைவில் வாயை மூடிக் கொண்டவனுக்குள் அந்தக் கேள்வி எழுந்தது..

'இவ ஏன் என்னை வேணாம்ன்னுசொல்றா..? ஒருவேளை..?'

16

அடுத்ததாக அவனுடைய சந்தேகத்திற்குத்தான் வந்தாள் மகாலட்சுமி.. முற்றுப் பெறாத அவன் கேள்விக்கு அவள் முற்றுப்புள்ளி வைத்தாள்..

"நீங்க கோடிஸ்வரன்.. அழகன்.."

"தெரிஞ்சாச் சரி.."

"தெரியுது.. தெரியுது.. இப்பேற்பட்ட உங்களை ஒரு பெண் வேண்டாம்ன்னு சொல்றான்னா.. ஒருவேளை அவளுக்கு வேற யார் மேலயாவது நோக்கம்

இருக்கு தோன்னு உங்க அப்பா நினைத்தாலும் நினைக்கலாம்.. அதை என் அப்பாம்மாகிட்டக் கேட்டாலும் கேட்கலாம்.. அப்படியில்லாமலா நீங்க பெத்த பொண்ணு மாப்பிள்ளையைப் பிடிக்கலைன்னு உங்ககிட்ட சொல்கிறதுக்குப் பதிலா என்னைத் தேடி வந்து சொல்கிறான்னு அவர் கேட்டார்ன்னு வையுங்க.. எங்க அப்பாம்மா முகத்தில என்னால விழிக்கக்கூட முடியாது.. அவங்க என்னை அப்படி வளர்க்கலை.. ஸோ.."

"ஸோ..?"

"எனக்கு இந்தக் கல்யாணத்தில இஷ்டமில்லைன்னு என்னோட அப்பாம்மாகிட்ட நான் சொல்லிக்கறேன்.. உங்களுக்கு பிடித்தமில்லைங்கிறதை உங்க அப்பாகிட்ட நீங்க சொல்லிருங்க.. அதுதான் பெட்டர்.."

பேச்சு முடிந்து விட்டது என்பதற்கு அடையாளமாக மகாலட்சுமி எழுந்து போய் விட்டாள்.. அவளுக்காக அவன் வரவழைத்திருந்த காபியை அவள் தொட்டுக்கூடப் பார்க்கவில்லை என்பது சஞ்சயின் மனதை உறுத்தியது.. காபியின் மீது படிந்திருந்த ஆடை அவனைப் பார்த்துச் சிரிப்பதைப் போல இருந்தது..

'நான் பார்த்தாலும் பார்த்தேன்.. இத்தனை திமிருடன் ஒருத்தி இருப்பதை பார்த்ததேயில்லை.. இப்பத்தான் பார்க்கிறேன்..'

இதற்கு முதலும் அவளைப் பார்த்திருக்கிறான் என்பதை அவன் மனம் நினைவு படுத்தியது.. அப்போ தெல்லாம் ஏன் இப்படி அவனுக்குத் தோன்றவில்லை..?

யோசித்துப் பார்க்கும் போது.. அந்தச் சூழல்களில் எல்லாம் சஞ்சய்தான் மகாலட்சுமியை நோஸ்கட் பண்ணியிருக்கிறான் என்பது அவன் நினைவுக்கு

வந்தது.. நிமிர்வும் கம்பீரமுமாக அவளை மட்டம் தட்டியிருக்கிறான்..

இப்போது அப்படியில்லை.. உன்னைப் பிடிக்க வில்லையென்று சொன்னவனிடம் நானும் அப்படித்தான் என்று நோஸ்கட் கொடுத்து அவனுடைய ஆண்மையின் கர்வத்தை அசைத்து விட்டாள் மகாலட்சுமி.. அதனால்தான் அவன் மனம் புழுங்கிக் கொண்டிருக்கிறான்..

‘எப்படியாவது இந்த மேரேஜை நிறுத்திரனும்..’

திடமான முடிவுடன் அவன் கோகுல்நாத்தைத்

தேடிப் போன போது அவர் சந்தோசத்தில் குதித்துக் கொண்டிருந்தார்..

"ஸ்வீட் சாப்பிடுடா.."

சஞ்சயிடம் ஸ்வீட் எடு.. கொண்டாடு என்று ஆர்ப்பரித்தவரைப் புரியாமல் பார்த்தபடி அவர் நீட்டிய ஸ்வீட்டை வாங்கி வாயில் போட்டுக் கொண்டான் சஞ்சய்..

"என்னப்பா குட் நியூஸ்..?"

"நான் பத்து வருசமா கோட்டை விட்டுக்கிட்டு இருந்த காண்ட்ராக்ட் எனக்கே எனக்குன்னு சேங்சன் ஆகிருச்சு சஞ்சய்.."

"ஈஸிட்..?" சஞ்சயின் வாயிலிருந்த ஸ்வீட் இனித்தது.

"இதெல்லாம் யாராலேன்னு நினைக்கிற..?"

"உங்களோட ஹார்டு வொர்க்கினாலன்னு நினைக்கிறேன்.."

"அதுதான் இல்லை.. எனக்கு மருமகளா வரப்போகிற மகாலட்சுமியாலதான் இந்த கான்ட்ராக்ட் எனக்குக் கிடைச்சிருக்கு.." குண்டைத் தூக்கிப் போட்டார் கோகுல்நாத்..

"என்னது..?" சஞ்சயின் வாயில் கரைந்து கொண்டிருந்த இனிப்பு.. வேம்பாக மாறிக் கசந்தது..

"யெஸ் மை டியர் சன்..! அந்தப் பெண்ணோட ஜாதகம் யோகஜாதகம்டா.. அவ வாழப் போகிற வீட்டை குபேரனோட வீடா மாற்றிக் காட்டற சக்தி அவ ஜாதகத்துக்கு இருக்குடா.."

"அப்புறம் எதுக்காக அவளோட அப்பா அதிரசம் சுட்டு விற்கிறார்..?"

"அவ வாழப் போகிற வீடுதான் வளமா இருக்கும்கிறது அவளோட ஜாதகம்.. இப்ப என்ன உனக்கு..? உன் மாமனார் அதிரசம் சுட்டு விற்கிறவரா இருக்கக் கூடாது.. அவ்வளவு தானே..? அவருக்கு ஒரு ஹோட்டலைக் கட்டிக் கொடுத்திட்டாப் போச்சு.. அதுக்கும் அவரோட பொண்ணுதானே காரணமா இருப்பா..? அப்ப நீ இந்தக் கேள்வியைக் கேட்க மாட்டேல்ல..?"

"அப்பா..."

தலையில் கை வைத்து உட்கார்ந்து விட்டான் சஞ்சய்.. இனி என்னதான் அவன் தலையாலே தண்ணீரைக் குடித்துப் போராடினாலும் அவனுடைய திருமண விசயத்தில் கோகுல்நாத் மலையிறங்கவே மாட்டார் என்றாகி விட்டதில் புதிய அஸ்திரம் ஒன்றைப் பிரயோகித்தான்..

"நான் ஒரு பெண்ணை லவ் பண்றேன்.."

"பண்ணிக்க.."

எளிதாக வந்த பதிலில் அவனுக்குத் தூக்கிவாரிப் போட்டது..

‘இவர் என்ன மாதிரியான டிசைன்..?’ அவரை ஒருமார்க்கமாக பார்த்தபடி..

"அப்பா..?" என்று அழைத்தான்..

"என்னப்பா..?" அவனைவிட படு ஆதுரமாக கேட்டார் கோகுல்நாத்..

"நான் ஒருத்தியை லவ் பண்றேன்னு சொன்னேன்.."

தான் சொன்னது அவர் காதில் விழுந்ததோ இல்லையோ என்ற சந்தேகத்தோடு சொன்னான் சஞ்சய்..

"பண்ணிக்கன்னு நானும் சொன்னேனேப்பா.." அவன் சொன்னது தன் காதில் விழுந்தது என்பதைச் சந்தேகத்திற்கு இடமின்றி நிருபித்தார் கோகுல்நாத்..

"அப்படின்னா நீங்க ஆரம்பிச்சு வைச்சிருக்கிற இந்த பேத்தல் மேரேஜ் புரபசலை ஸ்டாப் பண்ணிராலம்தானே..?"

ஆஹா..! பிரச்னை எவ்வளவு எளிதாக முடிந்து விட்டது என்று மகிழ்ந்து போனான் சஞ்சய்.. அந்த மகிழ்ச்சியில் ஒரு லாரி மண்ணைக் கொண்டு வந்து கொட்டி விட்டு.. அது எளிதாக முடியும் பிரச்னையில்லை.. முடிவேயில்லாத இடியாப்ப சிக்கல் என்பதை அவனுக்குத் தெள்ளத் தெளிவாக்கினார் அவனைப் பெற்ற கோகுல்நாத்..

"சஞ்சய் கண்ணா..! நீ யாரை வேண்டும்னாலும் லவ் பண்ணிக்க.. ஐ டோன்ட் கேர்.. பட்.. மேரேஜ்ன்னு வந்தா இந்தப் பெண் மகாலட்சுமியைத்தான் நீ மேரேஜ் பண்ணிக்கனும்.. அண்டர்ஸ்டாண்ட்..?"

‘என்னடா இது..?’ சஞ்சய்க்கு வெறுத்து விட்டது..

இப்படியுமா ஒரு மனிதர் விடாக்கண்டராக இருந்து வைப்பார்..

"முடியவே முடியாதுப்பா.." அவன் நிர்தாட்சண்யமாக மறுத்து விட்டான்..

அவனைப் பெற்ற அப்பா அவனை வற்புறுத்தவேயில்லை.. அதற்குப் பதில் படுகூலாக போனை எடுத்து ரிஷிகேசத்திற்கு டிக்கெட் போடச் சொன்னார்.. அடுத்து வக்கீலை அழைத்து அவருடைய சொத்தை இரண்டு பாகங்களாக்கி சஞ்சய்க்கும், சாருலதாவிற்கும் எழுதிக் கொண்டு வரும்படி சொன்னார்.. அவருடைய தங்கை பிள்ளைகளான ரம்யாவிற்கும், ரமணனுக்கும் சில சொத்துக்களை எழுதச் சொல்ல மறக்கவில்லை.. ருக்மிணிக்கு குடியிருக்கும் பெரிய பங்களாவும் ஷாப்பிங் காம்ளெக்ஸீம்..

"என்னப்பா இது..?" பொறுமையிழந்தவனாக வெடித்தான் சஞ்சய்..

"கடமையை முடிக்கிறேன்ப்பா.." சாந்த சொரூபியாக பதில் சொன்னார் அவனுடைய தந்தை..

"முடிச்சுட்டு..?"

"சன்யாசம் வாங்கிக்கிட்டு ரிஷிகேரத்துக்குப் போகப் போறேன்.. ஆன்மிகத்தை நம்பறவன்க்கு அதுதான்ப்பா இடம்.."

"என்னது..?..!!!.."

தி கிரேட் கோகுல்நாத் சன்யாசம் வாங்கிக் கொண்டு இமயமலைப் பக்கம் போகப் போகிறாரா..?

சஞ்சயின் மனக்கண்ணில் கண்ணீரும் கம்பலையுமாக ருக்மிணி நிற்கும் காட்சி தோன்றியதில் சகிக்க மாட்டாமல் அவன் தலையைக் குலுக்கி அந்தக் காட்சியைத் துரத்தினான்..

"விளையாடாதீங்கப்பா.."

"ஆமாம்ப்பா.. எனக்கு பால்யம் திரும்புது பாரு.. உன்கூடப் பந்து விளையாடனும்னு ஆசைப்படறேன்.."

"உங்களோட ஒவ்வொரு செகண்டும் பணம்ப்பா.."

"அது அப்போ.."

"இப்போ என்னவாகித் தொலைச்சிருக்கு..?"

"நான் பெத்த பிள்ளைக்கு என் மனசுப் பிரகாரம் ஒரு கல்யாணத்தைப் பண்ணி வைக்க முடியலை.. யாருக்காக நான் சம்பாதிக்கனும்..? என் பேச்சுக்கு மதிப்பில்லாத இந்த உறவில் நான் ஏன் இருக்கணும்.. பற்று வைச்சாத்தான் மனக்கஷ்டம்ப்பா.. பற்றை அறுத்துக்கிட்டுத் துறவியாப் போயிட்டா எதுவுமில்லை பாரு.."

கோகுல்நாத் அப்போதே ஆன்மிகச் சொற்பொழிவுக்கு ஆயத்தமாக.. அலறி விட்டான் சஞ்சய்..

"அப்பா.. ப்ளீஸ்.. வேண்டாம்.." கையெடுத்துக் கும்பிடாத குறையாக அவருடைய சொற்பொழிவை நிறுத்தி வைத்தான்..

போனால் போகிறது.. பெற்ற மகன் பிழைத்துப் போகட்டும் என்று கருணை காட்டித் தற்காலிகமாக போர் நிறத்தம் செய்து சொற்பொழிவைத் தள்ளிப் போட்டார் கோகுல்நாத்..

"அராஜகம் பண்றீங்கப்பா.."

"நான் என்னப்பா அராஜகம் பண்ணிக்கிட்டிருக் கேன்..? இத்தனை வருசமா உழைத்துச் சம்பாதித்த அத்தனை புராப்பர்ட்டியையும் உங்க அத்தனை பேருக்கும் டிவைட் பண்ணிக் கொடுத்துட்டு.. ஒத்தை ரூபா கூடக் கையில் எடுத்துக்காம காவியைக் கட்டிக்கிட்டு சன்யாசம் வாங்கிக்கிட்டுப் போறேன்னு சொல்றேன்.. இது அராஜகமாப்பா..?"

உலகத்தில் உள்ள ஒட்டு மொத்த அமைதியையும் தன் முகத்தில் தேக்கி அப்போதே சண்யாசியாகி விட்டவரைப் போல அருள் வாக்குச் சொன்ன கோகுல் நாத்தின் தலையைச் சுற்றி ஒளிவட்டம் தெரிவதைப் போல சஞ்சய்க்கு பிரமையே ஏற்பட்டு விட்டது.. கண்களைக் கசக்கி விட்டுப் பார்த்தான்.. ஒரு வட்டமும் தெரியவில்லை..

இப்படியே நிலைமை நீடித்தால் தான் என்னா வோமோ என்ற கவலை சஞ்சயின் மனதை ஆக்ரமித்தது..

'படுத்தறாரே..'

இயலாமையுடன் கோகுல்நாத்தை நோக்கினான்.. அவர் இல்லாத கம்பெனிகளை நினைத்துப் பார்க்கக்கூட அவனால் முடியவில்லை.. அவர் உருவாக்கிய தொழில் சாம்ராஜ்யம் அது.. சஞ்சய் தலையெடுத்த பின்னால் அதை பலமடங்காக வளர்த்து விட்டிருக்கலாம்.. விதை போட்டது அவர்தானே.. விதையின்றி உரமிட்டால் பயிர் வளர்ந்து விடுமா..?

"என் மேரேஜைப் பத்தி எனக்குன்னு கனவு இருக்காதாப்பா..?" ஆயாசத்துடன் கேட்டான்..

"உன் கனவைக் கலைக்கிறதைப் போல நான் பெண் தேடி வைக்கலை சஞ்சய்.. அந்தப் பெண் மகாலட்சுமி அழகானவள்.. பேரழகின்னு கூடச் சொல்லலாம்.." கோகுல்நாத் விவரித்தார்..

'ஆமாம்தானே..' மறுக்க முடியாமல் ஒப்புக் கொண்டது சஞ்சயின் மனம்..

"படிக்காத பெண்ணில்ல.. டிகிரி முடிச்சிருக்கா.. அடிசனல் குவாலிஃபைடா இருக்கா.. ஒரு கம்பெனியில வேலையும் பார்க்கிறா.."

"கிளரிகல் கேடரில வேலை பார்க்கிறா.." எரிச்சலுடன் சொன்னான் சஞ்சய்..

"ஸோ வாட்..? தன் காலில் நிற்கிறாளா இல்லையா..? அதைப் பாரு.. ஒரு கம்பெனியோட ஆபிஸ் அட்மினிஸ்ட்ரேசன் எப்படியிருக்கும்னு அவளுக்குத் தெரியுமா இல்லையா..? வீட்டுக்குள்ள முடங்கிக் கிடக்கலைல்ல..?" கோகுல்நாத் சுட்டிக் காட்டினார்..

"எனக்கு இது போதாதுப்பா.." முகம் சுளித்தான் சஞ்சய்..

"உன்னை ஃபோர்ஸ் பண்ணவே மாட்டேன் சஞ்சய்.. உன் லைஃப் உன் விருப்பம்போல இருக்கனும்னு நீ நினைக்கிறதைப் போல என்னோட லைஃபும் என் விருப்பம் போல இருக்கட்டும்.. யாருப்பா அங்கே.. ரிஷிகேசத்துக்கு டிக்கெட் போடச் சொன்னேனே.. என்ன ஆச்சு..? வக்கீல் வர்றாரான்னு வழியைப் பாருப்பா.."

"அட்டூழியம் பண்ணாதீங்கப்பா.."

"யாரு..? நான்..? அட்டூழியம் பண்றேன்..? குடும்பத்துக்கு எது நல்லதுன்னு யோசித்து நான் ஒரு முடிவைப் பண்ணினா.. நீ அதுக்குக் கட்டுப்பட மாட்டேன்னு

திமிறிக்கிட்டு நிப்ப.. அது அட்டூழியமா.. இல்லை நான் பண்றது அட்டூழியமா..?"

"நீங்க கைகாட்டற பெண்ணை நான் மேரேஜ் பண்ணிக்கிட்டாத்தான் குடும்பத்துக்கு நல்லது நடக்குமா..? சுயநலமா பேசாதீங்கப்பா.."

"சுயநலமா பேசறேனா..?"

கோகுல்நாத்தின் தீர்க்கமான பார்வையில் அதிகமாக பேசிவிட்டது புரிந்து போக நாக்கைக் கடித்துக் கொண்டான் சஞ்சய்..

'யாரைப் பார்த்து என்ன கேள்வி கேட்டுட்டேன்..?' நொந்து போனவன்..

'எல்லாம் அவளால் வந்தது..' என்று அந்தப் பழியையும் தூக்கி மகாலட்சுமியின் தலையில் போட்டான்.

"நான் சுயநலமா யோசிச்சிருந்தா என் தங்கை மகள் ரம்யாவைத்தானேப்பா உனக்கு கை காட்டியிருப்பேன்..? அப்படிச் செய்யாம உலகம் பூரா தேடி உனக்குப் பொருத்தமான ஜாதகமாப் பார்த்துக் செலக்ட் பண்ணி அந்தப் பெண்ணை மேரேஜ் பண்ணிக்கன்னு உனக்கு கை காட்டியிருக்க மாட்டேனே.."

'ஹையைய்யோ..' அரண்டு விட்டான் சஞ்சய்..

ரம்யாவை அவன் திருமணம் செய்து கொள்வதா..?

நினைத்துப் பார்க்கக் கூட அவனால் முடியவில்லை.. ரம்யாவை பல இடங்களில் பல சிநேகிதர்களோடு அவன் பார்த்திருக்கிறான்.. கோகுல்நாத்திற்குத் தெரிந்தால் வருத்தப்படுவார், கோபப்படுவார், அவளை வீட்டை விட்டு வெளியில் அனுப்பி வைத்து விடுவார் என்பதால் தனிமையில் அவளைக் கூப்பிட்டு கண்டித்திருக்கிறான்..

அவளோ அந்தத் தருணங்களில் சங்கடம் கொள்ளாமல்.. வெட்கித் தலை குனியாமல் சஞ்சயிடம் சரசம் பேச முயன்றிருக்கிறாள்..

"என்னத்தான் இது..? ஹீரோ போல நீங்க இருக்கறப்ப நான் மத்தவங்ககூட சுத்துவேனா..? அவங்கள்ளாம் ஜஸ்ட் பிரண்ட்ஸ் அத்தான்.. நீங்கதான் எனக்கு ஸ்பெசல்.."

இப்படி நெருங்க முயன்றவளின் கன்னம் அறை வாங்கியிருக்கிறது..

"இது லாஸ்ட் வார்னிங் ரம்யா.. எல்லாத்தையும் நிப்பாட்டிரு.. சுத்தறதைமட்டுமில்ல.. என்கிட்டத் தரக்குறைவா குழையறதையும் பேசறதையும் சேத்துத்தான் சொல்றேன்.. தொலைச்சுக் கட்டிருவேன் ஜாக்கிரதை..! அப்பாவுக்காக பார்க்கிறேன்.."

உறுமி விட்டு அவன் நகர்ந்ததை சட்டை பண்ணாமல் மறுநாள் காலையில் அவன் காதுகளில் விழும் படியாக..

"அடிக்கிற கைதான்..

அணைக்கும்.."

என்று பாடி வைத்தவள்தான் ரம்யா..

'அவளை மேரேஜ் பண்ணிக்கிறதுக்குப் பதில்.. அப்பாவுக்கு முன்னாடி நான் சன்யாசம் வாங்கிக்கிட்டு ஓடிப் போயிரலாம்..'

"என்னப்பா யோசிக்கிற..? கூறாம சன்யாசம் வாங்கிக்கலாம்ன்னு யோசிக்கி-றயா..?" மகனின் மனதைப் படித்தவராக கேள்வி கேட்டார் கோகுல்நாத்..

"சாருலதா மேரேஜே வேணாம்ன்னு முடிவு பண்ணியிருக்காளே.. அவ விருப்-பத்தை மதிக்கிற நீங்க என் விருப்பதை மட்டும் ஏன்ப்பா மதிக்க மாட்டேங்க-றீங்க..?" பாயிண்டை பிடித்தான் சஞ்சய்..

"சாருலதாவோட முடிவினால என் மனசு எத்தனை வேதனைப் பட்டுக்கிட்டு இருக்குன்னு உனக்குத் தெரியுமா..? நான் பெத்தவன்டா சஞ்சய்.. என் பிள்ளைக தனிமரமா நிக்கக் கூடாதுன்னு நினைக்கிறவன்.. நீங்கள்ளாம் வாழனும்டா.. ஒரு வகையில இந்தப் பெண் மகாலட்சுமிதான் உனக்கு மனைவியா வரனும்னு நான் பிடிவாதம் பிடிக்கிறதுக்கு சாருலதாவும் ஒரு காரணம்டா சஞ்சய்.. இந்தப் பெண் மகாலட்சுமிகாலடி எடுத்து வைக்கிற புகுந்த வீட்டில எந்தப் பிரச்னையும் வரா-தாம்.. இருக்கிற பிரச்னையும் தீர்ந்து ஓடிப் போயிருமாம்.. இந்தப் பெண் நம்ம வீட்டில விளக்கேத்த வந்தான்னா நம்ம சாருலதாவுக்கும் கல்யாணம் கூடி வந்தி-ரும்ன்னு என் உள் மனசு சொல்லுதுடா சஞ்சய்.." கோகுல்நாத்தின் குரல் தழத-ழத்தது.. அதற்கு மேல் பேச வார்த்தைகள் இல்லாமல் வற்றிப் போய் விட்டதைப் போல சஞ்சய்க்கு ஆகிப் போனது..

17

குறி பார்த்துத் துப்பாக்கியால் சுட்டுக் கொண்டிருந்தாள் வித்யா.. வட்டம், வட்டமாக வரையப் பட்டிருந்த அந்தப் பலகையின் மையப் பகுதியில் மிகச் சரியாக துளைத்துச் சென்றன அவள் சுட்டத் துப்பாக்கியின் குண்டுகள்..

"வெல்டன் வித்யா.."

அவளுக்கு டிரெயினிங் கொடுத்த மேலதிகாரி பாராட்டினார்.. வித்யா மரியாதையுடன் விறைப்பாக நின்றாள்.. அவர் நகர்ந்ததும் விலகி நடந்தாள். அவள் பின்னால் கனத்த ஷீக்களின் தடதடத்த சப்தம் கேட்டது..

'ரிஷி வர்றான் போல..'

அவளது கணிப்பு சரியாக இருந்தது.. வேக நடையுடன் அவளை எட்டிப் பிடித்த ரிஷி வேகம் குறைத்து அவளுக்கு இணையாக நடந்தான்.. அவன் பார்வை வித்யாவின் முகத்தை மொய்த்தது.. அவள் முகத்தை திருப்பிக் கொண்டாள்.. ரிஷியின் முகம் சுருங்கியது..

"நான் வில்லனில்ல வித்யா.." என்றான்..

வித்யா பதில் சொல்லவில்லை.. நடையில் வேகத்தைக் கூட்டினாள்.. அவளுக்கு இணையாக ரிஷியும் வேகம் காட்டினான்..

"ஐ.பி.எஸ் கோச்சிங் கிளாசிலேயே என் மனதைச் சொல்லிட்டேன்.. ஒரு வருசமா காத்துக்கிட்டு இருக்கேன்.. நீ என் காதலை ஏத்துக்க மாட்டேங்கிற.. ஏன் வித்யா..?"

"எனக்குப் பிடிக்கலை.."

"என்னையா..?"

"காதலை.."

"சென்னையிலயும் இப்படித்தான் சொன்ன..? ஒருவேளை நான் ஐ.பி.எஸ் ஆகாம நீ மட்டும் ஐ.பி.எஸ் ஆகிருவியோங்கிற எண்ணத்தில என்னை அவாய்ட் பண்றன்னு நினைச்சேன்.. இப்ப நீயும் நானும் ஒன்னுபோல ஐ.பி.எஸ்க்கு செலக்ட் ஆகி போலிஸ் அகாடமியில டிரெயினிங்குக்காக வந்து நிற்கிறோம்.. இப்பவும் என்னை அவாய்ட் பண்றியே.. இது நியாயமா வித்யா..?"

"நீங்க என்னை தொந்தரவு பண்றது மட்டும் நியாயமா ரிஷி..?"

"நான் உன்னைத் தொந்தரவு பண்றேனா..?"

அடிபட்ட பார்வையுடன் ரிஷி போய் விட்டான்.. எதிர்பட்ட சக தோழர்களுக்கும், தோழிகளுக்கும் தலையாட்டி.. கையாட்டி.. சிரித்தபடி தன் அறைக்குள் நுழைந்து கதவை அடித்துக் கொண்ட வித்யாவின் மனம் கனத்தது.. உடை மாற்றி ஓய்வாக ஜன்னலருகே உட்கார்ந்தவளின் மனம் கலாவை நினைத்துக் கொண்டது..

"அவன் காதலைச் சொன்னான் வித்யா.. அவன் கண்களில் காதல் இருந்துச்சு.. எனக்காக காத்திருந்தான்.. நான் எங்கே போனாலும் என்னை ஃபாலோ பண்ணிக்கிட்டு வந்தான்.. நான் திட்டினேன்னா கோபப்படாம செல்லப் பிராணியைப் போல என் முகத்தைப் பார்த்துக்கிட்டு நின்னான்.. எனக்குப் பிடிச்ச மாதிரி இருந்தான்.. பிடிச்ச மாதிரிப் பேசினான்.. நான்தான் அவனோட உயிர் மூச்சுன்னான்.. கொஞ்சம் கொஞ்சமா என்னோட உயிர் மூச்சா அவனை நான் நினைக்கிற அளவுக்கு அவன் மேலப் பைத்தியமா என்னை மாத்தினான்.. கடைசியில.. கடைசியில.."

கலாவின் தேம்பல் ஒலி காதுகளில் ஒலிப்பதைப் போல இருந்தது.. வித்யா கண்களை மூடிக் கொண்டாள்.. மனம்..

'கலா..! ஏண்டி அப்படிச் செஞ்ச..?' என்று அரற்றியது..

"எப்படி வித்யா..? எப்படி...? என்னை ஏமாத்த எப்படிடீ அவனுக்கு மனசு வந்துச்சு..? என் காதலைக் கொல்ல எப்படி அவனுக்கு மனசு வந்துச்சு..? என் உயிரைக் குடிக்க எப்படி அவனுக்கு மனசு வந்துச்சு..?"

'எப்படி..?..' வித்யாவால் நினைத்துக்கூடப் பார்க்க முடியவில்லை..

அன்று கலா புழுவைப் போலத் துடித்தாளே.. நம்பினவன் கழுத்தை அறுத்து விட்ட வலி இத்தனை கொடூரமாகவா இருக்கும்.. என்று வித்யா மலைத்து நின்றாளே..

"மனசு வலிக்குதுடி.. இந்த வலி எப்பேற்பட்டதுன்னு தெரியுமாடி வித்யா..? என் உயிரை அறுக்கிற வலிடி இது.. நிமிர்ந்து நின்னேனே.. அவனை சட்டை பண்ணாம நான் நானா இருந்தேனே.. காதலை முன்னால வைத்து என் கழுத்தை அறுத்துட்டானே.. நம்ப வைச்சு ஏமாத்திட்டானே.. இதுக்கு அவன் என்னைக் கொன்று போட்டிருக்கலாமேடி.."

கதறி அழுதவளை தேற்ற ஆன மட்டும் முயற்சி செய்தாள் வித்யா..

"இதில இருந்து வெளியே வரப்பாருடி.." என்றாள்..

"முடியலையே.." முகத்தில் அறைந்தபடி கதறினாள் கலா..

"அவன் நினைப்பில முழிச்சு.. அவன் நினைப்பில தூங்கின்னு.. அவன் நினைப்பிலேயே வாழ்ந்துட்டேனேடி.. எல்லாம் அவன்தான்னு இருக்கிறப்ப இந்த நினைப்பில இருந்து வெளியே வர முடியுமான்னு தெரியலையேடி.."

கலா பொங்கி அழுதாள்.. வித்யா எவ்வளவுதான் தேற்றினாலும் அவளது அழுகை நிற்கவேயில்லை..

"ஏண்டி இப்படி உன்னையே நீ வருத்திக்கிற..?"

மனம் தாங்காமல் வித்யா கேட்டபோது கலா சொன்னாளே.. அவள் மனதிலிருப்பதை வெளியில் கொட்டினாளே.. அதைக் கேட்ட பின்பும் வித்யா அவளைத் தனியாக விட்டு விட்டு போயிருக்கலாமா..?

அந்த நாளுக்குப் பின்னால் பலநாள்கள் குற்ற உணர்வுடன் மற்றவர்களுக்குத் தெரியாமல் அழுது தீர்த்திருக்கிறாள் வித்யா.. தாய், தகப்பனில்லாமல் உறவினர்களின் உதவியுடன் படித்து வேலை தேடிக் கொண்ட கல்லூரித் தோழி கலா.. ஐ.பி.எஸ் படிக்கும் குறிக்கோளுடன் மேற்படிப்பைத் தொடர்ந்தவள் வித்யா.. லேடிஸ் ஹாஸ்டலில் இருக்கும் கலாவை அடிக்கடி சந்திப்பாள் வித்யா.. இருவருக்குள்ளும் ஆழமான நட்பு இருந்தது..

அந்த நாள்களில் ஒரு நாளில்தான் கலா தன் காதலைச் சொன்னாள்..

"விடாம ஃபாலோ பண்ணினான்டி.. நான்னா அவனுக்கு உயிராம்.. எவ்வளவு திட்டினாலும் விட்டுட்டுப் போகாம என்னையே சுத்திச் சுத்தி வருவாண்டி.."

பெருமை பொங்கி வழிய தோழி பேசியதை வித்யா இன்னமும் மறக்கவில்லை..

ஒரு பெண்ணை மடக்க எப்படியெல்லாம் அவன் நடித்திருக்கிறான் என்று பின்னாளில் நினைத்துக் கொண்டாள் வித்யா.. காதலனைப் பற்றி உருகி உருகிப் பேசிய கலா ஒருநாள் அவளுடைய காதலன் திருமணத்துக்கு அவசரப் படுத்துவதாக கூறினாள்..

"பரவாயில்லையே..." என்றாள் வித்யா..

"ரொம்பவும் அவசரப் படறார்டி.. உடனே கோவிலில் கல்யாணம் பண்ணிக்கலாம்ங்கிறார்.. என்னால ஓகே சொல்ல முடியல.."

"ஏன்..?"

"அப்பாம்மா இல்லாதவடி நான்.. அத்தையும், சித்தப்பாவும், தாய் மாமாவும்தான் ஹெல்ப் பண்ணினாங்க.. படிக்க வைச்சாங்க.. நான் வேலை தேடிக்கிட்டாலும் தீபாவளி, பொங்கல்னு பண்டிகை வர்றப்ப இவங்க வீடுகளுக்குத்தாண்டிப் போவேன்.. குடும்பத்தில ஒருத்தியா என்னை நினைக்கலைன்னாலும் வேத்து மனுஷியா என்னைத் தள்ளி நிறுத்தினதில்லை.. அவங்களுக்குச் சொல்லாம நான் கல்யாணம் பண்ணிக்கிறதா..?"

"ஷ்யூர்.. ஷ்யூர்.."

"அப்பாம்மா இல்லாதவ தானா மாப்பிள்ளை தேடிக்கிட்டான்னு என் சொந்த பந்தம் பேசும் வித்யா."

"நிச்சயமா.."

"ஸோ.. அவங்ககிட்டப் பேசலாம் வாங்கன்னு கூப்பிட்டா இவர் வரமாட்டேங்-கிறாரு.."

அங்கேதான் வித்யாவுக்கு இடித்தது... ஏதோ சரியில்லையென்று மனதுக்குப் பட்டது... கலாவுக்கு சந்தேகம் வராமல் தூண்டித் துருவினாள்..

"கல்யாணத்துக்கு அவர்தானே அவசரப் படுத்தினார்..?"

"ஆமாம் வித்யா.. அவருக்கு வேற ஒன்னில் அவசரம்... நான் முடியாதுன்னு சொல்லிட்டேன்... கல்யாணத்துக்கு அப்புறம்தான்னு மறுத்துட்டேன்.. அப்ப வா.. உடனடியா கல்யாணம் பண்ணிக்குவோம்கிறார்.." கலா முகம் சிவந்தாள்..

'அடப்பாவி..!' வித்யாவுக்கு புரிந்து விட்டது..

இருந்தும் தோழியின் காதலின் மீது இருந்த துளியூண்டு நம்பிக்கையில் அவளுடைய காதலனைப் பற்றித் தீர விசாரித்து விட்டு ஒரு முடிவுக்கு வரலாம் என்று நினைத்தாள்..

"கல்யாணத்துக்கு அவசரப் படுத்தறவர் அவரைப் பற்றி விவரம் சொல்ல வேணாமா..? என் சொந்த பந்தங்களிடம் யாருன்னு சொல்லி நான் கல்யாணத்-துக்கு அனுமதி வாங்கறதாம்..? இதைச் சொன்னா காதிலேயே வாங்கிக்க மாட்-டேங்கிறாரு.."

செல்லமாக காதலனைப் பேசிய தோழியை வெறித்துப் பார்த்தாள் வித்யா.. அவள் மாட்டியிருக்கும் சதி வலையைப் பற்றி அவள் அறிவாளா என்ற கவலை வித்யாவுக்குள் எழுந்தது..

'அது சதிவலைதானா..?'

முதலில் அதை உறுதி படுத்திக் கொள்ள வேண்டும் என்று அவள் நினைத்-தாள்.. இல்லாத ஒன்றை இருப்பதாக எண்ணி தோழியின் மனதை அவள் உடைத்து விடக் கூடாது..

'அப்படியிருக்கக் கூடாது..' மனதார வேண்டிக் கொண்டாள்..

"உன் லவ்வர் சொல்லலைன்னா என்ன கலா.. நாம கண்டு பிடிச்சுட்டாப் போகுது.." என்றாள்..

"எப்படி..?" என்றாள் கலா..

"சிம்பிள்.. அவரை மீட் பண்ணனும்னு சொல்லு.. வருவார்.. நான் மறைஞ்சு வெயிட் பண்றேன்.. உன்னை மீட் பண்ணியதும் கிளம்புவாரில்ல..? அப்ப நீயும் நானும் சேர்நது அவரை ஃபாலோ பண்ணிப் போகலாம்.. மனுஷர் ஒட்டு மொத்த குடும்ப விவரத்தோட மாட்டித்தான ஆகனும்..?" வித்யா திட்டம் தீட்டினாள்..

"ஐ.பி.எஸ்ங்கிறதைப் புரூவ் பண்ணிட்டடி..." விழி விரித்து சந்தோசப் பட்டாள் கலா..

'அதுதான் அவளோட கடைசி சந்தோசம்ன்னு எனக்குத் தெரியாம போச்சே..' வித்யாவின் விழிகளில் இருந்து கண்ணீர் வழிந்தது..

துடைத்துக் கொண்டவளின் மனம்.. கலாவும் அவளும் இணைந்து அவளின் காதலனுக்குத் தெரியாமல் அவனைத் தொடர்ந்து போன அந்த நாளுக்குச் சென்றது..

"இண்ட்ரெஸ்டிங்கா இருக்குடி.."

மோட்டார் சைக்கிளில் போய்க் கொண்டிருந்தவனை கால் டாக்ஸியில் தொடர்ந்து கொண்டிருந்தபோது கலா சொன்னாள்.. வித்யாவுக்கு அப்படியில்லாமல் மனதுக்குள் பதைப்பாக இருந்தது..

"திடிர்ன்னு அவர் முன்னாலே போய் நின்னு.. நீங்க மறைச்சாலும் நான் உங்களைப் பத்தின விவரங்களைக் கண்டு பிடிச்சிட்டேன்னு சொன்னா எப்படியிருக்கும்..?" என்று கேட்ட கலா அவனைப் பற்றிய விவரங்களை அறிந்தவுடன் அவன் முன்னால் போய் நின்று கேள்வி கேட்கவே இல்லை..

சற்று முன்னால் பூங்காவில் கலாவின் மடியில் தலைசாய்த்து காதல் வசனம் பேசியபடி அவளிடம் சில்மிசங்கள் செய்த அவளுடைய காதலன் போய் சேர்ந்த இடத்தில் வரிசையாக வீடுகள் இருந்தன..

"இந்த ஏரியாவிலேயா குடியிருக்காரு..? எல்லாம் பெரிய பெரிய வீடா இருக்கே..? ஒத்தை ஆளுக்கு எதுக்கு இத்தனை பெரிய வீடு..? என்கிட்ட ட்ரிப்ளிகேனில

ரூம் எடுத்துத் தங்கியிருக்கிறதாத்தானே சொன்னாரு..? ஒரு வேளை இங்கே அவரோட ரிலேடிவ்ஸ் யாராவது இருப்பாங்களோ..?" அப்பாவியாய் கேள்வி கேட்டாள்

கலா..

அவள் நினைவுப்படியே இருக்க வேண்டும் என்று ஆசைப்பட்டாள் வித்யா..

என்றுதான் ஏழைகளின் ஆசையும் கோவில் மணியோசையும் ஒன்றாக இருந்திருக்கிறது..?

அன்றும் அந்த ஆசை இற்றுப் போனது.. ஒரு பெரிய வீட்டின் காம்பவுண்டு கேட்டின் முன்னால் நின்று ஹாரனை அழுத்தினான் கலாவின் காதலன்.. வீட்டுக்குள் இருந்து வேகமாக வந்து கேட்டைத் திறந்த பெண்.. உச்சி வகிட்டில் குங்குமமிட்டு கழுத்தில் தாலிச் செயினுடன் மங்கலகரமாக இருந்தாள்..

"ஏங்க இவ்வளவு லேட்..?" உரிமையுடன் கேட்டபடி அவன் தலையைத் தெருவென்றும் பாராமல் கலைத்து விட்டு அவன் கையிலிருந்த பையை வாங்கிக் கொண்டாள்..

அவனோ அவளுக்குமேல் இருந்தான்..

"ஆபிசில் வேலை அதிகம்டி.." என்றபடி அவள் தோளில் கைபோட்டு இழுத்து அவள் நெற்றியில் செல்லமாக முட்டினான்..

"அப்பா.."

சந்தோசக் கூச்சலோடு ஆணொன்றும், பெண்ணொன்றுமாக ஓடிவந்த இரண்டு குழந்தைகள் அவன் கால்களைக் கட்டிக் கொள்ள.. அவன் குனிந்து அவர்கள் இருவரையும் ஒருவர் பின் ஒருவராகத் தூக்கி மோட்டார் சைக்கிளில் உட்கார வைத்துக் கொண்டான்..

"அப்பா இப்பத்தானே ஆபிசில இருந்து வந்திருக்கார்..? டயர்டா இருப்பாரில்ல..? அப்புறமா அப்பாவைக் கொஞ்சலாம்.. இப்ப ஓடிப்போய் ஹோம் வொர்க்கை கண்டினியூ பண்ணுங்க.." அந்தப் பெண் குழந்தைகளை அதட்டினாள்..

"விடுடி.. நாள் பூராவும் அப்பாவைப் பிரிஞ்சிருக்கிற பிள்ளைக தேடத்தானே செய்வாங்க..? ஹோம் வொர்க் எங்கேயும் ஓடிப் போயிராது.. அப்புறமா கண்டினியூ பண்ணிக்கலாம்.." அவன் அந்தப் பெண்ணை அதட்டி விட்டு குழந்தைகளைக் கொஞ்சியபடியே வீட்டுக் காம்பவுண்டுக்குள் மோட்டார் சைக்கிளை விட்டான்..

"வித்யா.." கலாவின் குரல் நடுங்கியதில் கால் டாக்ஸியின் டிரைவர் திரும்பி அவளை இரக்கமாக பார்த்தான்.

"பொறு.. இன்னும் கன்பர்ம் பண்ணிக்கலாம்.." வித்யா காரை விட்டு இறங்கினாள்..

"இனியும் கன்பர்ம் பண்ணிக்க ஏதும் இருக்கா..?" கலா உடைந்து போயிருந்தாள்..

"ஒருவேளை இருந்துச்சுன்னா..?"

அவர்கள் இருவரும் அவன் வீட்டு ஜன்னலில் எட்டிப் பார்க்க முடிவு செய்தார்கள்.. பூட்டப்பட்ட கேட்டைப் பார்த்த வித்யா யோசித்த போது..

"சுவரேறி குதிங்கம்மா.." என்று வழி சொன்னான் கால்டாக்ஸி டிரைவர்...

"நானே போய் பார்த்துட்டு வந்திருவேன்.. இந்தம்மா நம்பனுமே.. நேராப் பார்க்கட்டும்.."

கலா உதட்டைக் கடித்ததில் அவள் துக்கம் வெளிப்பட்டது.. குட்டையான காம்பவுண்டு சுவரில் ஏறிக் குதிக்க அவர்கள் சிரமப் படவில்லை.. ஜன்னல் ஓரமாக ஒளிந்திருந்து பார்த்த போது அவர்கள் கண்ட காட்சிதான் சிரமத்தை தந்தது..

கலாவின் காதலன் அதற்குள் கைலிக்கு மாறியிருந்தான்.. அந்தப் பெண் பரிமாற சப்பிட்டான்.. குழந்தைகளுடன் டிவி பார்த்தான்.. அவன் மடியில் படுத்துத் தூங்கி விட்ட குழந்தைகளை அந்தப் பெண் தூக்கிக் கொண்டு போய் படுக்க வைத்து விட்டு வந்தாள்.. இவன் அவளைக் கட்டிப் பிடித்து முத்தம் கொடுத்தான்.. அவர்கள் படுக்கையறைக்குள் நுழைந்து கட்டிலில் சரிந்தபோது கலா வித்யாவின் தோளில் சரிந்திருந்தாள்..

'கடவுளே..!' மயங்கிச் சரிந்தவளைத் தாங்கிக் கொண்ட வித்யாவுக்கு வியர்த்திருந்தது..

'எப்படி இவளைத் தூக்கிக்கிட்டு காம்பவுண்டு சுவரேறி குதிப்பேன்..?'

"நகருங்கம்மா.." கால்டாக்ஸி டிரைவர் கலாவைத் தூக்கிக் கொண்டான்..

"இப்படி ஆகுமுன்னு நினைச்சு நானும் பின்னாடியே வந்தேன்.."

சன்னக்குரலில் முணுமுணுத்த அந்த ஆபத்பாந்தவனை நன்றியுடன் நோக்கினாள் வித்யா..

மயங்கிக் கிடந்த கலாவை அவளுடைய லேடிஸ் காலேஜீக்கு கொண்டு சேர்ப்பதற்குள் வித்யாவிற்கு போதும்.. போதுமென்று ஆகி விட்டது.. உதவிக்கு வந்த கால்டாக்ஸி டிரைவருக்கு நன்றி சொன்னபோது..

"நான் மூணு அக்கா, தங்கையோட பிறந்தவன்ம்மா.." என்று ஒற்றை வரியில் அவன் பேச்சை முடித்துக் கொண்டான்..

மயக்கம் தெளிந்த கலா பித்துப் பிடித்தவளைப் போல இருந்தாள்.. பயந்து போன வித்யா.. கலாவுக்கு காய்ச்சலென்று வீட்டில் பொய் சொல்லி விட்டு தோழியுடன் இரண்டு நாள்கள் இருந்தாள்..

'புண்பட்ட மனசு ஆற ரெண்டு நாள் போதுமா..?'

ஜன்னல் கம்பிகள் வித்யாவின் கண்ணீரில் நனைந்திருந்தன..

18

"குட்மார்னிங் வித்யா.."

மைதானத்தைச் சுற்றி ஓடிவந்து கொண்டிருந்தபோது கூட ஓடி வந்த ரிஷி சொன்னான்.. வித்யா பதிலுக்கு குட்மார்னிங் சொல்லாமல் முறைத்தாள்.. அதை என்னவோ காதல் பார்வை போல எடுத்துக் கொண்டு அவன் படு கிறக்கமாக பார்த்து வைத்தான்.

"பார்வையிலேயே மயக்கினான் வித்யா.."

கலாவின் தேம்பலுக்கு திரும்பியது வித்யாவின் மனது...

"போலிஸீக்கு போகலாம்டி...." வித்யா வற்புறுத்தினாள்...

"என்னன்னு சொல்லி கம்ப்ளெயிண்ட் கொடுப்ப..? என்னை ஏமாத்திட்டான்னா..? ஏமாத்தினது அவன் குற்றம்ன்னா.. ஏமாந்தது என்னோட குற்றமில்லையா..?" விரக்தியுடன் கேட்டாள் கலா..

"போடி முட்டாள்.. உன்னையே ஏண்டி நீ வருத்திக்கற..? அவன் பக்கா கிரிமினல்டி.. திட்டம் போட்டு உன் மனசை கலைத்திருக்கான்.. அது புரியாம பேத்தாதே.."

"அவன் கலைச்சா எனக்கு எங்கே போச்சு புத்தி..? அவனே வாழ்க்கைன்னு வாழத் தயாராகிட்டேனே.. இனி அதை மாத்தி வாழ என்னால முடியுமா...?"

"முடியனும் கலா.. இந்த வாழ்க்கை உன்னுடையது.. அதை ஒரு ஏமாத்துக்காரனுக்காக நீ விட்டுட்டுப் போறதா..? காதல் தோல்விங்கிறது வேற கலா.. இவன் ஒன்னும் லைலாவோட மஜ்னு இல்லை.."

"காதல் மஜ்னுவா இல்லை கிரிமினலான்னு பார்த்து வாரதில்லை வித்யா.." சோகத்துடன் சொன்னாள் கலா..

வித்யாவுக்கு கலாவைப் பார்க்கப் பாவமாக இருந்தது.. ஒரே நாளில் உருக்குலைந்து போய் விட்டாள்.. காதல் என்பது இத்தனை கொடுமையானதா என்ற அதிர்வு வித்யாவின் மனதில் வந்தது.. எப்பேற்பட்ட தைரியசாலியையும் அது கோழையாக்கி விடுமா..?

தாய், தந்தையில்லாமல் உறவினர்களின் கருணையில், அவர்களின் நிழலில் வளர்ந்த போதும் கலா தலை நிமிர்வாக இருந்தாள்.. எதையும் எதிர்கொள்ளும் தைரியசாலியாக இருந்தாள்.. அவள் வயதுக்கு அவள் அனுபவித்த கஷ்டங்கள் அவளை வைரம் போன்ற வைராக்கியசாலியாக வளர்த்திருந்தன..

'அந்தக் கலாவா இப்படி மாறிவிட்டாள்..?'

வித்யாவால் நம்பவே முடியவில்லை.. கலாவை அதட்டிப் பார்த்தாள்.. மிரட்டிப் பார்த்தாள்.. கலா காதில் போட்டுக் கொள்ளாமல் எதையோ பறி கொடுத்து விட்டவளைப் போல சூன்யத்தை வெறித்தபடி உட்கார்ந்திருந்தாள்..

"நான் சொன்னாக் கேட்க மாட்டியா கலா.. இவ்வளவு ஆழமான காதலை அவன் மேல வைச்சவ.. அவன் யாரு எவருன்னு விசாரிச்சுத் தெரிஞ்சுக்கிட்டு வைச்சிருக்கனும்.. அதை கோட்டை விட்டுட்ட.. இப்பவாவது வேற எதையும் இழக்காம தப்பிச்சயேன்னு சந்தோசப்பட்டுக்க.."

"மனசை இழந்துட்டேனே வித்யா.."

பரிதாபமாக கேட்டவளைப் பார்த்த போது.. அவளை அந்தக் கதிக்கு ஆளாக்கிய காதலின் மீது வித்யாவுக்கு வெறுப்பு வந்தது..

"சும்மா மனசு.. மண்ணாங்கட்டின்னு பினாத்தாதே கலா.. தப்பிப் பிழைச்சுட்டன்னு நினைச்சுக்க.."

கலாவின் முகத்தில் தப்பிப் பிழைத்து விட்டதற்கான சந்தோசம் துளிக்கூட இல்லை.. வெறுமையாக வித்யாவை பார்த்து வைத்தாள்..

'கடவுளே..!' என்றிருந்தது வித்யாவுக்கு..

காதல் படு புத்திசாலியான பெண்ணைக்கூட முட்டாளாக்கி விடுமா..?

வித்யாவுக்கு விளங்கவில்லை.. இப்பேற்பட்டக் காதலைப் பற்றித் தெரிந்திருந்தும் எதற்காக எல்லோரும் காதலின் பின்னால் ஓடுகிறார்கள் என்று தனக்குள் கேட்டுக் கொண்டாள்..

'என்கிட்ட வந்து எவனாவது ஒருத்தன் காதல்ன்னு சொல்லட்டும்... மண்டையைப் பிளந்து விடுகிறேன்..' கருவினாள்..

அவளையே பார்த்துக் கொண்டிருந்த கலாவிடம்..

"என்னடி அப்படிப் பார்க்கிற..?" என்று கேட்டாள்..

"உன்னைப் பார்த்தா எனக்குப் பொறாமையா இருக்கு.."

"இதுவேறயா.. ஏண்டி..?"

"என்னைப் போல காதல்.. கத்தரிக்காய்ன்னு நீ மாட்டலையே.."

"இனியும் மாட்ட மாட்டேன்.. நீ படற பாட்டைப் பார்த்த பின்னாலும் அந்தக் கருமாந்திரத்தில போய் மாட்டிக்கிறதுக்கு எனக்கென்ன பைத்தியமா பிடிச்சிருக்கு..? இதுக்குப் போய் பொறாமைப் படறியா..? குட் ஜோக்.."

"உனக்குப் புரியாது வித்யா.. நீ புத்திசாலி.. உன் மனசை வேலி போட்டுக் கட்டுப்படுத்தி வைச்சிருக்க.. அப்படியில்லாம நான் மனசை அலைபாய விட்டுட்டேன்.. மனசு வலிக்குதுடி.. அவனோட துரோகம் என் மனசை ரம்பம் போட்டு அறுக்குது.. இந்த ரண வலியை அனுபவிக் கிறவங்களுக்குத்தான் இந்த வலியோட கொடுமை புரியும்.. இதைத் தாங்க முடியாமத்தான் அவங்க தற்கொலை பண்ணிக்கிறாங்க போல வித்யா.. இந்த வலிக்கு சாவு எவ்வளவோ தேவலாம்.."

இப்படிச் சொன்னவளைத் தனியே விட்டுவிட்டு வித்யா வீட்டுக்குத் திரும்பியிருக்கக் கூடாது.. இரண்டாவது நாளில் கலா தெளிவாக பேசியதில் ஏமாந்து விட்டாள் வித்யா.. வெளியே போகலாமா என்று வித்யா கேட்டவுடன் அதற்கென்ன என்றுகூட வந்தாள்.. ஹோட்டலில் சாப்பிட்டாள்.. வித்யா சொன்ன ஜோக்கிற்கு சிரிக்கக் கூடச் செய்தாள்..

அதை நம்பித்தான் தோழியை விட்டுப் பிரிந்து வீட்டுக்குத் திரும்பினாள் வித்யா.. அவள் வீட்டில் இரண்டு நாள்கள் தோழியுடன் தங்கியிருக்க விட்டதே பெரிய விசயம்.. அம்பிகா பெண்களை தோழிகளின் வீட்டில் தங்க அனுமதிக்கமாட்டாள்.. கலாவைப் பற்றி அவளுக்குத் தெரியும் என்பதால்.. பாவம், தாய், தகப்பனில்லாத பெண் என்று இரண்டு நாள்களுக்கு அனுமதி கொடுத்திருந்தாள்..

"நீ கிளம்பு வித்யா.. நான் நாளைக்கு வேலையில் ஜாயின் பண்ணிடுறேன்.."

"தட்'ஸ் கரெக்ட்..! வேலையில மனசை டைவர்ட் பண்ணு.. போகப் போக எல்லாம் சரியாகிரும்.."

"ஷ்யூர்.."

வித்யாவுக்கு உறுதியளித்து அனுப்பி வைத்தவளை மறுநாள் உயிரில்லாமல் வித்யா பார்த்தாள்.. ஒரு பாட்டில் தூக்க மாத்திரைகளில் தன் வாழ்க்கையை முடித்துக் கொண்டு விட்டாள் கலா..

'காதல் ஒருத்தியை சாகடித்து விடும் அளவுக்கு கொடூரமானதா..?'

வித்யாவின் மனதில் காதல் விசம் போன்றது என்ற எண்ணம் ஆழமாக பதிந்து விட்டது.. ஐ.பி.எஸ் கோச்சிங் கிளாஸில் அவளுடன் நெருக்கமாக பேசிப் பழகிக் கொண்டிருந்த ரிஷியைத் தவிர்க்க ஆரம்பித்தாள்.. அவள் மனதில் அரும்பியிருந்த ரிஷியின் மீதான காதல் மலரும் முன்னரே கருகி விட்டிருந்தது.. கலாவுக்கு நேர்ந்த கதியைப் பார்த்த பின்னால் காதலின் மீது அவளுக்கு கோபம்தான் வந்தது.. மரியாதை வரவில்லை..

"ஏன் வித்யா..?"

அவளிடம் பலமுறை காதல் சொல்லித் தோல்வியைத் தழுவிய ரிஷி கேட்டுப் பார்த்தான்.. அவள் மனதில் அவன் மீதான காதல் இருந்தது என்பதை

அவன் அறிவான்.. அந்தக் காதல் எங்கே போனது..? ஏன் போனது..? என்று தெரியாமல் அவன் திகைத்தான்..

ஐ.பி.எஸ் கோச்சிங் கிளாஸ் முடிந்தது.. தேர்வு எழுதி தேர்வானவர்களின் பட்டியலில் முதல் பத்து இடங்களுக்குள் ரிஷியும் வித்யாவும் வந்திருந்தார்கள்.. இண்டர்வியூவுக்குப் போன இடத்திலும் அவளுடன் பேச அவன் முயன்றான்.. எதிரியை முறைப்பதைப் போல முறைத்து வைத்தாள் வித்யா..

தன் முயற்சியில் சற்றும் மனம் தளராமல் அவளைத் தொடர்ந்து வந்து தன் காதலைச் சொல்லிக் கொண்டே யிருந்தான் ரிஷி..

"நீ எதுக்காக என்னை அவாய்ட் பண்றேன்னு தெரியும்.. உன் பிரண்டை ஒருத்தன் ஏமாற்றிட்டான்னா.. எல்லோருமே அப்படி இருந்திருவாங்களா வித்யா.. என்னைப் பத்தி நீ புரிஞ்சுக்கிட்டது இவ்வளவுதானா..?" அன்றும் அதைத்தான் கேட்டான்..

"யாரைப்பற்றியும் நான் புரிஞ்சுக்கனும்னு அவசியமில்லை.."

கற்சிலை போல பதிலளித்து விட்டு நகர்பவளை என்ன செய்வது என்று புரியாமல் பல்லைக் கடித்தபடி ரிஷி நின்று விட.. அதைப் பொருட்படுத்தாமல் ஓட்டத்தைத் தொடர்ந்தாள் வித்யா..

ஓட்டத்தை முடித்து விட்டு.. ஓய்வாக கை, காலை உதறியபடி நடந்தாள்.. அவள் வருவதைப் பார்க்காமல் மைதானத்தின் வேறொரு மூலையில் செல்போனைக் காதுக்குக் கொடுத்துப் பேசிக் கொண்டிருந்த மீனாவின் முகத்தில் சிரிப்பு பொங்கி வழிந்தது.. ரகசியக் குரலில் கன்னம் சிவக்கப் பேசிக் கொண்டிருந்தவள் வித்யாவைக் கண்டதும் செல்போனை அனைத்து விட்டாள்.. சும்மாவும் அணைக்காமல்..

"எதிரி வருகிறா.. ஓவர்.." என்றபடி அணைத்து வைத்தாள்..

'இவளுக்கு இருக்கிற ளொள்ளைப் பாரேன்.. நான் எதிரியாம்..' வித்யா அவளை ஒரு தினுசாக பார்த்து வைத்தாள்..

'காதலுக்கு எதிரி'யென்ற பட்டப் பெயர் வித்யாவுக்கு சூட்டப் பட்டிருப்பதைப் பற்றி அவளுக்குத் தெரியும்.. போங்கடி, நீங்களும் உங்க காதலும் என்று அதைக் காதில் போட்டுக் கொள்ளாமல் போய் விடுவாள்.. அப்போது அப்படிப் போகாமல் மீனாவை வம்புக்கு இழுத்தாள்..

"போனில யாரு மீனா..?"

"என் பிரண்ட்.."

"வெறும் பிரண்டா.. இல்ல.. 'குளோஸ்..' பிரண்டா..?"

வித்யா அந்த 'குளோஸ்'க்கு கொடுத்த அழுத்தத்தில் உன்னைக் குளோஸ் பண்ணி விடுவான் அவன் என்ற மறைபொருள் பொதிந்திருந்ததில் உஷ்ணமாகிப் போனாள் மீனா..

"ஹலோ.. அது என்னோட குளோஸ் பிரண்ட்.."

"அப்பப் பேச வேண்டியதுதானே.. என் தலையைக் கண்டதும் ஏன் ஆஃப் பண்ணிட்ட..?"

வித்யாவின் கிண்டலில்..

"அது.. அது.." என்று திணறிப் போனாள் மீனா..

"ஏன் மீனா தந்தியடிக்கிற..? தந்திக்கு நாம குட்பை சொல்லி ரொம்ப நாளாச்சுன்னு உனக்குத் தெரியாதா கண்ணே..? பேசு கண்மணியே பேசு.. நீ பேசும் கனிரசம் பொழியும் காதல் மொழிகளைக் கேட்க ஓடோடி வந்திருக்கும் என்னை ஏமாற்றிவிடாதே.. பேசு மீனா.. பேசு.." நாடக பாணியில் சொன்னாள் வித்யா..

"ஏய் போடி.. உனக்குத்தான் காதல்ன்னா வேம்பு.. எனக்கில்லை.."

"அப்படி வா வழிக்கு.. என்ன.. காதல்தானே..?"

"ஆமாம்.. அதுக்கு இப்ப என்னங்கிற..?"

"ஐ.பி.எஸ் படிச்சிருக்க.. நீயும் இந்தக் காதல்.. கண்றாவின்னு தலையைக் கொடுக்கறியேடி.."

"ஐ.பி.எஸ் படிச்சாக் காதலிக்கக் கூடாதுன்னு சட்டமிருக்கா..?"

"எப்படியோ போ.. எவ்வளவு பெரிய புத்திசாலியா இருந்தாலும் காதல் விசயத்தில் முட்டாளாத்தான் ஆகிடறாங்க.."

"காதலுக்கும் புத்திசாலித்தனத்துக்கும் என்னடி சம்பந்தம்..? காதலிக்கிறதை என்னவோ கொலைக் குற்றம் போல பேசற.."

"காதல் கொலைக் குற்றமில்ல மீனா.. அது காதலில் விழுந்தவங்களைக் கொலை செய்கிற குரூரம்.. எத்தனையோ பெண்கள் ஏமாந்து போயிருக்காங்க..

அதைக் கேட்ட பின்னாடியும் நீ எப்படித்தான் காதல்ன்னு சொல்றயோ.."

"யாருக்கோ அப்படி நடந்தா எல்லோருக்கும் அப்படியே நடக்கனுமா என்ன..?"

"மெஜாரிட்டி கேஸ் அப்படித்தான் இருக்கு.."

"நான் காதலை நம்பறேன்.. என் காதலனை நம்பறேன்.."

உறுதியாக மீனா சொன்னதும்.. அவள் பின்னால் கைதட்டும் ஒலி கேட்டது..

"அப்படிச் சொல்லு மீனா.."

வித்யாவை விழுங்குவதைப் போலப் பார்த்தபடி முன்னால் வந்து நின்றான் ரிஷி..

"கேளுங்க ரிஷி.. யாரோ ஒரு பெண் காதலில் ஏமாந்து சூசைட் பண்ணிக்கிட்டாளாம்.. அதனாலே காதலே தப்புன்னு இவ லெக்சர் கொடுக்கிறா.."

கிடைத்தது வாய்ப்பென்று ரிஷியிடம் புகார் செய்தாள் மீனா.. அவனுக்கும் வித்யாவுக்கும் இடையில் ஓடும் நூலிழை போன்ற காதலைப் பற்றி மீனாவுக்குத் தெரியும்.. அதிலும் வித்யாவின் தரப்பில் நூலிழையாக இருக்கும் அந்தக் காதல் ரிஷியின் மனதில் இரும்புச் சங்கிலியாக பிணைந்திருக்கிறது என்பதை அவள்

அறிவாள்..

"அவ யாரோ ஒரு பெண்ணில்ல.."

அனுதாபத்துடன் வித்யாவைப் பார்த்தபடி சொன்னான் ரிஷி.. உன்னுடைய அனுதாபம் எனக்குத் தேவையில்லை.. என்பதைப் போல அவள் அவனை விரோ-தமாக பார்த்து விட்டு... நடையைக் கட்டி விட்டாள்..

"உங்களைப் பார்த்ததும் ஓடிட்டா.. இல்லைன்னா என்னை ஒரு வழி பண்ணி-யிருப்பா.. தேங்க்ஸ் ரிஷி.."

"அவ பாவம் மீனா.. அவளுக்கு நெருக்கமான பிரண்ட்ட காதல்ன்னு சொல்லி ஒருத்தன் ஏமாற்றப் பார்த்திருக்கான்.."

"மைகாட்..! தப்பிச்சுட்டாள்ல..?"

"நம்ம ஆள் கூட இருக்கிறப்ப தப்பிக்காம எப்படி இருப்பா..? இவ அவளை-யும் கைபிடியாய் கூப்பிட்டுக்கிட்டு அவனை ஃபாலோ பண்ணி.. அவன் குடும்பம் குழந்தை குட்டின்னு இருக்கிறதை நேருக்கு நேர் காட்டிட்டா.."

"பரவாயில்லையே.. அந்தப் பெண் தப்பிச் சுட்டோம்ன்னு சந்தோசப் படாம ஏன் சூசைட் பண்ணிக்கிட்டா..?"

"பூஞ்சை மனசு..! வெளியே தைரியமான பெண் போல வேசம் போட்டிருக்கா.. அன்றையில இருந்து இவ காதலுக்கு விரோதியா ஆகிட்டா.."

"பாவம்தான் நீங்க.."

"அவளும் பாவம்தான்.. காற்றுக்கு வேலி போடறதும்.. காதலுக்கு வேலி போடறதும் ஒன்னுதான்னு தெரியாம குழம்பிப் போயிருக்கா.."

"வித்யாவாவது.. குழம்பறதாவது.. நோ சான்ஸ்.."

"நானும் அப்படித்தான் நினைச்சுக்கிட்டு இருந்தேன்.. போகப் போகத் தானே அது தெரிஞ்சது.."

"எது..? பூவின் வாசமா..?"

"ஹா.. ஹா.."

மீனாவிடம் பேசிக் கொண்டிருந்த ரிஷியின் உரத்த சிரிப்பு வித்யாவின் காது-களை எட்டியது.. அவள் திரும்பிப் பார்த்து முறைத்தாள்.. அவளின் உஷ்ணத்தில் அவளைப் பார்த்து கண்சிமிட்டி வைத்தான் ரிஷி.. அவள் பல்லைக் கடித்தபடி முகத்தைத் திருப்பிக் கொண்டு போய் விட்டாள்..

"கள்ளி..! நீங்க என்கிட்ட சிரிச்சுப் பேசறதை அவளால தாங்கிக்க முடியலை.." என்றாள் மீனா..

"யெஸ்.. பட்.. அதை ஒப்புக்க மாட்டா.." பெருமிதத்துடன் சொன்னான் ரிஷி..

"லீவ் அப்ளை பண்ணியிருக்கா போல.."

"ஆமாம்.. அவளோட அக்காவுக்கு கல்யாணமாம்.."

"அடுத்து உங்களுக்கா..?"

"நடந்தாலும் நடக்கலாம்.."

ரிஷி மீண்டும் சிரிக்க.. தொலைவில் சென்றுவிட்ட வித்யா மறுபடியும் திரும்பிப் பார்த்தாள்..

19

சஞ்சயின் முகம் ஜிவுஜிவுவென இருந்தது.. உன் முகத்தைப் பார்த்தால்தானே எனக்குப் பிரச்னை..? உன் முகம் குளுகுளுவென இருந்து எனக்கு ஆகப் போவ-தென்ன..? ஜிவுஜிவுவென இருப்பதால் ஆகாமல் போகப் போவதென்ன என்று அவனுக்கு முதுகு காட்டி உட்கார்ந்திருந்தாள் மகாலட்சுமி.. வழக்கமாக அவர்கள் சந்திக்கும் அந்த காபி ஷாப்பில் வழக்கம்போல அவளுக்கென்று வரவழைக்கப் பட்டிருந்த காபி ஆடை கட்டிப் போய் கேட்பாரில்லாமல் அநாதையாக இருந்தது.. அதைப் பார்த்த சஞ்சயின் முக ஜிவுஜிவுப்பு அதிகரித்தது..

'இவ கழுத்தில நான் தாலியைக் கட்டியாகனுமா..?'

அவனுக்கு முதுகு காட்டி உட்கார்ந்திருந்த மகாலட்சுமியைப் பார்த்தான்.. நீண்டு தொங்கிய பின்னலின் அழகு அவனை ஈர்த்தது.. அதற்கு முன்னால் அவளின் நீண்ட பின்னலை ஏன் அவன் கவனிக்கவில்லை என்ற மெலிதான ஆச்சரியம் அவன் மனதில் எழுந்தது.. சிவந்த மேனியின் பின்னங் கழுத்தின் வியர்வை முத்துக்கள் அவனைப் பார்த்துக் கண் சிமிட்டின.. செழுமையான அவளது தோள்களின் மீது படிந்த பார்வை இறங்கி.. ஒல்லியான அவளது தேகத்-தின் அங்க லாவண்யங்களின் மீது ஊர்ந்து படிந்தது..

'செம அழகா இருக்கா..'

அவன் பார்ப்பதை அவள் பார்க்கவில்லை என்ற தைரியத்தில் அத்து மீறின அவன் விழிகள்.. அவளிடம் தென்பட்ட பெண்மையின் நளினத்தில் ஏதோ ஒரு வகையில் அவன் வசீகரிக்கப் பட்டான்.

'இவளைப் பாத்தா 'கிக்' ஆகிறேன்..?'

தலையைக் குலுக்கிக் கொண்டவனுக்கு விழிகளைத் திருப்ப முடியவில்லை... திரும்பத் திரும்ப அவளைப் பார்க்கும் விழிகளைக் கட்டுப் படுத்தும் மார்க்கத்திற்கு எங்கு செல்வது என்று அவனுக்கு சலிப்பாக இருந்தது..

அதுவரை மகாலட்சுமியைப் போன்ற ஈர்க்கப் கூடிய பேரழகுடன் எந்தப் பெண்ணையும் அவன் சந்தித்ததில்லை.. அவனுடைய வட்டாரத்தில் பேரழகிகள் இருக்கிறார்கள்.. மகாவை விடவும் அழகு.. ஆனால்.. மகாவைப் போன்ற

இயற்கை அழகுடன் அவர்களில்லை.. சாதாரணத் தோற்றத்தைக்கூட பேரழகாக மாற்றி விடும் ஒப்பனைகளில் அவர்கள் கை தேர்ந்தவர்கள்.. மகாவிடம் அது-போன்ற ஒப்பனைகள் இல்லை என்பதுதான் சஞ்சயை ஆச்சரியப்படுத்தியது..

சீராக வெட்டி விடப்பட்ட கூந்தலும்.. கவனமாக பூசப்பட்ட முக கிரிமும்.. உதட்டின் வண்ணத்தில் அல்லது அடித்து விடும் சிகப்பில் லிப்ஸ்டிக்கும்.. நேர்த்தி-யாக தைக்கப்பட்ட விலையுயர்ந்த மாடர்ன் டிரஸ்களுமாக.. நுனி நாக்கு ஆங்கி-லத்துடன் வலம் வரும் அல்ட்ரா மாடர்ன் யுவதிகளைப் பார்த்துப் பார்த்துப் பழகிப் போயிருந்த விழிகளுக்கு.. ஒப்பனையில் ஆர்வம் காட்டாத மகாலட்சுமியின் இயற்-கையான பாந்தமான அழகு இதமாக இருந்தது..

'என்னடா இது..!'

அரும்பாடுபட்டு அந்த இதமான உணர்வை ஓட்டி விட்டான் சஞ்சய்.. அது அவனுக்குப் பிடிக்காத திருமணம்.. எதிரிலிருப்பவள் அவனுடைய அந்தஸ்துக்கு சமதையில்லாத ஆணவம் பிடித்த பெண் என்பதை வலுக்கட்டாயமாக நினை-வூட்டிக் கொண்டான்.. அங்கு வந்திருப்பது.. அவனுக்கும் அவளுக்குமான திரும-ணத்தை எப்படி நிறுத்துவது என்று கலந்து ஆலோசிப்பதற்காக என்பதை தலை-யில் குட்டிக் கொள்ளாத குறையாக மனதில் கொண்டு வந்தான்..

அவனுக்கு முதுகு காட்டி அவள் உட்கார்ந்திருப்பதில் அவனுக்குள் பல கடுப்-புக்கள் உண்டாகின.. அவற்றுல் ஒரு கடுப்பு..

'ஏன்..? என் முகத்தைப் பார்க்க இவளுக்கு பிடிக்கலையா..?' என்பதாகும்..

அவளைப் பேச வைக்க அவன் ஓர் அஸ்திரத்தை பிரயோகித்தான்..

"என்கிட்டத் தோற்றுப் போயிட்ட போல இருக்கே.."

"நெவர்.." அவள் திரும்பாமல் மௌனம் கலைத்தாள்..

'பேசிட்டா..' சஞ்சய் அடுத்த அஸ்திரத்தை அவளைத் திரும்ப வைப்பதற்காக அனுப்பி வைத்தான்..

"அப்புறம் எதுக்காக புறமுதுகு காட்டி உட்கார்ந்திருக்க..?" அவள் புறமுதுகில் படிந்திருந்த வியர்வைத் துளிகளை ஒற்றியெடுக்கத் துடித்த மனதை அடக்கிக் கொண்டே கேட்டான்..

"யாரைப் பார்த்து புறமுதுகு காட்டியிருக்கன்னு சொல்றீங்க..?" மகா வேகமாக திரும்பி விட்டாள்..

'அஃது..'

அவன் உதட்டை வளைத்து மடித்துக் கடித்தபடி தோரணையாக சாய்ந்து கொண்டான்.. கண்கள் இடுங்க அவளை ஒரு மார்க்கமாக பார்த்து வைத்தான்.. அவன் பார்வையின் கூர்மையில் சங்கடப்பட்டுப் போனாள் மகாலட்சுமி.. மேயும் அவன் பார்வையில் அவள் மேனி கூசியது.. அதுவரை அதுபோன்ற பார்வை-களை அவள் அனுமதித்ததில்லை..

'ஏண்டா இப்படிப் பார்த்துத் தொலைக்கிற..?' மனதுக்குள் அவனைத் திட்டித் தீர்த்தாள்..

அவள் முகம் கடுத்ததில் சஞ்சய் உற்சாகமாகிப் போனான்.. அவனது பார்வையின் கூர்மை அதிகரித்தது.. அந்த லேசர் பார்வையில் அவளுக்கு அங்கிருந்து ஓடிவிட வேண்டும் போல இருந்தது..

'எங்கே ஓடறது..?'

தப்பிக்க முடியாமல் அவனிடம் மாட்டிக் கொண்டிருக்கும் கோபத்துடன்..

"எதுக்கு வரச் சொன்னீங்க..?" என்று சிடுசித்தாள் மகா..

"வரச்சொல்லலைன்னா நீ ஹாயா கல்யாணக் கனவுகளைக் கண்டுக்கிட்டு இருந்திருப்ப இல்ல.." குத்தலாக கேட்டான் சஞ்சய்..

"கல்யாணக் கனவைக் கண்டுட்டாலும்.." மகாவின் உதடுகள் மடிந்து வளைந்ததில் சஞ்சயின் முகம் மாறினது..

"இல்லைன்னு சொன்னா நம்பறதுக்கு நான் முட்டாளில்ல.." கடுமையாக பேசினான் அவன்..

"ஹலோ.. இங்கே யாரும் உங்களைக் கல்யாணம் பண்ணிக்கனும்னு கனவு கண்டுக்கிட்டு இருக்கலை.." ரோசப்பட்டாள் மகா..

"இந்த ரோசத்தை செயலில காட்டியிருக்கனும்.. உன்னோட பேரண்ட்ஸ்கிட்ட இந்தக் கல்யாணத்தில பிடித்தமில்லைன்னு சொல்லப் போறதா சொன்னியே.. என்ன ஆச்சு..?"

"அவ்விடத்தில் என்ன ஆச்சு..?"

"ஊத்திக்கிச்சு.."

எரிச்சலுடன் கட்டை விரலைக் கவிழ்த்துக் காண்பித்தான் சஞ்சய்...

"இவ்விடத்திலும் அப்படித்தான்.."

அதே எரிச்சலுடன் சொன்னாள் மகாலட்சுமி..

"நீ சொல்கிற விதமாய் சொல்லியிருக்க மாட்ட.."

"இதையே நானும் சொல்லலாம்.."

"பெண்ணுக்கு விருப்பமில்லாத மேரேஜை எந்தப் பேரசண்ட்ஸீம் பிக்ஸ் பண்ண மாட்டாங்க.."

"ஆணுக்கு விருப்பமில்லாத மேரேஜை மட்டும் அவங்க பேரண்ட்ஸ் பிக்ஸ் பண்ணிருவாங்களா..?"

மகாலட்சுமி மடக்கிக் கேள்வி கேட்டதில் அவளை ஊன்றிப் பார்த்தான் சஞ்சய்.. அவன் முகம் பார்த்து வாதாடிக் கொண்டிருந்தவள் முகம் சிவக்க வேறு பக்கமாக பார்க்க ஆரம்பித்ததில் அவன் புருவங்கள் சுருங்கின.. கொஞ்ச நேரம் எதுவும் பேசாமல் அவள் முகத்தை மட்டும் பார்த்துக் கொண்டே இருக்க வேண்டும்போல அவனுக்குத் தோன்றித் தொலைத்தது..

'மயக்கும் மோகினி..!' வேண்டாத எண்ணங்கள் வந்ததில் அவன் ஆத்திரம் கொண்டான்.. அந்த ஆத்திரத்தை அப்படியே அவளிடம் காண்பித்தான்..

"இந்த தைரியத்திலதான நீ மேரேஜை என்ஜாய் பண்ணலாம்ன்னு கிளம்பியி-ருக்க..?"

"எந்த தைரியம்..?"

"என் பேரண்ட்ஸ் என் விருப்பத்தை மதிக்க மாட்டாங்க அப்படிங்கிற தைரி-யம்..! இல்லை.. தெரியாமல்தான் கேட்கிறேன்.. ஒருத்தன் உன் முகத்தைப் பார்த்து நேரடியா உன் மூஞ்சியை எனக்குப் பிடிக்கலைங்கிறான்.. உன்னை மேரேஜ் பண்-ணிக்க

எனக்கு கொஞ்சம் கூட விருப்பம் இல்லைங்கிறான்.. அப்படியிருந்தும் நீ அவனையே மேரேஜ் பண்ணிக்க துணிஞ்சு நிற்கிறன்ன என்ன கேட்டகிரியில நீ சேர்த்தி..?"

முள் சவுக்கைப் போல அவள் இதயத்தைக் கீறின அவனது வார்த்தைகள்.. அதன் வலிதாங்காமல் துடித்துப் போனாள் மகா.. அவள் கண்களில் தென்பட்ட அந்த வலியில் குரூர சந்தோசம் கொண்டான் சஞ்சய்.. இனம் புரியாத வகையில் காயப்பட்டுக் கொண்டிருந்த அவனுடைய ஈகே மகாவின் அந்தத் துடிப்பில் திருப்தி அடைந்தது..

இப்படிப்பட்டவனுடன் வாழும் வாழ்க்கை மகா மட்டும் விரும்புகிறாளா என்ன..? அவள் ஆன மட்டும் போராடிப் பார்த்து விட்டாள்.. அம்பிகாவிடம் கையெடுத்துக் கும்பிட்டுக் கதறாத குறையாக கெஞ்சினாள்.. அம்பிகா பணிய-வில்லை.. மகாவின் போராட்டத்தை அவளுடைய தங்கைகளுக்குக் கூடத் தெரியப் படுத்தாமல் மறைத்து விட்டாள்.. சுந்தரேசனின் காதுகளுக்கும் அதை எட்ட விட-வில்லை..

பெண்களுக்கே உரிய இயல்பான சங்கோஜத்துடன் திருமணத்தைப் பற்றிய அவளது மறுப்பைத் தாயிடம் முதலில் கூறிய தனது தவறை எண்ணியெண்ணி

நொந்து போனாள் மகாலட்சுமி.. அதனால் அல்லவா அவளுக்கான அத்தனை கதவுகளும் அடைபட்டுப் போய் விட்டன..

"என் மேல ஆணை..! அப்பாகிட்டயும் உன் தங்கைககிட்டயும் நீ இப்படிப் பினாத்தவே கூடாது.."

அவளுடைய உணர்வுகளை 'பினாத்தல்' என்று பெயரிட்டு அலட்சியப் படுத்-திவிட்டுத் தன் மீது ஆணை வைத்து மகாலட்சுமியின் வாய்க்குப் பூட்டுப் போட்டு விட்டாள் அம்பிகா..

"அம்மா.." மகா தவித்துப் போனாள்..

சுந்தரேசன் மகள்களின் விருப்பங்களுக்கு மதிப்புக் கொடுப்பவர்.. வித்யாவும், பார்கவியும் அப்படித்தான்.. மகாவுக்கு விருப்பமில்லையென்றால் அவளுக்குப்

பிடிக்காத திருமணத்தை செய்து வைக்கக் கூடாது என்று போர்க்கொடி தூக்கி விடுவார்கள்.. எத்தனை பெரிய கோடிஸ்வரனாக இருந்தாலும் சரி.. மகாவின் விருப்பத்திற்குத்தான் முதலிடம் கொடுக்க வேண்டும் என்பார்கள் அதற்கு வழியில்லாமல் செய்து விட்டாள் அம்பிகா..

"எதனால உனக்கு இந்த இடத்தைப் பிடிக்காமப் போச்சுன்னு சொல்லு.. நீ சொல்ற காரணம் சரியானதா இருந்தா அந்த நிமிசமே இந்தப் பேச்சுக்கு முற்றுப்புள்ளி வைச்சிருங்கன்னு உங்க அப்பாகிட்டச் சொல்லிடறேன்.. அவங்க குடும்பம் கோடிஸ்வரக் குடும்பம்.. இது ஒன்னுதானே உன் மனசைப் போட்டு உறுத்துது..? கோடிஸ்வரர் குடும்பமா இருந்தாலும் எவ்வளவு குணமானவர்களா, தன்மையானவங்களா இருக்காங்கன்னு பார்த்தியா.. அந்தம்மா உன்னைப் பார்க்கிற பார்வை பெற்ற மகளைப் பார்க்கிற பார்வை போல அம்புட்டுப் பாசமா இருந்துச்சே.. நானே உன்னை அப்படிப் பாசமா பார்த்ததில்லடி மகா.."

தாயின் கோணத்தை படம் பிடித்துக் காட்டி விட்டாள் அம்பிகா.. பெற்றவளுக்குத்தான் தெரியும் பிள்ளைகளின் அருமை.. வாழ்க்கைப் பட்டுப் போகும் வீட்டில் அவர்களின் அருமை புரிந்து சீராட்டுபவர்கள் இருக்க வேண்டும் என்றே பெண்ணைப் பெற்ற தாயின் மனம் பரிதவிக்கும்..

அந்த பரிதவிப்பை போக்கி விட்டாள் ருக்மிணி.. பெண்ணைப் பார்க்க வேண்டும் என்று குடும்பத்தினர் சொன்னார்கள் என்று அவர்களை அழைத்துக் கொண்டு வந்திருந்தார் கோகுல்நாத்.. சஞ்சய்க்கு வேலை அதிகமென்பதால் வரவில்லை என்று தகவல் சொன்னார்.. அவனுக்கு வர விருப்பமிருக்காது என்பதைத்தான் மகாலட்சுமி அறிவாளே..

'இவனுக்கு நான் கழுத்தை நீட்டனுமா..?' புகைந்தது அவள் மனது..

'இவங்கதான் மாப்பிள்ளையோட அம்மாவா..?' அம்பிகா ருக்மிணியைத்தான் முதலில் பார்த்தாள்..

புகுந்தவீடும் மாமியார் கொடுமையும் பிரிக்க முடியாமல் இணைந்து வருவதென்பது தொன்று தொட்டு இருந்து வரும் வழக்கமென்பதால் அவள் பார்வை மகாலட்சுக்கு மாமியாராக வரப் போகிறவளின் பார்வை எப்படிப்பட்டதாக இருக்கிறது என்று ஆராய்ந்தது..

இந்த வீடு எங்க வீட்டின் போர்டிகோ அளவுகூட இல்லை என்பதைப் போல அவள் பார்வை இருக்கிறதோ என்ற சம்சயம் அம்பிகாவுக்கு..

அப்படியில்லை என்பதைவிட.. மதிப்பும் மரியாதையும் குறையாமல் வெகு வாத்சல்யத்துடன் இதுதான் என் மருமகள் பிறந்த வளர்ந்த வீடா என்பதைப் போல ருக்மிணியின் விழிகள் வீட்டைச் சுற்றி வந்ததில் அம்பிகாவின் மனம் நெகிழ்ந்து விட்டது..

அதிலும் மகாலட்சுமியை ருக்மிணி பார்த்த பார்வை இருக்கிறதே.. அப்பப்பா..! அப்போதே மருமகளின் கை பிடித்து அழைத்துக் கொண்டு போய்விட வேண்டும் என்ற துடிப்பையும் சொந்தத்தையும் ருக்மிணியின் பார்வையில் கண்டாள் அம்பிகா..

"இந்த உலகம்பூராவும் சல்லடை போட்டுச் சலிச்சுத் தேடினாலும் இப்படியாப்பட்ட மாமியா உனக்கு கிடைக்க மாட்டாங்கடி மகா.. உன் ஜாதகம் விசேசமானதுன்னு கொண்டாடற மாமனார்.. பெத்த மகளைப் போல பாசத்தைக் காட்டற மாமியார்.. அப்புறம் அந்தப் பொண்ணு சாருலதா.. கொஞ்சமாவது பணக்கார வீட்டுப் பொண்ணுங்கிற கர்வத்தைக் காட்டுச்சா.. உன் கையைப் பிடிச்சு அண்ணி.. அண்ணின்னு சொந்தம் கொண்டாடுச்சேடி.. நாத்தனார் மாதிரியா பேசுச்சு..? கூடப் பிறந்த பிறப்பைப் போல இல்லேடி பேசுச்சு.." அம்பிகா உணர்ச்சி வசப்பட்டாள்..

"அம்மா.." விசும்பினாள் மகா..

"வாழப்போகிற வாழ்க்கை புருசன் கூட மட்டுமில்லடி.. அந்த வாழ்க்கையில புருசனோட குடும்பமும் அடங்கியிருக்கு.. மாமனார், மாமியார், நாத்தனார்ன்னு இருக்கிற சொந்தகளில ஒரு சொந்தம் சரியில்லேன்னாக்கூட அந்த புகுந்த வீட்டில வாழப் போகிற பொண்ணோட வாழ்க்கை நரகமாயிரும்டி மகா.. நான் பணத்தைப் பார்க்கலை.. அந்தக் குடும்பத்தோட குணத்தைப் பார்க்கிறேன்.. அந்தக் குடும்பத்தில நீ வாழப் போனா.. கடைசி வரைக்கும் மனநிம்மதி குறையாம வாழ்வேடி மகளே.. ஒரு பெத்த தாய்க்கு இதைவிட வேறென்ன வேணும் சொல்லு..? அதனால தத்துப் பித்துன்னு உளராம வாயை மூடிக்கிட்டிரு.. சொல்லிட்டேன்.. இந்தக் கல்யாணம் நின்னு போனா உன் அம்மாவை நீ உயிரோட பார்க்க முடியாது.. ஆமாம்.."

இதற்கு மேலும் மகாவால் போராட முடியுமா..?

20

அதைச் சொன்னால் இவன் புரிந்து கொள்வானா என்றிருந்தது மகாலட்சுமிக்கு..

பெண்ணைப் பெற்ற தாயின் மன உணர்வுகளைப் பற்றி அவனுக்கு என்ன தெரியும்..?

அவன் ஆணாகப் பிறந்து விட்ட மகராஜன்.. இருக்கும் இடத்தில் அவன் இருப்பான்.. பெண்ணை மட்டும் நாற்றைப் பிடுங்கி நடுவதைப் போல ஒரு வீட்டி-லிருந்து பிடுங்கி புருசன் வீட்டில் நட்டு விடுவார்கள்..

பிறந்து வளர்ந்த வீட்டை விட்டு வேறொரு வீட்டில் வாழப் போகிற மகள் எப்படி வாழப் போகிறாளோ என்று பெண்ணைப் பெற்று வளர்த்தவர்கள் மனது துடிக்கும் துடிப்பை எந்த ஆணாலும் புரிந்து கொண்டு விட முடியாது..

"உண்மையாச் சொல்றேன்.. உங்க மூஞ்சியை எனக்குக் கொஞ்சம் கூடப் பிடிக்கல.. உங்களக் கல்யாணம் பண்ணிக்க எனக்கு துளிக்கூட விருப்பமில்ல.. இதை

உங்க முகத்தைப் பார்த்து நானும் பலதடவை சொல்லியாச்சு.. அப்படியிருந்தும் கல்யாணத்தை நிப்பாட்ட திறமையில்லாம என்னை வைச்சுக் காரியம் சாதிக்க நினைக்கிற நீங்க என்ன கேட்டகிரி..?"

நிறுத்தி, நிதானமாக மகா கேட்ட விதத்தில் சஞ்சயின் முகம் கருத்து விட்டது.. அதில் மகாவின் தன்மானம் திருப்தி கொண்டது..

"என்ன..? வேணும்னே பேசிப் பார்க்கிறியா..?"

"நீங்க வேணாம்னுதான் பேசிப் பார்க்கிறேன்.."

"இந்தக் கல்யாணத்தை நிறுத்த முடியாதுன்னு சொல்லிட்டா எனக்கு வொய்பா ஆகிடலாம்.. தி கிரேட் சஞ்சயோட மிஸஸ்ன்னு ஹை கிளாஸ் சொசைட்டியிலே கெத்தா நிக்கலாம்கிற எண்ணம்தானே உனக்கு..?"

"சேச்சே..."

உடனடியாக மறுக்க வேண்டும் என்ற வேகத்துடன் மகா சொன்ன 'சேச்சே..' சஞ்சயை வெகுவாக பாதித்து விட்டது..

"என்ன தைரியம்..!" அவன் முகம் ஜிவுஜிவுத்தது..

அதை கண்டு கொள்ளாமல் மகா பேசி அவன் முக ஜிவுஜிவுப்பை அதிகரித்து வைத்தாள்..

"அப்படியெல்லாம் நினைப்பை வைச்சுக்காதீங்க மிஸ்டர் சஞ்சய்..! ஒரு கூலிக்-காரனைக் கல்யாணம் பண்ணிக்கிட்டா சந்தோசமா வாழலாம்கிற எண்ணம்தானே எனக்குன்னு கேளுங்க.. ஆமாம்ன்னு ஒப்புக்கறேன்.. உங்க வொய்பா நிக்கனும்கிற எண்ணம் எனக்கிருக்குன்னு மட்டும் சொல்லாதீங்க.. காது கொடுத்துக் கேட்க முடியலை.."

மகா காதைப் பொத்திக் கொண்டதில் சஞ்சயின் பிளட் பிரசர் எகிறியது..

"யு டாமிட்..!" கையை ஓங்கிவிட்டான்..

மகாலட்சுமியின் கண்களில் முதலில் அதிர்ச்சியும் அடுத்து கோபமும் வரிசை கட்டி வந்தன..

"கண்ட்ரோல் யுவர் ஷெல்ப் மிஸ்டர் சஞ்சய்..! நானொன்னும் நீங்க தாலி கட்டின பெண்டாட்டியில்லை.. எந்த உரிமையில கையை ஓங்கறிங்க..?" என்று கொதித்து விட்டாள்..

அதைக் கேட்டபடி அவர்களைக் கடந்து போன பெண்ணொருத்தி நின்று மகா-லட்சுமியை முறைத்து வைத்தாள்.. மகாலட்சுமிக்கோ..

'என்னங்கடா இது..' என்று ஆகிவிட்டது..

வருகிறவர்கள், போகிறவர்கள் எல்லாம் மகாலட்சுமியை முறைத்து வைக்க அவளென்ன கிள்ளுக் கீரையா..?

'இந்தப் பெண்ணை நான் முன்னே பின்னே பார்த்ததில்லையே.. அப்புறம் என்ன அலுவலுக்கு என்னைப் பார்த்து முறைக்குது..?' புரியாமல் பதிலுக்கு முறைத்த வளிடம்..

"தாலி கட்டின பெண்டாட்டின்னா அடிச்சுரலாமா..? அப்படியொரு உரிமையை யார் கொடுத்திருக்காங்க..? இல்லே.. நம்ம இந்தியத் திருநாட்டோட சட்ட திட்-டத்தில அப்படி எழுதி வைச்சிருக்கா..?" என்று எகிறினாள் அந்தப் பெண்..

'ஓ...! இதுதான் விசயமா..?' தலையைப் பிடித்துக் கொண்ட மகா..

'உன்னாலதானே இந்த வம்படி வழக்கில மாட்டியிருக்கேன்..?' என்று சஞ்சயை முறைத்தாள்..

"இந்த முறைப்பை முதலிலேயே முறைத்திருக் கனும்.. அதை விட்டுட்டு கையை ஓங்க இடம் கொடுத்து வைச்சிருக்கீங்க.. அதுவும் போதாதுன்னு தாலி கட்டின பெண்டாட்டியை அடிக்கலாம்ன்னு நீங்களே எடுத்துக் கொடுக்கறிங்க.. இப்படிக் கேட்டிங்கன்னா நாளைக்கு உங்க கழுத்தில தாலியைக் கட்டின பின்-னாலே.. தாலி கட்டின பெண்டாட்டியை அடிக்கலாம்ன்னு நீதானே சொன்னேன்னு இவர் கை ஓங்க தோதாகிராதா..?" அந்தப் பெண் கேட்ட கேள்விக்கு..

"சான்ஸே இல்லை.." என்றாள் மகாலட்சுமி..

"எதுக்கு சான்ஸ் இல்லைங்கறீங்க..? கல்யாணம் ஆன பின்னாலே உங்களை கை தொட்டு அடிக்கிறதுக்கு சான்ஸ் இல்லைன்னு சொல்றீங்களா..?" விளக்கம் கேட்டாள் அந்தப் பெண்..

"இவருக்கும் எனக்கும் கல்யாணம் நடக்க சான்ஸே இல்லைங்கிறேன்.." எரிச்சலுடன் சொன்னாள் மகா..

"குட் டிசிசன்..! அதையே கீப் அப் பண்ணுங்க.. இது மாதிரி ஆளுக்கு கழுத்தை நீட்டிட்டு காலம் பூராவும் அவதிப் படாதீங்க.. ஆடு, மாட்டை அடித்தாக்கூட புளு கிராஸ்ல இருந்து வந்து கேள்வி கேட்டு ஒரு வழி பண்ணிடறாங்க.. ஆடு, மாடுக்கு இருக்கிற அடிப்படை உரிமையும், பாதுகாப்பும் கூட பெண்டாட்டிங்கிற மனுஷிக்கு இல்லையா..?"

அந்தப் பெண் நீட்டி முழக்கி விட்டு சஞ்சயை விரோதியைப் போல முறைத்து விட்டுப் போய் சேர்ந்தாள்..

'பெண்ணுரிமைவாதீ போல..' மகா நினைத்துக் கொண்டாள்..

"என்ன..? சப்போர்ட்டுக்கு ஆள் சேர்க்கறியா..?" ஒரு மாதிரியான ஆழ்ந்த குரலில் கேட்டான் சஞ்சய்..

"ஒரு போர்ட்டுக்கும் ஆள் சேர்க்கலை.. பப்ளிக் பிளேசில ஒரு பெண்கிட்ட மேனர்ஸ் இல்லாம கையை ஓங்கினா.. பப்ளிக்கில நாலு பேரு கேள்வி கேட்கத்தான் செய்வாங்க.." உதட்டைச் சுழித்தாள் மகாலட்சுமி.

"அந்தப் பெண்கிட்ட சான்ஸே இல்லேங்கிற..? உனக்குத்தான் லட்டுப் போல சான்ஸ் கிடைச்சிருக்கில்ல.. அதுக்கப்புறமும் எதுக்காக சான்ஸே இல்லைன்னு பிலிம் காட்டற..?" பல்லைக் கடித்தான் சஞ்சய்..

"ஹலோ சார்..! அந்த சான்ஸ் லட்டு இல்ல.. எட்டிக்காய்.." அஷ்ட கோணலாய் முகத்தை வைத்துக் கொண்டாள் மகாலட்சுமி..

'இவளுக்கு இருக்கிற திமிரைப் போல யாருக்கும் இருக்காது..'

சஞ்சய்க்கு அவளை கொலை பண்ணி விட வேண்டும் போல வெறி மிகுந்தது.. வாகாக அவள் கழுத்தும் அவன் கையருகேதான் இருந்து வைத்தது.. நெரிக்கத் துடித்த விரல்களை மடக்கி இறுக்கிப் பிடித்துக் கொள்ள அவன் பகீரத பிரயத்தனங்களை மேற்கொள்ள வேண்டியிருந்தது..

'கூலிக்காரனை விட நான் இவளுக்கு ஈஸியாகப் போய் விட்டேனா..?' அவனுடைய ரத்தம் கொதித்தது..

'சான்ஸே இல்லையாம்ல்ல.. இவ பெரிய ரதி..! இவளைக் கல்யாணம் பண்ணிக்க நான் தவமாய் தவம் கிடக்கிறேன்.. இவ சான்ஸே இல்லைங்கிறா.. நினைப்பப் பாரு..'

அவன் பொருமிக் கொண்டிருந்தான்.. நீ பாட்டுக்கு பொருமிக்கொண்டிரு.. நான் பாட்டுக்கு என் வீட்டைப் பார்த்துக் கிளம்புகிறேன் என்று ஹேண்ட் பேகைத்

தூக்கிக் கொண்டுக் கிளம்பினாள் மகா..

"எங்கே கிளம்பற..?" அவன் வெடுவெடுத்தான்..

"எங்கேயோ.." விட்டேற்றியாக பதில் சொன்னாள் அவள்..

"அப்படி எங்கேயோ போய் தொலைந்தாத்தான் தேவலையே.. எங்கே..? இதெல்லாம் வார்த்தையிலதான இருக்கு.. போய்த் தொலைய மாட்டேங்கறியே.." ஏகத்துக்கும் ஏக்கப் பட்டான் சஞ்சய்..

"அதை நீங்க செய்ய வேண்டியதுதானே..?"

"எதை..?"

"தொலையறதை.."

"உனக்கும் எனக்கும் மேரேஜ் நடக்கிறது நிச்சயம்ன்னா நிச்சயமா அதைத்தான் நான் செய்வேன்.."

சூளுரைத்த சஞ்சயினால் அவனது சூளுரையைக் காப்பாற்ற முடியாமல் போய் விட்டது.. அவன் வாழ்க்கையிலேயே எடுத்த சபதத்தை முடிக்காமல் விட்டது அவனுடைய திருமண விவகாரத்தில்தான்.. அவனுக்கும் அவனுடைய திருமணத்திற்கும் யாதொரு சம்பந்தமுமில்லையென்ற ரீதியில் அவனுடைய வீடு செயல்பட்டது..

"ஆறு, எட்டை விட்டா அடுத்த நாலு மாசத்துக்கு சரியான முகூர்த்த நாள் அமையாது.."

ஜோஸியர் கணித்துச் சொல்லி சஞ்சயின் வயிற்றெரிச்சலைக் கொட்டிக் கொண்டார்.. வெளியே வந்தவரை மடக்கிப் பிடித்த சஞ்சய்..

"யோவ் ஜோசியரே..! என்கிட்ட ஒரு கட்டு பணக்கற்றையை வாங்கிக்கிட்டு கவிழ்த்திட்டயேய்யா.. இன்னும் ஆறு வருசத்துக்கு எனக்கு கல்யாண யோக மில்லைன்னுல்ல உன்னைச் சொல்லச் சொன்னேன்.." என்று சண்டைக்குப் போனான்..

"சின்னவரு மன்னிக்கனும்.. உங்க தோப்பனார் ரெண்டுகட்டு பணக்கற்றையை உங்களுக்கு முன்னாலேயே நீட்டிட்டார்.. என் பிள்ளையாண்டன் வருவான்.. அவனுக்குத் தோதா பொய் சொல்லச் சொல்லி பணத்தாலேயே உங்களை அடிக்கப் பார்ப்பான்.. பேஷா அதையும் வாங்கிப் பத்திரப் படுத்திக்கோங்க.. நீங்க மாட்டேன்னு சொன்னா பிள்ளையாண்டன் வேற ஒரு ஜோஸியரை பணத்தாலே அடிச்சுப் பொய் சொல்ல வைச்சிடுவான் சொன்னார்.. ஆஹா.. பேஷ்.. பேஷ்.. அதுக்கென்னன்னு சொன்னேன்.. இப்போப் பாருங்க.. உங்க கல்யாணமும் முடிவாயிருச்சு.. உங்க புண்ணியத்தால என் பொண்ணு கல்யாணமும் பிக்ஸ் ஆகிருச்சு.."

"மூணுகட்டு பணக்கற்றை செய்கிற வேலை..?"

"இல்லையா பின்னே..? மொத்தமா பணம் கிடைக்கறப்பவே செய்ய வேண்டிய கடமையை செய்து முடிச்சிரனும்.. என்ன நான் சொல்றது..?"

"ஓடியே போயிரு.."

"என்ன சொன்னேள்..?"

"என்னைக் கொலைகாரனா ஆக்காதேள்ன்னு சொல்றேன்.."

"என்னது..?"

பெண்ணைத் திருமணம் செய்து கொடுக்க உயிரோடு இருந்தாக வேண்டுமே என்று ஓடிப் போய் தன் உயிர் காத்துக் கொண்டார் ஜோசியர்..

'சான்ஸே இல்லை..'

வெகு தீவிரமாக தலையை ஆட்டி மறுத்த மகாவின் முகம் சஞ்சயின் மனதில் வந்து அவன் தூக்கத்தை விரட்டி யடித்தது.. கோகுல்நாத்திடம் சண்டைக்குப் போனான்.. அவர் தயாராக வைத்திருந்த காவியுடையையும், கமண்டலத்தையும் அவன் கண் முன் பரத்தினார்..

'இவரை..' பற்களை நொறுக்கியே தீருவது என்று கங்கணம் கட்டிக் கொண்டவனாக நறநறத்தான் சஞ்சய்..

'இதைக் காட்டியே என்னை பிளாக்-மெயில் பண்ணலாம்ன்னு நினைக்கிறாரா..?'

சட்டென்று சஞ்சய்க்கு அந்த யோசனை தோன்றியது.. அப்படிச் செய்தாலென்ன என்று உற்சாகமானான் சஞ்சய்.. அவன் முகத்தையே கூர்ந்து பார்த்துக் கொண்டிருந்த கோகுல்நாத்தின் நெற்றியில் கோடுகள் விழுந்தன.. யோசனையுடன் மகனை பார்த்தார்..

நிதானமாக அவர் முன்னாலிருந்த காவியுடையையும் கமண்டலத்தையும் கைப்பற்றினான் சஞ்சய்..

"என்னப்பா..?" என்றார் கோகுல்நாத்..

"நீங்க ஏன்ப்பா சன்னியாசியா ஆகனும்..? நான் ஆகிறேன்ப்பா.." அமர்த்தலாகச் சொன்னான் சஞ்சய்..

"அப்படியாப்பா..?" அவனைவிட அமர்த்தலாகக் கேட்ட கோகுல்நாத்.. வேறொரு செட் காவியுடையும் கமண்டலத்தையும் எடுத்து அவன் முன் வைத்தார்..

"வாட் இஸ் திஸ்..?" திகைத்துப் போனான் சஞ்சய்..

"அந்த காவி டிரெஸ் என் சைஸீக்குத் தைக்கப் பட்டதுப்பா.. உனக்கு ஷீட் ஆகாது.. தொளதொளன்னு இருக்கும்.. இதை எடுத்துக்க இந்த டிரஸ்ஸை உன் அளவுக்கு தைத்து வாங்கி வைத்திருக்கேன்.. உனக்கு இது பிட்டா இருக்கும்.. வா போகலாம்.."

"எங்கேப்பா..?"

"இமய மலைக்குப்பா.. யாருக்குக் கிடைக்கும் இப்பேற்பட்ட கொடுப்பினை..? அப்பாவும் பிள்ளையுமா சன்யாசம் வாங்கிக்குவோம்ப்பா.."

"என்னது..??..."

ஏறக்குறைய அலறி விட்டான் சஞ்சய்.. அப்பாவும் பிள்ளையும் சன்யாசம் போவதா..? அவன் குடும்பம் என்ன ஆவது..?

"எப்படியோ போகட்டும்.. உனக்கு உன் விருப்பம் தானேப்பா முக்கியம்..?"

கோகுல்நாத்தான் அஸ்திரம் எய்வதில் எக்ஸ்பர்ட் டாச்சே.. அவர் எய்த அஸ்-திரம் குறி தவறாமல் சஞ்சயைத் தாக்கியதில் அவன் காவியுடையையும் கமண்ட-லத்தையும் தூக்கிக் கடாசிவிட்டு தலைவிதியே என்று அமைதியைத் தேடி கடற்-கரைக்குப் போய் விட்டான்.. அமைதிதான் வரமாட்டேன் என்று அடம் பிடித்தது.. செல்போனில் மகாவை அழைத்தான்.. அவளும் வரமுடியாது என்று சொல்லி விட்டாள்..

"நீங்க அரைத்த மாவையே அரைப்பீங்க சஞ்சய் சார்.. அதுக்கு நான் ஆளில்ல.. உங்களைக் கல்யாணம் பண்ணிக்க எனக்கு இஷ்டமில்லை.. இந்தக் கல்யாணம் நின்னு போனா உங்களைவிட அதிகமா நான் சந்தோசப் படுவேன்.. ஸோ.. என்கூடப் பேசறதுக்குப் பதிலா உங்க அப்பாகூடப் பேச்சு வார்த்தை நடத்-துங்க.. எனக்கு ஏதாச்சும் நல்லது நடக்கும்.. அதை விட்டுட்டு என்கூடப் பேச்சு வார்த்தை நடத்தக் கூப்பிடாதீங்க.. டைம்தான் வேஸ்டாகும்.." அவள் பட்டுக் கத்-தரித்து விட்டாள்..

'இங்கே வாழ்க்கையே வேஸ்டாகப் போகுது.. இவ டைம் வேஸ்டாகிறதைப் பத்திச் சொல்றா..' அவனுக்கு வாழ்க்கையே வெறுத்துப் போனது..

ஓடும் காலத்தை இழுத்துப் பிடித்து நிறுத்தி வைக்கும் நங்கூரம் இல்லாமல் அவன் தவித்தான்.. யாருக்காவும் காத்திருக்காத காலம் அவனுக்காகவும் காத்தி-ருக்கவில்லை.. அது வேகமாக ஓடியது.. சஞ்சய் தப்பிக்க நினைத்த மண நாளும் வந்தது.. கோகுல்நாத் கமண்டலத்தை அவன் கண்ணில் காட்டி ஆட்டி அவனை கல்யாணமேடைக்குப் பற்றி விட்டார்.. வயிறு எரிய பட்டு வேட்டியும் பட்டு சட்-டையுமாக.. மாப்பிள்ளை கோலத்துடன் கழுத்தில் மலர்மாலை கனக்க மணமே-டையேறினான் சஞ்சய்.. வேண்டா வெறுப்பாக மந்திரம் ஓதிக் கொண்டிருந்த அய்-யரை வெட்டவா.. இல்லை குத்தவா என்ற ரீதியில் முறைத்தபடி உட்கார்ந்தான்.. கலவரமாகிப் போன அய்யர் சர்வ ஜாக்கிரதையாக அவன் முகத்தையே பார்க்கா-மல் அக்கினியை வெறித்தபடி மந்திரத்தைத் தொடர்ந்தார்..

தப்பித்து விட்ட அய்யரிடமிருந்து அவன் பார்வை மாறி.. சர்வ அலங்கார பூஷிதையாக மணமேடையில் ஏறிக் கொண்டிருந்த மகாலட்சுமியின் மீது விழுந்-தது.. அவளோ அய்யரை விடக் கெட்டிக்காரியாக இருந்தாள்.. தரையில் பதித்த பார்வையை உயர்த்தவே இல்லை.. பதுமைபோல அவன் பக்கத்தில் வந்து உட்-கார்ந்தவளை கொலைவெறியுடன் பார்த்து வைத்தான் சஞ்சய்..

"மாங்கல்யம் தந்துனானே.." அய்யர் முக்கியமான கட்டத்துக்கு வந்தார்..

"அதுக்குள்ள மாங்கல்யம் தந்துனானேவா..? ஒப்புக்கவே மாட்டேன்.. நீர் மந்திரத்தை சரியாச் சொல்லலை.."

சஞ்சய் அய்யருடன் சண்டைக்குப் போனான்.. அவரோ.. மாப்பிள்ளைத் தோழனாக நின்றிருந்த விஷ்ணுவிடம் பார்வையால் இறைஞ்சினார்.. அவனும் அய்யருக்கு உதவிக்கரம் நீட்டி..

"நோ சார்.. அய்யருக்கு மந்திரம் எப்படி மறக்கும்..?" என்று சஞ்சயிடம் சொன்னான்..

"இல்லவே இல்லை.. நான் நம்பவே மாட்டேன்.. முதலில் இருந்து இவரை ஆரம்பிக்கச் சொல்லு.." என்று சொல்லி விட்டான் சஞ்சய்..

"அதுக்குள்ள முகூர்த்த நேரம் முடிஞ்சுருமே.." அய்யர் தவித்தார்..

அதுதானே சஞ்சய்க்கு வேண்டும்..? கோகுல்நாத் அமைதியாக சஞ்சய் பக்கமாக குனிந்து..

"தாகமாயிருக்கா சஞ்சய்..? கொஞ்சம் தண்ணி குடிக்கிறயா..?" என்று கையிலிருந்த கமண்டலத்தைக் காட்டினார்..

"மந்திரமெல்லாம் ஓகேதான்.." போர் நிறுத்தம் செய்தான் சஞ்சய்..

'அப்பாடி..' சமாதான உடன்படிக்கையில் சந்தோசமாகி விட்ட அய்யர்.. மாங்கல்யம் தந்துனானேயை கண்டினியு பண்ணினார்..

கெட்டிமேளம் முழங்க.. தப்பிக்கும் வகையறியாமல் மகாலட்சுமியின் கழுத்தில் தாலியைக் கட்டினான் சஞ்சய்.. அவனைப் போலவே தப்பிக்கும் வழி தெரியாமல் சஞ்சய்க்கு கழுத்தை நீட்டினாள் மகாலட்சுமி..

இவ்வாறு ஈருடல் ஈருடலாகவும்.. அவரவர் உயிர்.. அவரவருடையதாகவும் இருந்த அந்த சதி-பதி அக்கினியை வலம் வந்தார்கள்.. குண்டூசி போடக்கூட இடமில்லாமல் குழுமியிருந்த கூட்டம் அட்சதையை மேடையை நோக்கித் தூவியது..

'இது ஒன்னுதான் குறைச்சல்..'

சஞ்சய் மகாலட்சுமியை முறைத்த முறைப்பில் அவளை அக்கினியில் தள்ளி விடும் உத்தேசம் தெரிந்தது.

அதை உணர்ந்தவளைப் போல அவள் அவனை ஒட்டி நடந்து வராமல் சற்றுப் பின் தங்கியே வந்தாள்.. அவன் கைக்குள் அடங்கியிருந்த அவளின் கை மரவட்டையாக சுருண்டிருந்ததில் அவள் கை விரல்களை ஒடித்து விடலாமா என்று ஆவேசம் கொண்டான் சஞ்சய்.. அதற்கான முயற்சியை மேற்கொள்ளலாம் என்றால்

அதற்கு முடியாமல் அவர்கள் அக்கினியை வலம் வந்து கொண்டிருந்தார்கள்..

திருமணத்திற்கு வருகை தந்திருந்த உறவினர்களும், நண்பர்களும், மணமக்களை நெருங்கிப் பேச முயன்றார்கள்.. அவர்களிடம் அவன் பேச ஆரம்பித்த

போது.. அதுதான் சாக்கு என்று தள்ளிப் போய் நின்று கொண்டாள் மகா..

"கல்யாணப் பெண் எங்கேடா..?"

மும்பையிலிருந்து வந்திருந்த பாட்டி கண்ணாடியைத் தூக்கிக் கொண்டு தேட ஆரம்பிக்க.. அவள் பக்கத்தில் தானே நிற்கிறாள் என்ற குழப்பத்துடன் திரும்பிப் பார்த்த் சஞ்சய்.. தள்ளி நின்ற மகாவைப் பார்த்ததும் பல்லைக் கடித்தான்..

‘எந்த நேரத்தில இவளைப் பார்த்துத் தொலைச் சேனோ.. அப்போதிருந்து பல்லைக் கடிக்கிறதே என் பிழைப்பாய் ஆகிருச்சு.. என்ன அலுவலுக்கு தள்ளி நிற்கிறா..?’

நெற்றிக் கண்ணைத் திறக்காத குறையாய் அவன் முறைத்த முறைப்பை கண்டு கொள்ளாமல் அவள் தோழிகளிடம் கதையளப்பதில் குறியாய் இருக்க..

அவள் பக்கத்தில் நின்ற வித்யா அதை கண்டு கொண்டு மகாவைத் தள்ளிக் கொண்டு வந்து சஞ்சயிடம் சேர்ப்பித்தாள்..

"இப்படியா மாமா அக்காவை கோட்டை விடுவீங்க..?"

"மாமாவா..?" விளக்கெண்ணையைக் குடித்து விட்டவனைப் போல முகத்தைக் கோணலாக்கினான் சஞ்சய்..

"மாமாவேதான்.. அத்தான்னு கூப்பிட்டா பல்லைத் தட்டிக் கையில் கொடுத்துருவேன்னு மகா மிரட்டி வைச்சிருக்கா.." வித்யா சோகமாக முகத்தை வைத்துக் கொண்டாள்..

‘இவளா..? இருக்காதே..’ சஞ்சயால் நம்ப முடியவில்லை..

"எப்பச் சொன்னா..?" என்று கேட்டான்..

"நீங்கதான் இவளுக்கு ஹஸ்பெண்டா வரப் போறிங்கங்கிற சஸ்பென்ஸ் தெரியாதப்பவே ஆர்டர் போட்டுட்டா.. இவளுக்கு புருசனா வரப் போகிறவர் இவளுக்கு மட்டும்தான் சொந்தமாம்.. அதனால இவ மட்டும் அத்தான்.. அத்தான்னு கூப்பிடுக்குவாளாம்.. நானும், பார்கவியும் மாமா, மாமான்னு கூப்பிட்டு அவரை கிழவனாக்கனுமாம்.." வித்யா விவரித்தாள்..

‘கொடுமைடா சாமி..’ சஞ்சய் மகாவை முறைத்தான்..

‘இவளுக்கு தாலியைக் கட்டியிருக்கிறதில கிடைச்சிருக்கிற ஒரே பெனிபிட் அழகான ரெண்டு மச்சினிச்சிகதான்.. அவளுகளுக்கும் இவ என்னை அத்தானாக விடாம சதி செய்கிறாளா..? ஒரு முடிவோட தான் எனக்குக் கழுத்தை நீட்டியிருக்கா..’ அவன் கொந்தளித்துக் கொண்டிருந்த போதே..

"நீ தாராளமா இவரை அத்தான்னு கூப்பிட்டுக்கலாம் வித்யா.. எனக்கொன்னும் ஆட்சேபணையில்லை.." என்று பரந்த மனதுடன் சொன்னாள் மகா..

"நீயாடி பெர்மிசன் கொடுக்கிற..? உன் புருசன் தான் உனக்கு மட்டும்தான்னு உரிமை கொண்டாடினயேடி..?" வித்யா விழிவிரித்தாள்..

"அது அப்ப.. இது இப்ப.." தோள்களைக் குலுக்கினாள் மகா.. அதில் அவளைக் கொன்று துவம்சம் செய்துவிட வேண்டுமென்ற ஆங்காரம் மலையளவுக்கு சஞ்சயின் மனதில் வந்தது..

21

அழகாக சுருண்டு படுத்து ஒரு பூக்குவியலைப் போல உறங்கிக் கொண்டிருந்தாள் மகாலட்சுமி.. பிரித்து போடப் பட்டிருந்த கட்டில்களில் ஒரு கட்டிலில் துயில் கலைந்து எழுந்து உட்கார்ந்த சஞ்சய்.. மகாலட்சுமியைக் கண்டதும்..

'இவ எங்கே இங்கே வந்தா..?' என்று கண்ணைக் கசக்கி யோசித்தான்..

அவனுடைய கட்டிலிலும்.. மகாலட்சுமியின் கட்டிலிலும் உதிர்ந்து கிடந்த மலர்களும்.. தொங்கிக் கொண்டிருந்த மலர்ச்சரங்களும்.. முதல்நாளிரவு அவர்களுக்கான முதலிரவு என்பதை உணர்த்தியதில் தலையில் கை வைத்து உட்கார்ந்து விட்டான்.

'எப்படித் தூங்கறா பாரு..'

நிம்மதியாக உறங்கிக் கொண்டிருந்த மகாவின் மீது அவன் கோபம் பாய்ந்தது.. முதல்நாள் மாலையில் ரிசப்சன் மேடையில் அடிக்கடி அவனுக்கு அவள் புறமுதுகு காட்ட.. அவன் பல்லைக் கடித்தபடி அவளை அவன் பக்கமாக திருப்பி அவன் சார்பில் வந்திருந்த விருந்தினர்களை அறிமுகப் படுத்த என்று அவனை பாடாய் படுத்தி எடுத்து வைத்து விட்டாள் அவள்..

இரவில் அறைக்குள் வந்ததும் என்னவோ வில்லனைப் பார்க்கும் கதாநாயகியைப் போல எட்டடி தள்ளி துள்ளிப் போய் நின்றதில் எரிச்சலாகி விட்டான் சஞ்சய்..

"ரொம்பத்தான் அலட்டிக்காத.. உன்னை டச் பண்ற உத்தேசம் எனக்கில்ல.." என்று முகத்திலடித்ததைப் போலச் சொல்லி விட்டான்..

அதற்கு முகம் கன்றிப் போவதற்குப் பதிலாக.. முகம் மலர்ந்தது..

"அப்பாடி.. தேங்க்ஸ்.." என்று அவன் எரிச்சலை அதிகப் படுத்தினாள் மகாலட்சுமி..

"என் தலைவிதியைப் பார்த்தியா..? உன் கூடல்லாம் ஒரே ரூமில தங்க வேண்டியிருக்கு.." அவன் அலுத்துக் கொள்ள..

"ம்ஹீம்.. வி ஆர் இன் ஸேம் போ... எனக்கும் இதே வருத்தம்தான்.." என்று பெருமூச்சு விட்டு அவன் மூக்கை உடைத்தாள் அவள்..

"எனக்குக் கட்டில், மெத்தை இல்லைன்னா தூக்கம் வராது.. ஸோ.."

அவன் விழிகள் அவளுக்கான தலையணை, பெட்சீட்டைத் தேடிக் கொண்டிருக்க.. அவளோ வெகு சுவாதீனமாக கட்டில்களை பிரித்துப் போட்டு விட்டு.. கையைத் தட்டி..

"பிராப்ளம் சால்வ்டு.. அந்தக் கட்டில் உங்களுக்கு.. இந்தக் கட்டில் எனக்கு.." என்று பாகப் பிரிவினையை நடத்தி விட்டாள்..

அவளுக்குத் தோதான இடம் அறையின் மூலைதான் என்று தீர்மானித்து விட்டுத் திரும்பிப் பார்த்த சஞ்சய், பிரிந்து கிடந்த கட்டில்களைக் கண்டதும்..

"வாட் இஸ் திஸ்..?" என்று அலறினான்..

"பார்த்தாத் தெரியலை.." மகா அவளுக்கான கட்டிலில் ஏறிப் படுத்து விட்டாள்.. அவன் கத்திக் கொண்டிருக்கும் பிரக்ஞை துளிக்கூட அவளிடம் இல்லை..

"இதை நான் மட்டும் பார்க்க மாட்டேன்.. இந்த வீடே பார்க்கும்.. சேர்ந்திருந்த கட்டில்கள் பிரிஞ்சு கிடந்தா என்னத்தைன்னு விளக்கம் சொல்றது..?" கத்தினான் சஞ்சய்..

"நான் தரையில படுத்திருக்கிறதை இந்த வீடு பார்த்துச்சுன்னா என்ன விளக்கத்தைச் சொல்வீங்களோ.. அதையே சொல்லுங்க.." வழி சொல்லிக் கொடுத்தாள் மகா..

"மத்தவங்க பார்க்கிறப்பவா நீ தரையில் படுக்கப் போகிற..?" எரிச்சல்பட்டான் சஞ்சய்..

"அதைத்தான் நானும் சொல்றேன்.. மத்தவங்க பார்க்கிறப்பவா நான் பிரித்து கிடக்கிற கட்டிலில படுத்திருக்கப் போகிறேன்..?" மகா எதிர் கேள்வி கேட்டாள்..

"இப்ப என்னதான் சொல்ல வர்ற..?"

"மத்தவங்க பார்க்கிறப்ப இந்தக் கட்டில்கள் சேர்ந்திருக்கட்டும்.. மத்த சமயங்களில பிரிஞ்சு கிடக்கட்டும்.."

"ஆக.. நீ தரையில படுத்துத் தூங்க மாட்ட..?"

"என்ன தேவைக்கு..?"

அவளை அறை மூலையில் தள்ள வேண்டுமென்ற சஞ்சயின் அபிலாசை அஸ்தமித்து விட்டது.. மகா ஒய்யாரமாக ஒரு கட்டிலில் நிலை கொண்டு விட்டாள்.. அவளின் அந்த புத்திசாலித்தனத்தில் அவளைத் தண்டிக்க முடியாமல் அவதிப் பட்டான் சஞ்சய்..

"மகா.. அம்மா மகா.."

சன்னமாக கதவு தட்டப் பட்டு ருக்மிணியின் குரல் கேட்டது.. வாரிச் சுருட்டிக் கொண்டு எழுந்தாள் மகா.. அவள் எழுந்த வேகத்தில் தலையணையில் முகம் பதித்திருந்த அவளின் உச்சிவகிட்டுக் குங்குமம் தலையணைல் அப்பிக் கொண்டது.. கட்டிலில் விளிம்பைத் தாண்டிக் கீழே தொங்கிய பின்னலில் இருந்த மலர்ச்-

சரம் இழுபட்டு நார் நாராய் தொங்கியது.. கட்டிலின் இந்தப்பக்கமும்.. அந்தப் பக்கமுமாக உருண்டு புரண்டு தூங்கிப் போனதில் மகாவின் சேலை கசங்கியிருந்தது..

அந்தக் கோலத்துடன் எழுந்தவள் அவசரமாக கட்டிலை இழுத்துச் சஞ்சயின் கட்டிலுடன் ஓட்டிப் போட்டாள்..

'விவரம்தான்..' சஞ்சய் அவளை ஒரு மார்க்கமாக பார்த்தான்..

கதவருகே ஓடிக் கதவைத் திறந்து விட்டவளை உச்சந்தலை முதல் உள்ளங்கால் வரை அளந்தது ருக்மிணியின் பார்வை..

சேலை கசங்கி.. பூக்கள் உதிர்ந்து நின்றவளைப் பார்த்ததும் அவள் விழிகளில் வந்த திருப்தியில் சஞ்சய்க்கு தலைதலையாய் அடித்துக் கொள்ளலாம் போல இருந்தது..

"காபி கப்புகளை வாங்கிக்கம்மா.."

ஆதுரத்துடன் கையிலிருந்த காபி டிரேயை அவள் நீட்ட தாவி வாங்கிக் கொண்டாள் மகா..

'அட.. அட.. அட..! என்ன பணிவு..! என்ன பணிவு..! தாவிப் பிடிச்சு காபி டிரேயை வாங்கிக்கிற போட்டி நடந்துச்சுன்னா நிச்சயமா ஒலிம்பிக் கப் இவளுக்குத்தான்..' சஞ்சயின் கண்கள் இடுங்கின..

"குளிச்சுட்டு வாம்மா.. கீழே உன்னையும், சஞ்சயையும் மறு வீட்டுக்கு அழைத்துக்கிட்டுப் போக உன்னோட அப்பாம்மா வந்திருக்காங்க.." பிரியத்துடன் சொன்னாள் ருக்மிணி..

"நான் எந்த வீட்டுக்கும் வரலை.." சஞ்சய் அறிவித்தான்..

மகாவின் முகம் சுருங்கி விட்டதில் ருக்மிணி கோபம் கொண்டாள்..

"தத்துப்பித்துன்னு பேசாதே சஞ்சய்.. இதெல்லாம் சம்பிரதாயம்.. நீயும் மகாவும் போய்த்தான் ஆகனும்.."

ருக்மிணியின் வற்புறுத்தலுக்காக வேண்டா வெறுப்பாக கிளம்பிப் போனான சஞ்சய்.. சுந்தரேசனின் வீட்டைப் பார்த்ததும் அவன் உதடுகள் இகழ்ச்சியாக மடிந்தன.. மகா துடித்துப் போனாலும் வெளியில் காட்டிக் கொள்ளவில்லை..

"எங்க ஆபிஸ் செக்யூரிட்டிக்குக் கூட இதை விட வசதியான குவார்ட்டர்ஸ் கட்டிக் கொடுத்திருக்கோம்.." தனியறையில் மகாவிடம் சொன்னான்..

"எங்க அப்பா உங்க ஆபிஸ் செக்யூரியிட்டியில்லை.." நிமிர்வாக பதிலளித்த மகா..

'இதை அம்மா கேட்டிருக்கனும்..' பயத்துடன் மூடப்பட்டிருந்த கதவைப் பார்த்துக் கொண்டாள்..

"உங்க வீட்டை விட எங்க பங்களாவோட போர்டிகோ பெரிசா இருக்கும்ன்னு மாப்பிள்ளையோட அம்மா சொல்கிறதுக்கு எவ்வளவு நேரமாகும் மகா.. சொல்லலையே.. அவங்க அப்படிச் சொல்லலையே.."

லேடி நடிகர்திலகமாக நாத்தழுதழுத்து பூரித்துப் போனாள் அம்பிகா..

'உங்க மாப்பிள்ளையோட அம்மா அப்படிச் சொல்லலைதான் அம்மா.. பட்.. மாப்பிள்ளை சொல்லிட்டார்.. இதைச் சொல்றதுக்கு இவருக்கு நேரமே ஆகலைம்மா.. சிங்கிள் செகண்டில கொட்டிக் கவிழ்த்திட்டார்..' துயரத்துடன் நினைத்துக் கொண்டாள்..

அங்கே ஒருநாள் பகல் முழுவதும் அவர்கள் தங்கியிருந்தார்கள்.. அதற்கு மேல் மகாவின் வீட்டில் இருக்க முடியாது என்ற கண்டிசனோடுதான் சஞ்சய் கிளம்பி வந்திருந்தான்..

சுந்தரேசனின் வீட்டில் இருப்பதை முள்ளின் மீது நிற்பதைப் போல மகாவுக்கு உணர்த்தினான் சஞ்சய்.. முகம் சுளிப்பதும்.. ஏளனத்தை விழிகளில் தேக்கிப் பார்ப்பதும்.. இகழ்ச்சியாக உதட்டை மடிப்பதுமாக அவன் பண்ணிய அட்டூழியத்தில் மனம் வெறுத்துப் போனாள் மகா.. அவளுடைய இதயம் புண்ணாகி வலித்தது..

ஒன்றில் சஞ்சயைப் பாராட்டித்தான் தீர வேண்டும்.. இத்தனை அட்டூழியங்களையும் அவனும், மகாவும் தனிமையில் இருந்த நேரங்களில் மட்டுமே செய்தான்.. மற்ற தருணங்களில் அந்த வீட்டின் மூத்த மருமகனாக அருமை, பெருமையுடன் நடந்து கொண்டான்.. அம்பிகாவின் சமையலைப் பாராட்டினான்.. சுந்தரேசனின் ஸ்வீட் கடையைப் பற்றி அக்கறையுடன் விசாரித்தான்.. வித்யாவிடமும், பார்கவியிடமும் நண்பனைப் போலப் பேசிப் பழகினான்..

'இத்தனையும் நடிப்புன்னு இவங்களுக்குத் தெரியாது..' மனம் கசந்தாள் மகாலட்சுமி..

அவளுக்கு மூச்சு முட்டுவதைப் போல இருந்தது.. மனதில் அடர்ந்திருந்த வேதனைகளை மறைத்தபடி.. பொய்யான புன்னகையை உதட்டில் ஒட்ட வைத்தபடி வீட்டினரின் முன்னால் நடிப்பதற்கு வெகுவாக சிரமப் பட்டாள் அவள்.. மனதிலிருப்பதை மறைக்காமல் பேசும் மகாலட்சுமி எங்கே போய் விட்டாள் என்ற துயரம் கலந்த கேள்வி அவள் இதயத்தில் எழுந்தது..

அன்றைக்கே அவள் சஞ்சயின் வீட்டுக்குத் திரும்பியாக வேண்டும்.. முதல்நாள் காலையிலிருந்து அவளுக்கும் அவள் பிறந்து வளர்ந்த குடும்பத்திற்கும் உறவே இல்லாததைப் போல அனைவரும் பேசி வைத்ததில் மகாவின் மனதில் தனிமையுணர்வு உண்டானது..

"மகா.. உன் வீட்டில எல்லோரும் உன்கூட எப்படிப் பேசிப் பழகறாங்க..?" என்று விசாரித்தாள் அம்பிகா..

"வாவ்.. உங்க வீட்டுக் கார்டன் பார்க்கைப் போலவே இருக்குடி மகா.. நீ கொடுத்து வைத்தவ.." பார்கவி பொறாமைப் பட்டாள்..

"உன் வீட்டு ஆளுககிட்ட ஓர் நேர்மை இருக்கு மகா.. ஐ லைக் இட்.. பட்.. அந்த ரம்யாதான் கொஞ்சம் டேஞ்ஜரானவ போல இருக்கா.. பார்த்து நடந்துக்க..

மத்தபடி.. உங்க வீட்டு ஆளுக ஸோ குட்.." வித்யா சர்டிபிகேட் கொடுத்தாள்..

"சாயங்காலமே உங்க வீட்டுக்குத் திரும்பி யாகனுமா..? மாப்பிள்ளைகிட்ட நீ கொஞ்சம் சொல்லக் கூடாதா..?" ஏக்கத்துடன் கேட்டார் சுந்தரேசன்..

உன் வீடு..! உன் வீடு..! உன் வீடு..!

மகாலட்சுமியின் வீடு எது..? அவள் பிறந்ததிலிருந்து பார்த்து வளர்ந்த அவளுடைய பிறந்த வீடு அவளுக்குச் சொந்தமில்லையா..? ஒருநாள்தான் முடிந்திருக்கிறது.. அதற்குள் அவள் பிறந்த வீட்டிலிருந்து அன்னியப் பட்டு விட்டாளா..?

மகாவுக்கு அழ வேண்டும் போல இருந்தது.. மனதில் உள்ள துயரங்களை இறக்கி வைக்க வேண்டும்.. இளைப்பாற நிழல் வேண்டும்.. சாய்ந்து கொள்ள தோள் வேண்டும்.. அவள் விடும் கண்ணீரின் மதிப்பை உணர்ந்தவர்களின் மடியில் முகம் புதைத்து அழ வேண்டும்.. அவளைப் பெற்றவர்களுக்குத் தெரியாத மனத்துயரை.. உடன் பிறந்தவர்களுக்குத் தெரியாத தனிமையின் சோகத்தை சொல்லிக் கதற வேண்டும்..

அதற்கு எங்கு செல்வது..? யார் மடியில் முகம் புதைப்பது..?

'மாமி..!' மனம் பரபரத்தாள் மகாலட்சுமி..

கோமதி மாமியை எப்படி மறந்தாள்..?

பக்கத்து வீட்டிற்கு வேகமாக ஓடினாள் மகாலட்சுமி.. வாசலில் நின்று செல்போனை காதுக்குக் கொடுத்து யாரிடமோ பேசிக் கொண்டிருந்த சஞ்சயின் புருவங்கள் சுருங்கின..

'எதுக்கு இந்த ஓட்டம் ஓடறா..?'

செல்போனை மறந்து விட்டு மகாவைக் கண்காணித்தான்.. வாசலில்தான் அவன் நின்றிருக்கிறான்.. அவனைக் கடந்துதான் அவள் ஓடுகிறாள்.. ஆனால் அவனைக் கவனிக்கவுமில்லை.. அவன் நின்றிருக்கும் உணர்வுமில்லை..

அந்த அளவுக்கு மகாலட்சுமி ஆர்வம் காட்டி பக்கத்து வீட்டிற்கு ஓட வேண்டிய அவசியம்தான் என்ன..?

"ஐ வில் கால் யு லேட்டர் விஷ்ணு.."

செல்போனை அணைத்து விட்டான்.. மாமியின் மடியில் தலை வைத்திருந்தால் துயரம் குறைந்து விடும் என்று விரைந்து விட்ட மகாலட்சுமி.. பின்பக்கத் தோட்டத்திலிருந்த மாமியிடம் மனவேதனைகளை கொட்டித் தீர்க்க ஆரம்பித்தாள்.. அப்போதுதான் வீட்டிற்குள் திரும்பிய கௌதம் பைக்கை நிறுத்திவிட்டு ஸ்டைலாக கூலிங்கிளாஸை உயர்த்தி விட்டு சஞ்சயை பார்த்து வைத்தான்..

'இவர்தான் மகாவின் ஹஸ்பெண்டா..?'

அவன் பாவம் மனதிற்குள் சஞ்சயை மரியாதையாக விளித்து அதைவிட மரியாதையாகத்தான் பார்த்து வைத்தான்.. ஸ்டைலுக்காக அவன் மாட்டியிருந்த

கூலிங்கிளாஸ் அதை சஞ்சய் உணரவிடாமல் தடுத்துப் புண்ணியம் கட்டிக் கொண்டது..

'நான் யாருன்னு தெரியாம என்கிட்டயே ஸ்டைல் காட்டறான் பாரு..' சஞ்சய்க்கு கௌதமை பிடிக்காமல் போய் விட்டது..

'யாரு இவன்..?' சஞ்சயின் புருவங்கள் உயர்ந்தன..

கௌதமுக்கோ சஞ்சயை நெருங்கிப் பேச முடியாத தயக்கம்..

'அவரிருக்கிற ஸ்டேட்டஸீக்கு நான் போய் பேசினா பதிலுக்குப் பேசுவாரோ என்னவோ..'

சங்கடம் கொண்ட கௌதம் வீட்டிற்குள் போய் விடத் தீர்மானித்தான்.. சஞ்சயின் முன்னால் அவனுக்கு ஏற்படும் தாழ்வு மனப்பான்மையை மறைக்க விசிலடித்தபடி வீட்டுக்குள் தாவினான்..

'எதுக்கு இந்தக் கொண்டாட்டம்...'

கௌதமின் விசிலடித்தலில் சஞ்சய்க்கு உடன் பாடில்லை.. அதிலும் மகாலட்சுமி போயிருக்கும் அதே வீட்டிற்குள் அவள் காட்டிய அதே அவசரத்தோடு அந்த விசிலடிச்சான் வாலிபனும் தாவியதில் சஞ்சய் டென்சன் ஆனான்...

தோட்டத்துக்குப் போன மகாலட்சுமி.. பின் கட்டின் படிகளில் உட்கார்ந்து கோமதி மாமியின் மடியில் தலை வைத்துப் புலம்பி முடித்தாள்.. அவளுக்கும் சஞ்சய்க்கும் இடையில் ஏற்பட்ட முதல் சந்திப்பிலிருந்து அவள் விவரித்து அழுதபோது மாமி வேதனை கொண்டாள்..

"அவர் காபி குடிக்கிற ஹோட்டலோட வாசல் படியை மிதிக்கக் கூட எனக்கு ஸ்டேட்டஸ் பத்தாதுன்னு சொன்னார் மாமி.. அந்தப் பணத்தில எங்க வீட்டுக்கு ஒரு மாசத்துக்கு தேவையான மளிகை ஜாமான் வாங்கிடலாம்ன்னு இன்சல்ட் பண்ணினார் மாமி..."

"விடுடி.. பிறந்தப்பவே கோல்டு ஸ்பூனை வாயில் கவ்விண்டு பொறந்த குழந்தை.. தெரியாம பேசியிருப்பார்.. அதைப் போயி மனசில ஏத்திக்கிட்டு அல்லாடலாமோ..?"

"என்னோட ஸ்கூட்டியை சரி பண்ண பணத்தை எடுத்து நீட்டினார் பாருங்க.. எவ்வளவு ஆணவம்...! எவ்வளவு அகம்பாவம்..! பணத்திமிர் மாமி.. நான் ஏழைங்கிற அலட்சியம்.. அதைத் திருப்பிக் கொடுக்க வேண்டாமாம்.. எனக்கு அவர் பிச்சை போட்டாரா மாமி..? என்னோட ஏழ்மையைச் சொல்லிக் காட்டி உதாசீனப்படுத்தின அவரோட ஆக்டிவிட்டிய என்னால மறக்க முடியலை மாமி.."

"நோக்கென்ன பைத்தியமா..? அப்போ நீ யாரோ.. அவர் யாரோ.. இப்ப அப்படியா..? அவர் உன்னோட ஆம்படையான்... நீ அவரோட ஆத்துக்காரி.. பழசையெல்லாம் குப்பைன்னு நினைச்சு மனசில இருந்து புடுங்கித் தூக்கியெறியக் கத்துக்கனும்டி.. புதுசா வாழப் பழகு..."

"முடியலையே மாமி.. பழசை மறக்க முடியலையே.." மகா குமுறிக் கொண்டிருந்த போது...

"எதை மறக்க முடியலை..?" என்ற குரல் கேட்டது..

அது சஞ்சயின் குரலாக இருந்ததில் பதறிப் போய் எழுந்தாள் மகாலட்சுமி... அவளின் கண்ணீரைப் பார்த்தவனின் முகம் கருத்தது..

"வாங்கோ..." கோமதிமாமி மடிசாரை இழுத்துத் தோளைப் போர்த்திக் கொண்டாள்..

"என்ன மகா.. அதுக்குள்ள என்னை மறந்துட்டியா..?" என்றபடி வீட்டுக்குள் இருந்து வந்த கௌதம் சஞ்சயை அங்கே கண்டதும் ஆனந்த அதிர்ச்சியுடன் நின்று விட்டான்..

கொடுமையிலும் கொடுமையாக வீட்டுக்குள்ளும் அவன் கூலிங்கிளாஸைக் கழட்டாமல் சுற்றிக் கொண்டிருந்ததில் அவனது ஆனந்த அதிர்ச்சியை அவனுடைய கண்கள் பிரதிபலித்ததைக் காண முடியாத சஞ்சய் அவனைக் கண்ட அதிர்ச்சியாக அந்த அதிர்ச்சியை எடுத்துக் கொண்டான்...

"சார்.. சார்.." கௌதம் தடுமாற.. சஞ்சய் கோபம் தலைக்கேற தன்னைக் கட்டுப்படுத்திக் கொள்ள முயன்றபடி மகாவைப் பார்த்துப் பல்லைக் கடித்தான்..

மகாவுக்கு பதட்டமாக இருந்தது.. சஞ்சயைப் பற்றிய அவளுடைய மனக் குமுறல்களை மாமியிடம் கொட்டிக் கொண்டிருந்ததை அவன் கேட்டு விட்டானோ என்ற அவளின் பதட்டத்தை கௌதமைப் பற்றிய அவளின் மன உணர்வுகளை சஞ்சய் கண்டு கொண்டானே என்று அவள் பதட்டப் படுவதாக சஞ்சய் அர்த்தப்படுத்திக் கொண்டான்..

மகா யாருக்காக அத்தனை ஆர்வத்துடன் பக்கத்து வீட்டுக்குள் ஓடினாள் என்பதைக் கண்டறியாவிட்டால் சஞ்சய்க்கு தலையே வெடித்து விடும் போல ஆகி விட்டது. மகாவுக்கு குறையாத ஆர்வத்துடன் கௌதம் அந்த வீட்டுக்குள் தாவி ஓடியிருக்காவிட்டால் அந்தச் சந்தேகமே சஞ்சய்க்கு வந்து தொலைத்திருக்காது... கௌதமைப் பார்ப்பதற்காகத்தான் மகா அத்தனை ஆர்வமாக பக்கத்து வீட்டுக்குள் ஓடினாள் என்று அவன் நினைத்து விட்டான்..

அந்த நினைவு வந்த பின்னால் சஞ்சயால் வீட்டுக்கு வெளியே பொறுமை காத்து நின்றிருக்க முடியவில்லை.. அவன் வீட்டுக்குள் போனான்.. அவன் போன சமயத்தில் கோமதி மாமி மகாவிடம் பேசிக் கொண்டிருந்தாள்.. ஆரம்பத்திலிருந்து அவர்கள் பேச்சை அவன் கவனிக்க வில்லையே.. பாதிப் பேச்சில் போனவனின் காதுகளில்...

"பழசையெல்லாம் குப்பைன்னு நினைச்சு மனசில இருந்து பிடுங்கித் தூக்கியெறியக் கத்துக்கனும்டி.. புதுசா வாழப் பழகு..." என்ற மாமியின் வார்த்தைகள் மட்டும் விழுந்து தொலைத்ததில் அவனது சந்தேகத்தின் ஆணி வேர் பலமாக ஊன்றி

விட்டது...

மாமியைத் தொடர்ந்து மகாவும்...

"முடியலையே மாமி.. பழசை மறக்க முடியலையே.." என்று குமுறி அழுததில் அவனது சந்தேகம் துளிர் விட்டு விட்டது..

போதாக்குறைக்கு மகாவைக் கண்டதும் வெகு இயல்பாக..

"என்ன மகா.. அதுக்குள்ள என்னை மறந்துட்டியா..?" என்று சஞ்சய் இருப்பதைக் கவனிக்காமல் கேட்டுத் தொலைத்த கௌதம் சஞ்சயின் சந்தேகத்தை விருட்சமாக்கி விட்டான்..

"உட்காருங்கோ.. மகா இப்பத்தான் வந்தா.. புக்காத்து மனுஷா எப்படியிருக்கான்னு கேட்டுக்கிட்டு இருந்தேன்.. பொறந்தாத்தை மறக்க முடியலை மாமின்னு அழுதுக்கிட்டு இருந்தா.."

சமயோசிதமாக சமாளிக்க முயன்றாள் கோமதி மாமி.. சஞ்சய் நீண்ட மூச்சுக்களை இழுத்து விட்டுத் தன்னைச் சமனப் படுத்திக் கொள்ளும் கடும் பிரயத்தனத்தில் இருந்தான்.. அவன் பார்வை கடுமையாக மகாவின் முகத்தின் மீது படிந்திருந்தது...

"இவன் கௌதம்.. என் மகன்.. சொந்தமா மெக்கானிக்கல் ஷாப் வைச்சிருக்கான்.." மாமியின் அறிமுகத்தைத் தொடர்ந்து..

"வணக்கம் சார்..." என்று கையைக் குவித்த கௌதம் அப்போதும் கூலிங்கிளாஸைக் கழட்டித் தொலைக்காததில் அவன் கண்களில் இருந்த மரியாதையை சஞ்சயில் காண முடியவில்லை...

சஞ்சயின் பார்வை மகாவின் மீதே இருந்தது.. அவள் பதட்டமாக மாமியைப் பார்ப்பதையும்.. மாமியின் இமைகள் மூடித் திறந்து 'பயப்படாதே' என்று மகாவுக்கு சமாதானம் சொல்வதையும் அவன் கவனித்துக் கொண்டுதான் இருந்தான்..

'என்னமா நாடகமாடறா...' சஞ்சயின் ரத்தம் கொதித்தது..

'இவ புத்தி இவளப் போலதானே இருக்கும்.. சஞ்சயின் வொய்பா ஆனவளுக்கு மெக்கானிக் ஷாப் வைத்திருக்கிறவனை மறக்க முடியலையாம்...'

அவனால் அங்கே நிற்கவே முடியவில்லை.. மாமியின் உபசரனையைக் காதில் போட்டுக் கொள்ளாமல்

"போகலாமா..?" என்று மகாவை அதட்டினான்...

மகாவின் பதட்டம் பறந்தது.. மாமியை சஞ்சய் உதாசீனப் படுத்துவதாக அவள் கொண்டாள்.. அவன் பக்கத்து நட்புக்களிடம் அவள் இப்படி நடந்து கொண்டால் அவனுக்கு எப்படியிருக்கும் என்று மனம் கொதித்தாள்..

"மாமி உங்களை உட்காரச் சொன்னாங்க.." உஷ்ணமாக சொன்னாள்..

"எனக்கு நேரமில்லை.." கடினமாக அவனும் சொன்னான்..

"ஜஸ்ட் ஒன் செகண்ட்..! அதுக்கு கூட உங்களுக்கு நேரமில்லையா..? மனசில்லைன்னு சொல்லுங்க.." மகா வாதாடிக் கொண்டிருந்த போது...

"என்னடி வாக்குவாதம் இது..? ஆம்படையான் பேச்சுக்கு எதிர் பேச்சு பேசினா வார்த்தை வளரத்தான் செய்யும்.. அது புரியாம பேசிண்டிருக்கயே.. நோக்கு புத்தி மழுங்கிப் போயிருத்தா..? அவர்தான் நேரமாச்சுன்னு சொல்றாரே.. அதுக்கப்புறமும் என்ன..? போயிட்டு வாடி.." என்று கோமதி மாமி அதட்டி அடக்கி விட்டாள்..

மகா அமைதியாகி விட்டதை சஞ்சய் ரசிக்கவில்லை..

"உங்க பேச்சுக்கு மட்டும்தான் இவ ரெஸ்பான்ஸ் கொடுப்பா போல இருக்கு..." என்று மாமியிடம் சொன்னான்..

அதில் உட்பொருள் எதுவும் இருக்க முடியாது என்ற நினைவில் மாமி சந்தோசத்துடன் தலையை அசைத்துக் சிரித்தாள்...

அதற்குப் பின்னால் அரை நிமிடம் கூட சுந்தரேசனின் வீட்டில் நிற்காமல் மகாவை அழைத்துக் கொண்டு கிளம்பி விட்டான் சஞ்சய்.. முகத்தை ஒரு முழ நீளத்திற்குத்

தூக்கி வைத்தபடி கூட வந்த மகாவிடம் அவர்களுக்கான தனியறையில் ஒரு கேள்வியைக் கேட்டான்..

"எங்கம்மா பேச்சுக்கும்.. மாமியோட பேச்சளவுக்கு நீ ரெஸ்பான்ஸ் கொடுப்பியா..?"

'இதுக்கு என்ன அர்த்தம்...?'

மகா திகைத்து நின்று விட்டாள்.. அவள் முகத்தைக் கூடப் பார்க்க விரும்பாதவனைப் போல சஞ்சய் கட்டிலைப் பிரித்துப் போட்டு அவளுக்கு முதுகு காட்டிப் படுத்து விட்டான்...

மகா தூங்க வெகு நேரமானது...

22

செல்போனின் சங்கீதத்தில் கண் விழித்தான் சஞ்சய்.. ஈரத்தலையைச் சுற்றியிருந்த டவலும்.. நெற்றி வகிட்டில் குங்குமமும்.. நெற்றியில் ஸ்டிக்கர் பொட்டுமாக மங்களகரமாக மகாலட்சுமியின் முகம் தெரிந்தது.. ஓர்

நொடி அந்த முகத்தின் பேரழகில் வசீகரிக்கப் பட்டான்.. தாகத்துடன் பார்த்த அவன் விழிகளைத் தவிர்த்த மகா குனிந்து கட்டிலுக்கு அருகிலிருந்த டீப்பாயில் காபிக் கப்பையும், அன்றைய பேப்பரையும் வைத்து விட்டு நகர்ந்தாள்.. சஞ்சயின் புருவங்கள் சுருங்கின... அவனை எழுப்பி விட்ட செல்போனை பார்த்தான்..

'இதுதான் என் பெண்டாட்டியா..?' அவனுக்குள் சினம் வந்தது..

மகாலட்சுமி அவனைத் தொட்டு எழுப்புவதில்லை என்பதில் அவனுடைய ஈகோ காயப்பட்டது..

காலைக் காபி, பேப்பருடன் கடமை தவறாமல் வருபவள் அவளுடைய செல்போனை ஒலிக்க விடுவாள்.. அதில் வரும் இனிய சங்கீதம் அவன் மனதுக்கு இதமாகத்தான் இருக்கும் என்பது வேறு விசயம்.. ஆனால் அவனைத் தொட்டு எழுப்புவதை அவள் தவிர்க்கிறாள் என்பதில் அவன் கோபம் கொள்வான்..

குற்றம் சாட்டும் அவன் பார்வையைக் கவனிக்காமல் அறையின் ஜன்னல்களை விரியத் திறந்து விட்டாள் மகாலட்சுமி.. கலைந்திருந்த படுக்கையின் விரிப்புக்களை ஒழுங்கு படுத்தினாள்.. அவனுடைய அலமாரியை சீர் செய்தாள்.. காபியை உறிஞ்சியபடி பேப்பரில் ஓர் பார்வையும்.. அவள்மீது ஓர் பார்வையுமாக உட்கார்ந்திருந் தான் சஞ்சய்..

அவனுக்கான உடைகளை உடை மாற்றும் அறையில் எடுத்து வைத்து விட்டு.. டவலை எடுத்து பாத்ரூமின் ஹேங்கரில் தொங்க விட்டவள் அவன் குடித்து விட்டு வைத்திருந்த காலிக் காபிக் கப்பை எடுத்துக் கொண்டு வேலை முடிந்து விட்டது என்பதற்கு அறிகுறியாக அறையை விட்டு வெளியே செல்லக் கிளம்பினாள்..

'என்னை என்னன்னு நினைச்சுக்கிட்டு இருக்கா...?'

அவளின் பாராமுகத்தில் கடுப்பானான் சஞ்சய்..

"டவலை எடுத்து வைச்சிட்டா சரியாப் போச்சா..? நான் குளிக்கிறப்ப யாரு சோப்பு போட்டு விடறதாம்..?" துளைக்கும் பார்வையுடன் அவன் கேட்டதில் மகாலட்சுமியின் முகம் சிவந்து போனது..

பதில் சொல்லாமல் வெளியேற முனைந்தவளை அடுத்த கேள்வி தடுத்து நிறுத்தியது..

"அப்புறமா.. ஈரத்தலையை டவலால் துடைச்சு விடனும்.. சட்டைக்கு பட்டன் போடனும்.. தலைமுடியை வாரிக் கலைச்சு விடனும்.. இத்தனை வேலைகளையும் யார் செய்வதாம்..?" அவளது சிவந்த முகம் இன்னும் சிவந்ததில் துளைக்கும் அவனது பார்வையில் ரசனை சேர்ந்தது..

மகாலட்சுமியின் விரல்கள் நடுங்கின.. சும்மாவே அவள் மனம் அவனது அருகாமையில் அலை பாய்ந்து தொலைய ஆரம்பித்திருந்தது... இதில் இது வேறு சேர்ந்ததில் அவளுக்குப் பேச்சு வரவில்லை.. ஆணுக்கும் பெண்ணுக்குமான அந்தரங்கப் பார்வைகளை அவன் பார்க்கும் போதெல்லாம் அவள் நடுங்கிப் போனாள்..

எவனோ ஒருவனாக அவன் இருந்த காலங்களில் அவனை மனமார வெறுக்க அவளால் முடிந்தது.. அதுவே அவள் கழுத்தில் தாலியைக் கட்டி.. கணவன் என்ற உரிமையுடன் அவளருகில் அவன் இருக்கும்போது அவள் மனம் மனைவியாகி மாறித் தொலைத்து அவளை சோதித்து வைத்தது..

அவனுக்கான பணிவிடைகளைப் பார்த்துப் பார்த்துக் செய்தாள் மகா.. அது ஏனென்று அவளுக்கே தெரிய வில்லை.. அவனுடைய கட்டிலைத் தொடும் போதெல்லாம் அவனையே தொடுவதைப் போல ஓன் இன்ப உணர்வு அவளுக்குள் பாய்ந்து அவளைக் கதிகலங்க வைத்தது.. அவனுடைய உடைகளை அவனது அலமாரியில் அடுக்கும் போது ஏற்படும் நூதன உணர்ச்சியில் அவள் தடுமாறிப் போனாள்.. இதில் அவ்வபோது அவள் சந்திக்க நேரிடும் அவளது இனம் விளங்காத தாகப் பார்வைகளில் அவளுக்குள் மோகத்தீ கனன்று எரிய ஆரம்பித்தது..

அவனது அருகாமையைக் கண்டு பயந்தாள் மகா.. எங்கே அவனது ஆண்மையிடம் அவளது பெண்மை தோற்றுப் போய் விடுமோ என்று விலகி ஓடினாள்.. அவனில்லாத சமயங்களில் அவள் மனம் சோர்வதிலும்.. அவன் வந்து விட்டால் சொல்லத் தெரியாத.. சொல்லில் வடிக்க முடியாத ஓர் குதூகலம் அவள் உடலில் பாய்வதையும் அச்சத்துடன் உணர்ந்தாள்..

சஞ்சய் அவளிடம் உரிமை காட்டிப் பேச ஆரம்பித்திருந்தான்.. அவள் மீது தாகத்துடன் படியும் அவனது விழிகள் அவளது தேகம் முழுவதும் ஊர்ந்து

நகரும் போது தவித்துப் போனாள் மகா.. உட்பொருள்களை உட்புகுத்தி இரட்டை அர்த்தங்களுடன் அவன் பேசும் பேச்சுக்கள் அதுவரை அவள் கேட்டறியாத பேச்சுக்களாக இருந்தன... அந்தப் பேச்சுக்களில் அவளுக்குள் கிளர்ந்தெழும்

உணர்ச்சிகளை அடக்க முடியாமல் சோர்ந்து போனாள் அவள்..

"இது யார் மீது
பழிவாங்கும் சோதனை...?
உனைக் காண்போர்க்கு
சுகமான ஒரு வேதனை...!"

அவன் பாடலில் திடுக்கிட்டுப் போய் அவனைப் பார்த்தாள்..

"நல்லா இருக்கில்ல..?" கண்சிமிட்டினான் அவன்..

'எதைச் சொல்கிறான்..?' அவள் தடுமாறினாள்..

"அம்மா பழைய பாட்டுக்கு ரசிகை.. நேத்து இந்தப் பாட்டைக் கேட்டுக்கிட்டு இருந்தாங்க.. எப்படியிருக்கு..?"

திரும்பவும் கண்சிமிட்டி அவளைச் சோதித்து வைத்தான்... அவள் எப்படியிருக்கிறாள் என்று அணுவணுவாக அவன் பார்வை ஆராய்ந்ததை அவன் எப்படியிருக்கிறான் என்று அடிப் பார்வையில் ஆராய்ந்த மகா கண்டு விட்டு வேர்த்துப் போனாள்..

"படைத்தானே பிரம்ம தேவன்...
பளிங்கான பெண்மைக் கோலம்..."

இஷ்டத்துக்கு அவன் பாடிவைத்ததில் அதற்கு மேலும் அங்கே நிற்க முடியாமல் ஓடி விட்டாள் மகா லட்சுமி..

அவளைத் துரத்தி பிடிக்கும் ஆசையைத் துரத்தி விட்டு ஜன்னல் பக்கமாக போனான் சஞ்சய்.. திரையை விலக்கித் தோட்டத்தைப் பார்த்தான்.. அவனுக்குத் தெரியும்.. அவன் பார்வைகளிலும், பேச்சுக்களிலும் அலை பாய ஆரம்பித்தால்... தனிமையைத் தேடி மகா தோட்டத்துக்குத்தான் ஓடுவாள் என்பது..

அவனது கணிப்புத் தவறவில்லை.. மகா தோட்டத்துக்குத்தான் போயிருந்தாள்.. மாடியறையின் ஜன்னலில் இருந்து அவளை அவன் பார்த்துக் கொண்டிருப்பதை உணராமல் பூச்செடியின் பக்கத்தில் நின்றாள்.. அதன் நறுமணம்.. சுகமானதாக இருந்தது.. சஞ்சயை அது நினைவு படுத்தியது.. அவனது பேச்சுக்களை நினைவு படுத்தி முகம் சிவந்தவளுக்கு அந்தக் காலை நேரத்தின் குளுமையைப் பிடித்துப் போனது.. வேலியிட்டு அவள் அடைத்து வைத்திருந்த இன்ப உணர்வுகள் வேகம் கொண்ட காற்றாக வேலியை உடைத்துக் கொண்டு வெளிப்பட முனைந்ததில் அவளுக்குள் சுகமான கலவரம் மூண்டது..

"காற்றுக்கென்ன வேலி..?
கடலுக்கென்ன மூடி..?
கங்கை வெள்ளம்
சங்குக்குள்ளே அடங்கி விடாது..
மங்கை உள்ளம்

பொங்கும் போது விலங்குகள் ஏது..?"

பொங்கிய உள்ளத்துடன் வாய் விட்டுப் பாடியவள் தற்செயலாக விழிகளை உயர்த்திய போது சஞ்சயைப் பார்த்து விட்டாள்.. அவள் பாடல் அப்படியே நின்று விட்டது..

'இவன் எப்போதிலிருந்து என்னைப் பார்த்துக்கிட்டு இருக்கான்..?'

அச்சுப் பிச்சென்று நின்றிருக்கிறாளா என்று மனதுக்குள் ஏகத்துக்கும் கவலைப்பட்டுத் தொலைத்தாள் அவள்.. அந்தக் கவலையில் திடுக்கிட்டும் போனாள்.. அவள் எப்படி நின்றருந்தால்தான் என்ன..? அவன் பார்க்கும் போது அவள் அழகாகத் தெரிய வேண்டும் என்று ஏன் அவள் நினைக்க வேண்டும்..? அழகாக தெரியாவிட்டால் தான் என்ன..?

'நானே நானா..?

யாரோ தானா..?

மெல்ல மெல்ல..

மாறினேனா..?

தன்னைத்தானே மறந்தேனே..

என்னை நானே கேட்கிறேன்..'

மனதுக்குள் வந்த பாடலில் அரண்டு போனாள்..

"ஏன் பாட்டை நிறுத்திட்டீங்க..?"

சாருலதாவின் குரலில் திரும்பியவளுக்கு.. அவள் எந்தப் பாட்டைச் சொல்கிறாள் என்ற குழப்பம் ஏற்பட்டது..

'நான் மனசுக்குள்ள பாடின பாட்ட இவ எப்படிக் கேட்டா..?'

"காற்றுக்கென்ன வேலி..! அருமையான பாட்டு.."

மகாவின் குழப்பத்தை நிவர்த்தி செய்தாள் சாருலதா..

"ஆமாம்.." தோழமையுடன் முறுவலித்த மகா.. மாடியறையின் ஜன்னலைப் பார்த்தாள்..

அவர்கள் பேசிக் கொண்டிருப்பதைப் பார்த்துக் கொண்டிருந்த சஞ்சய் மகாவின் பார்வையை சந்தித்தான்.. அவசரமாகப் பார்வையைத் திருப்பிக் கொண்டாள் மகா.. அவள் உடல் நடுங்கியது..

'ஏன் நான் பயந்து சாகறேன்..?'

தன்னைத் தானே கடிந்து கொண்டாள்.. இப்போது எப்படியும் அவன் பார்வையை தைரியமாக பார்த்து விட வேண்டும் என்ற மனதிடத்தோடு ஏறிட்டுப் பார்த்தாள்.. அவன் ஜன்னலில் இல்லை.. ஏனோ தெரியவில்லை.. அவன் அவளைப் பார்த்துக் கொண்டிருக்கவில்லை என்பதில் ஏமாற்றமாக உணர்ந்தாள்.. மனதுக்குள் இருந்த இனம் புரியாத சந்தோசம் வடிந்து விட்டிருந்தது..

"என்ன பார்க்கறிங்க..?"

மகாலட்சுமியைத் தொடர்ந்து பார்வையை ஓட்டினாள் சாருலதா..

"சும்மா.." சிரித்தாள் மகா..

அவள் மனது சஞ்சயை மறந்து சாருலதாவிடம் மையம் கொண்டது.. அவள் வயதில் இருந்த சாருலதாவை அவளுக்கு வெகுவாகப் பிடித்திருந்தது.. சாருலதா-வின் ஒவ்வொரு அசைவிலும் தெரிந்த மென்மையில் மகா ஈர்க்கப்பட்டாள்.. சத்த-மாகப் பேசினால் வார்த்தைக்கு வலிக்கக் கூடும் என்று ஒவ்வொரு வார்த்தையை-யும் மென்மையாக அவள் உச்சரிக்கும் விதத்தில் மகா ஆச்சரியம் கொள்வாள்..

அன்றும் அது போன்ற ஆச்சரியம் மகாவுக்கு வந்தது.. சாருலதாவிடம் பேசிக் கொண்டிருக்க வேண்டுமென்று அவள் ஆசைப்பட்டாள்..

"வாங்களேன்.. உட்கார்ந்து பேசலாம்.."

மகாவின் அழைப்பை மறுக்காமல் சாருலதா ஏற்றுக் கொண்டதில் இதமாக உணர்ந்தாள் மகா.. இப்படிப்பட்ட தோழமையுடன் கூடிய நாத்தனார் யாருக்குக் கிடைப்பார்கள் என்று அவள் மனம் பெருமிதம் கொண்டபோது.. கம்பீரமான கணவனின் கவர்ச்சி நிறைந்த அழகை விட்டு விட்டாயே என்ற எண்ணம் மனதின் ஓரமாக வந்து தொலைத்தது..

அவன் நினைவை மறந்து இருக்கவே முடியாதா என்று தவித்துப் போனாள் மகாலட்சுமி.. இப்படியா இருபத்தி நான்கு மணி நேரமும் அவன் நினைவாகவே இருந்து தொலைப்பாள்..? இந்த லட்சணத்தில் அவன் அவளை உதாசீனம் செய்-வனாம்... அவளது ஏழ்மையைக் குத்திக் காட்டிப் பேசினவானாம்... அவனுடைய பணத்திமிரை அம்மணி மறக்கவில்லையாம்..

'என்னவோ போ மகா.. இது எதில போயி முடியப் போகுதோ..'

மனதுக்குள் அலுத்துக் கொண்டபடி சாருலதாவின் பக்கத்தில் உட்கார்ந்தாள்.. மகாலட்சுமி.. தோகை போல விரித்திருந்த சாருலதாவின் கூந்தல் அழகு மகாலட்-சுமியின் கூந்தலைப் போலவே அழகாக இருந்தது..

"என்ன அழகு இருந்து என்ன பண்ண..? என் மக கல்யாணம் வேணாம்ன்னு ஒத்தைக் காலில நிற்கிறாளே.."

ருக்மிணியின் வருத்தமான வார்த்தைகள் நினைவுக்கு வந்ததில் சாருலதாவை யோசனையுடன் பார்த்தாள் மகாலட்சுமி..

'இவள் மனதில் என்னதான் இருக்கிறது..?'

அழகான சாருலதாவின் விழிகளில் இழையோடும் மெலிதான சோகத்திற்கு எது காரணமாக இருக்கக் கூடும் என்று மகாலட்சுமிக்குப் புரியவில்லை..

கோடிஸ்வர கோகுல்நாத்தின் செல்வமகள்.. தலைக்கனம் பிடித்த சஞ்சயின் அன்புத் தங்கை.. அன்பான ருக்மிணியின் அருமைப் புதல்வி..

அவளுக்குப் போய் என்ன மனக்குறை இருக்க முடியும்..?

"பேசலாம் வாங்கன்னு கூப்பிட்டு விட்டு பேசாம இருந்தா எப்படி..?"

சாருலதாவின் மென்னகையில் சிந்தனை கலைந்தாள் மகாலட்சுமி.. சாருல-தாவும் அவளும் பெரும்பான்மையான நேரங்களில் வாங்க.. போங்க.. என்றுதான் அழைத்துக் கொள்வார்கள்.. பெயர் சொல்லிக் கூப்பிட வேண்டிய தருணங்களில் மட்டும் சாருலதா மகாவை 'அண்ணி..' என்று அழைப்பாள்.. மகா 'சாரு..' என்று கூப்பிடுவாள்.. அன்பான அந்த அழைப்பில் சாருலதா நெகிழ்ந்து விடுவாள்..

அவர்கள் இருவருக்குள்ளும் ஓர் விதமான அன்யோன்யம் நிலவியது.. இரு-வரின் மனங்களும் ஒரே அலைவரிசையில் பயணிப்பதைப் போல இருவருமே உணர்ந்தார்கள்.. அவர்கள் பேசிக் கொண்டிருக்கும் போது போரடிப்பதைப் போல அவர்கள் இருவருமே உணர்ந்த தில்லை..

"பேசலாம்.. ஆனா..?"

மகா கொக்கி போட்டாள்.. புரியாமல் புருவங்களை உயர்த்தி இறக்கி.. 'என்ன..' வென்று கேட்காமல் கேட்டாள் சாருலதா..

"நீங்க எப்படி எடுத்துக்குவீங்களோன்னுதான் பயமாய் இருக்க.." தயக்கத்துடன் சொல்லி விட்டாள் மகாலட்சுமி..

"என்ன அண்ணி இது..? என்கிட்ட பேச எதுக்குப் பயப்படனும்..? நானென்ன சிங்கமா.. புலியா.. கரடியா..?"

"புள்ளி மான்..!"

அன்புடன் சிரித்தாள் மகாலட்சுமி.. அன்றைக்கு சாருலதாவின் மனதில் என்-னதான் இருக்கிறது என்று கேட்டு விடவேண்டுமென்ற உந்துதல் அளுக்குள் வந்-தது.. எப்படியாவது சாருலதாவின் மனதை கண்டுபிடித்து விடவேண்டும்..

"புள்ளி மானா..?" சோகத்துடன் சிரித்த சாருலதா பெருமூச்சு விட்டாள்..

"ஆமாம் சாரு.. நீங்க புள்ளி மான்தான்.. அழகான பெண்மான்..!"

"அழகு..! அதனாலதான் இந்த அவதி அண்ணி..?"

அவளையுமறியாமல் சாரு சொல்லி விட்டாள்.. அவள் மனதைக் கண்டு பிடிக்க ஒரு நூல் முனை சிக்கி விட்டதில் மகாலட்சுமியின் மனம் துள்ளியது.. இதைக் கொண்டு பேச்சை வளர்க்கலாமே..

"அழகா இருந்தா சந்தோசம்தான் வரும்.. அவதி வருமா..?"

"எனக்கு வந்திருக்கே.."

"அது என்னன்னு என்கிட்டச் சொல்லுங்களேன்.. நான் நம்பிக்கையானவன்னு உங்க மனசுக்கு தோணிச்சுன்னா சொல்லுங்க.. இல்லேண்ணா வேணாம்.."

மகாலட்சுமி கேட்டு விட்டாள்.. சாருலதா கைவிரல்களைக் கோர்த்துப் பிரித்த-படி சற்று நேரம் சிந்தனையாக இருந்தாள்.. நிமிர்ந்து மகாவின் முகத்தைப் பார்த்-தவளின் கண்கள் கலங்கியிருந்தன..

"சொல்றேன் அண்ணி.. யாரிடமாவது சொல்லி அழுதால்தான் என் துயரமும் தீரும்.. அதுக்கு உங்களை விடத் தகுதியானவங்க இருக்க முடியாது.. என் மனசை

அழுத்திக்கிட்டு இருக்கிற துயரத்தைச் சொல்றேன் அண்ணி.. கேளுங்க.."

சாருதலா பூனாவில் எம்.பி.ஏ படித்துக் கொண்டிருந்த போது நடந்த சம்பவம் அது.. சஞ்சயைப் போல சாருலதாவும் வெளிநாட்டில்தான் எம்.பி.ஏ படிப்பதாக இருந்தாள்.. ஆனால்.. தும்முவதற்குக் கூட ஆருடம் பார்த்து விட்டுத் தும்மும் கோகுல்நாத்தினால் அவள் பூனாவில் எம்.பி.ஏ படிக்க வேண்டியதாகி விட்டது.. சாருலதாவின் ஜாதகத்தில் அவள் படிக்கும் காலத்தில் நண்பர்களால் பிரச்னை ஏற்படுமென்று இருந்ததாம்.. அதனால் வெளிநாட்டிற்குப் படிக்க அனுப்பாமல் பூனாவில் இருந்த பிரபலமான இன்ஸ்டிட்யூட்டில் எம்.பி.ஏ படியென்று சொல்லி விட்டார் கோகுல்நாத்..

"இங்கே மட்டும் பிரண்ட்ஸ் இருக்க மாட்டாங்களாப்பா..?" என்று கோபப்பட்ட சஞ்சயிடம்..

"இந்த பிரண்ட்ஸ் இந்தியாவுக்குள்ள இருக்கிற பிரண்ட்ஸ்..! வெளிநாட்டு பிரண்ட்ஸாலே வரப்போகிற பிரச்னையைவிட இந்தியாவில இருக்கிற பிரண்ட்ஸாலே வரப்போகிற பிரச்னை எவ்வளவோ பெட்டர்ப்பா.." என்று வியாக்கினமும் வைத்தார்..

"எப்படியோ போங்க.." வெறுத்துப் போய் அந்தப் பிரச்னையில் தலையிடாமல் ஒதுங்கிக் கொண்டான் சஞ்சய்..

இப்படியாகத்தான்.. ஒரு சுபயோக சுபவேளையில் பூனாவில் படிப்பதற்காக பாதம் பதித்த சாருலதாவிற்கு ஜாதகத்தில் சொல்லி வைத்ததைப் போல பிரச்னை வந்து சேர்ந்தது.. அந்தப் பிரச்னையின் பெயர் மாதவி..!

"ஹாய்..! ஐ ஆம் மாதவி..! மும்பையில இருந்து வந்திருக்கேன்.."

சந்தித்த முதல் செகண்டிலேயே பலகாலம் பழகியவளைப் போன்ற நட்புக் கலந்த புன்னகையுடன் சாருலதாவிடம் கைகுழுக்கியவள் அவள்..

"ஏதாவது ஒரு சிடுமூஞ்சி ரூம் மேட்டா வந்து வாய்ச்சிருமோன்னு பயந்துக்கிட்டே இருந்தேன்..

தேங்க் காட்.. நீ வந்திருக்க.." என்று வெகு எளிதாக சாருலதாவுடன் நெருக்கமானாள்..

மாதவியைத் தவிர வேறு பல தோழிகளும் சாருலதாவுக்கு கிடைத்த போதிலும்.. மற்றவர்களை விட அதிகமாக உரிமையெடுத்துக் கொண்டு பழகுவாள் மாதவி.. அவள் உபயோகிக்கும் பற்பசை முதற்கொண்டு உடுத்துகின்ற சுடிதார் வகைகள் வரை அத்தனையையும் சாருலதாவிடம் இருந்து சுட்டு விடுவாள்..

கோடிஸ்வர கோகுல்நாத்தின் மகளான சாருலதா அதைக் கண்டு கொள்ள மாட்டாள்.. இயல்பாகவே அவள் பெருந்தன்மையான குணத்துடன் இருந்ததை மாதவி பயன் படுத்திக் கொண்டு அடிக்கடி பணம் கேட்பாள்.. கேட்கும் பணம் ஆயிரக் கணக்கில்தான் இருக்கும்.. வாங்குகின்ற பணத்தை கடனாக அவள்

நினைத்ததுமில்லை.. சாருலதாவுக்கு திருப்பிக் கொடுத்ததுமில்லை.. இவை போக சாருலதா அனிந்திருக்கும் நகைகளை வேறு இரவல் என்ற பெயரில் வாங்கி விட்டு திருப்பித்தராமல் இருக்க உலகில் உள்ள அத்தனை பொய்களையும் சரம், சரமாக எடுத்து விடுவாள்..

"எலக்ட்ரிக் டிரெயினில வந்தேனா.. எவனோ ஒருத்தன் என் கழுத்தில இருந்த உன் செயினை கட் பண்ணிட்டுப் போயிட்டான் சாரு.." என்றாள் ஒரு தரம்..

"என் நேரத்தைப் பார்த்தாயா சாரு.. உன்னோட ஆரத்தைக் கழுத்தில போட்டுக்கிட்டா அந்தக் கோட்டையில இருக்கிற பாதாள கிணற்றில எட்டிப் பார்ப்பேன்..? எப்படி அறுந்து விழுந்துச்சுன்னு தெரியலை சாரு.. நான் பார்த்துக்கிட்டே இருக்கேன்.. அது தானா விழுந்து வைக்குது.." இப்படியொரு கதை பிணைந்தாள்..

இப்படிச் சொல்லப்பட்ட கதைகள் தங்க நகைகளிலிருந்து இடம் பெயர்ந்து வைர அட்டிகையில் வந்து முடிந்த போது விழித்துக் கொண்டாள் சாருலதா.. அந்த வைர அட்டிகை பரம்பரையாய் பாதுகாக்கப் படும் கோகுல்நாத்தின் குடும்ப நகைகளில் ஒன்று..

"ரிலேடிவ் மேரேஜீன்னு ஆசையாசையாய் உன் டயமண்ட் நெக்லெஸை போட்டுக்கிட்டுப் போனேனா.. குளிக்கிறதுக்காக கழட்டி பெட்டியில் வைச்சுட்டுப் போனேன் சாரு.. குளிச்சுட்டு வந்து பார்த்தா உன்னோட டயமெண்ட் நெக்லெஸைக் காணோம் சாரு.. அழுகழுகையாய் வந்தது.. பட்.. நம்ம பிரண்ட்தான் ரிச்பேமிலியில பிறந்தவளாச்சே.. இந்த டயமெண்ட் நெக்லெஸையா பெரிசா நினைக்கப் போறான்னு என்னை நானே தேத்திக்கிட்டு வந்துட்டேன்.." என்று அளந்த வளிடம்..

"இல்லை மாதவி.. இந்த டயமெண்ட் நெக்லெஸை நான் பெரிசாத்தான் நினைப்பேன்.." என்று முகம் சுளித்து விட்டாள் சாருலதா..

"வாட் இஸ் திஸ் சாரு..? நீயா இப்படிச் சொல்கிற..?"

என்னவோ சொல்லக் கூடாததை சாருலதா சொல்லி விட்டதைப் போல விழி விரித்தாள் மாதவி..

"யெஸ்.. அந்த டயமெண்ட் நெக்லெஸ் எனக்கு இம்பார்ட்டண்டானது.. எங்க பேமிலி ஜ்வல்ஸ் அது.. அப்படிப்பட்ட ஜ்வல்ஸ் தொலைந்து போச்சுன்னு

எங்க வீட்டில் நான் சொல்ல முடியாது.. எங்கே.. எந்த ஊரில்.. எப்படித் தொலைந்ததுன்னு சொல்லு.. அப்பாவுக்கு போன் போட்டுச் சொல்றேன்.. அவர் ஐந்தே நிமிசத்தில எடுத்தது யார்ன்னு கண்டு பிடிச்சிருவார்.." பிடிவாதமாக கேட்டாள் சாருலதா..

"இல்லை சாரு.. இதில் என் ரிலேடிவ் வீடும் சம்பந்தப்பட்டிருக்கு.. போலிஸ் விசாரணைன்னு வந்தா அவங்களைத்தான் முதலில் என்கொயர் பண்ணுவாங்க..

நான் அதை அலோவ் பண்ண முடியாது.." மறுத்தாள் மாதவி..

"அப்படின்னா.. உன்னை என்கொயர் பண்ணச் சொல்லி அப்பாகிட்ட சொல்ல வேண்டியிருக்கும் மாதவி.. நோ அதர் வே.. நான் இதைத்தான் செய்தாகனும்.."

சாருலதா கண்டிப்பாக சொல்லிவிட்டாள்..

"அப்ப அவ பார்த்த பார்வை இருக்கே.. அதை இன்னைக்கு வரைக்கும் என்னால மறக்க முடியலை.. அதுநாள்வரைக்கும் சிரித்த முகமா இருந்தவ விகாரமா முகத்தை வைத்துக்கிட்டு குரூரமா என்னைப் பார்த்து வைத்தா.."

சிலிர்த்துப் போனாள் மென்மையான சாருலதா.. ஆறுதலாக அவள் கை பற்றித் தட்டிக் கொடுத்தாள் மகாலட்சுமி.. பழைய நாள்களின் நினைவலைக்குத் திரும்பினாள் சாருலதா..

அப்படியொரு கண்டிப்பை சாருலதாவிடம் எதிர்பார்த்திராத மாதவி தன் வேசத்தைக் கலைத்தாள்.. சாருலதாவை விரோதியைப் போல முறைத்து வைத்தாள்.. எதற்கும் சாருலதா அசைந்து கொடுக்காததில்..

"எதுக்கும் என் ரிலேடிவ்ஸ் வீட்டில தேடிப் பார்த்துட்டு வர்றேன்.. ஒரு வேளை கை தவறுதலா நானே எங்கேயாவது டயமெண்ட் நெக்லெஜை மறந்து போய் கழட்டி வைத்துவிட்டு காணாமப் போயிருச்சுன்னு நினைக்கிறேனோ என்னவோ.." என்று கிளம்பிப் போனாள்..

விவரம் கேள்விப்பட்ட மற்ற தோழிகள்..

"இவளா கை மறதியா வைக்கிற ஆளு..? அப்படியே வைத்தாலும் இவ நகையை வைக்கனும்.. அடுத்தவங்க நகையை வைக்கக் கூடாது.." என்று தங்களுக்குள் பேசிக் கொண்டார்கள்..

"சொன்னேனில்ல.. நான்தான் ஷெல்பில பத்திரமா கழட்டி வைத்திருக்கிறேன்.. மறந்து போய் வீடெல்லாம் தேடிப் பார்த்துட்டுக் கிளம்பி வந்துட்டேன்.." என்று கதை பிணைந்தபடி வைர அட்டிகையைக் கொண்டு வநது மாதவிக்கு மற்ற தோழிகளுக்கு விவரம் பரவி விட்ட விவரம் தெரிந்து விட்டது..

காலேஜில் அவளுக்கான இமேஜ் சரிந்து விட்டதை உணர்ந்தவளுக்கு சாருலதாவின் மீது குரோதம் உண்டானது..

"நான்தான் தேடிப் பார்க்கறேன்னு போனேனில்ல.. அதுக்குள்ள ஏன் அவசரப்பட்டு மத்த பிரண்ட்ஸ்கிட்ட விசயத்தைச் சொன்ன..?" என்று சாருலதாவிடம் சண்டைக்கு வந்தாள்..

"நான் சொல்லலை.. அவங்களுக்குத் தானாத் தெரிஞ்சிருக்கு.."

சாருலதா சொன்ன விளக்கத்தை அவள் ஏற்றுக் கொள்ளவே இல்லை.. எதிரியைப் போல விறைத்துக் கொண்டாள்.. வேறு அறைக்கு இடம் பெயர்ந்து போனாள்.. திடிரென்று காலேஜை விட்டே காணாமல் போய் விட்டாள்..

அப்படிப் போகும் போது.. சாருலதாவின் குடும்ப நகையான வைர அட்டிகை-யையும் லவட்டிக் கொண்டு போய் விட்டாள் என்பதை காலம் கடந்து அறிந்து கொண்டாள் சாருலதா..

"உன் ரூமில இருந்து வந்தா சாரு.. கையில ஜ்வல் பாக்ஸ் இருந்தது.. என்-னைக் கண்டதும் பேயறைஞ்சதைப் போல ஆகிட்டா.. உனக்கு நான் போன் பண்-றதுக்குள்ள எஸ்கேப் ஆகிட்டா.."

மாதவியின் கையிலிருந்த நகைப் பெட்டியைப் பார்த்த தோழி விவரித்தாள்.. சாருலதா தலையைப் பிடித்துக் கொண்டு உட்கார்ந்து விட்டாள்.. கோகுல்நாத்திற்கு விவரம் சொல்ல அவளுக்கு யோசனையாக இருந்தது.. கொடுத்த வைரஅட்டி-கையை மாதவி திருப்பி எடுத்துப் போனதற்கான மர்மம் என்னவென்று அவளுக்கு விளங்கவேயில்லை..

வைரநகையின் மதிப்பு அதிகம் என்பதுதான் காரணமென்றால் உறவினர் வீட்-டிலிருந்து கொண்டு வருவதாகச் சொல்லி அதைத் திருப்பிக் கொடுக்க வேண்டி-யதில்லையே.. அப்படியே நகையோடு தலை மறைவாகியிருக்கலாமே..

சாருலதாவின் மனதை உறுத்திய மர்மம் ஒருநாள் வெளிப்பட்டது.. அதை வெளிப்படுத்தியவனின் பெயர் கார்த்திக்..!

கார்த்திக் உயரமாக.. கவர்ச்சியாக.. இளமைத் துடிப்புடன் இருந்தான்.. காலே-ஜிற்குப் போய் கொண்டிருந்த சாருலதாவின் வழியை மறித்தான்.. மிரண்டு விழித்து சாருலதாவின் பார்வையில் எதைக் கண்டானோ.. அவன் முகத்தில் யோசனை வந்தது..

"நீதான் சாருலதாவா..?" என்றான்..

"யெஸ்.. யாரு நீங்க..? எதுக்காக என் பெயரைக் கேட்கறிங்க..?" சாருலதா பயத்துடன் கேட்டாள்..

"உங்கப்பா சென்னையிலே கோடிஸ்வரராமே..?"

"என்னவோ எங்கப்பா குற்றம் செய்துட்டதைப் போல கேட்டு வைக்கறீங்களே.. கோடிஸ்வரரா இருக்கிறது ஒரு குற்றமா என்ன..?"

அப்பாவைப் பற்றிய பேச்சு வந்ததும் பயம் மறந்து போனவளாக சாருலதா படபடத்தாள்.. கார்த்திக்கின் கண்களில் மின்னல் வந்தது..

"அது குற்றமில்லை.. அவர் பெயரைச் சொல்லி.. வேறொரு கோடிஸ்வரனை ஏமாத்திப் பணத்தையும், நகைகளையும் கொள்ளையடிக்கிறதுதான் குற்றம்.. இப்-படிச் செய்ய உனக்கு வெட்கமாயில்லை..?" அவள் முகத்தை கூர்ந்து பார்த்தபடி கேட்டான் அவன்..

"என்னது..?" கையில் இருந்த புத்தகத்தை நழுவ விட்டாள் சாருலதா.. அவள் கண்களில் கோபம் வந்திருந்தது..

"ஹலோ..! இப்படி பிலிம் காட்டினா நான் பயந்திருவேனா..? நான் கார்த்திக்.. ரவியோட பிரண்ட்.." அவனும் முறைத்தான்..

"எந்த ரவி..?"

அவள் கேள்வியிலும் விழிகளிலும் தெரிந்த அறியாமையில் வசீகரிக்கப் பட்டான் அவன்.. புருவங்களைச் சுருக்கியவன்..

"ரவி யாருன்னே உனக்குத் தெரியாதா..?" என்று விசாரித்தான்..

"தெரியாது.." கைவிரித்த சாருலதாவிடம் உண்மை தெரிந்ததில் அவனது யோசனை அதிகரித்தது..

"இது உன் குடும்ப நகைதானே..?"

கார்த்திக் நீட்டிய வைர அட்டிகையைப் பார்த்ததும் அதிர்ந்தாள் சாருலதா.. அது மாதவி திருடிக் கொண்டு போன அட்டிகை..!

"என் பிரண்ட் ரவி கோடிஸ்வரக் குடும்பத்தைச் சேர்ந்தவன்.. பூனாவில் பெரிய இண்டஸ்ட்ரியலிஸ்ட்.. அவனுக்கு கோகுல்நாத்தின் மகளைப் பெண் கேட்டாங்களாம்.. கோகுல்நாத் ஜாதகம் பார்த்த பின்னால்தான் முடிவு சொல்வேன்னு சொல்லிட்டாராம்.. திடிர்ன்னு ஒருநாள் கோகுல்நாத்திடமிருந்து போன் வந்ததாம்.. ஜாதகம் பொருந்தியிருக்கு.. என் மகள் சாருலதா பூனாவில்தான் படிச்சுக்கிட்டு இருக்கா.. உங்களைப் பார்க்க வருவா.. பேசிப்பழகிட்டு ஒரு முடிவுக்கு வாங்கன்னு சொன்னாராம்.."

"எங்கப்பாவா..? நோ சான்ஸ்.. அவர் கண்டிப்பானவர்.. கல்யாணத்துக்கு முன்னாலே என் பெண்கூட பேசிப் பழகுன்னு சொல்லவே மாட்டார்.."

"அப்புறம் எப்படி ரவி கூட நீ பேசிப் பழகின..?"

"அந்த ரவியே யாருன்னு தெரியாதுன்னு சொல்றேன்.. மறுபடி, மறுபடி ரவி, ரவின்னு சொல்றீங்களே.."

"வெயிட்.. வெயிட்..! ரவி சொன்னதைத்தான் நான் சொல்லிக்கிட்டு இருக்கேன்.. கோகுல்நாத்தோட போன் கால் வந்த அன்னைகே நான்தான் கோகுல்நாத்தோட

பெண் சாருலதான்னு ஒரு பெண் ரவி முன்னாலே போய் நின்றிருக்கா.. அவன்கூட நெருக்கமா பழகியிருக்கா.. அவளோட விலையுயர்ந்த டிரஸ்.. ஜ்வல்ஸ்.. கோகுல்நாத்தோட குடும்பத்தைப் பத்தின டோட்டல் டீடெயில்ஸ்ன்னு எல்லாமே பொருந்தி வந்ததில ரவி அந்தப் பெண்ணை கோகுல்நாத்தின் மகள்ன்னு நினைத்துப்

பழக ஆரம்பிச்சிட்டான்.. அடிக்கடி ஷாப்பிங்கிற்கு கூப்பிட்டிருக்கா.. இவனும் கேணத்தனமா அவ கை காட்டின வைர நகைகளை வாங்கிக் கொடுத்திருக்கான்.. அந்த நகைகளோட மொத்த மதிப்பு பத்துகோடி ரூபாயாம்.."

"கடவுளே..! இப்படியா ஒருத்தர் ஏமாறுவார்..?"

"நிஜமாவே நீ அவனை ஏமாற்றலையா..?"

சந்தேகத்துடன் கேட்ட கார்த்திக்கை வெட்டுவதைப் போல முறைத்து வைத்தாள் சாருலதா.. அவள் கோபத்தில் அவன் கைகளை உயர்த்தினான்..

"என்மேலத் தப்பில்லை.. ரவி சொன்னான்.. நான் கேட்டேன்.."

"சும்மா ரவி, ரவின்னு அவர் மேல பழியைப் போடாதீங்க.. பார்க்கிற பார்வையிலேயே நல்லவங்க யாரு.. கெட்டவங்க யாருன்னு உங்களுக்குத் தெரிஞ்சிருக்கனும்.. இந்தத் திறமை கூட இல்லாம எப்படித்தான் காலரை உயர்த்திக்கிட்டுப் பேச வந்திடறீங்களோ.."

சாருலதாவின் கேள்விக்கு..

"ஓ..!" என்று குரலெழுப்பி வசீகரமாக புருவங்களை உயர்த்தினான் கார்த்திக்..

"எங்களுக்கும் திறமை உண்டுங்க.."

"'எங்க'ன்னா..? நீங்க மட்டும்தானே வந்திருக்கீங்க..?"

"ஓ.."

"சும்மா 'ஓ' போடாம விசயத்துக்கு வாங்க.."

"இப்பக் கடைசியா ஒரு கதை சொல்லிக்கிட்டு வந்தாளாம்.. அவளோட பிரண்ட்கிட்ட டயமெண்ட் ஆரம் இருந்ததாம்.. அதை இவ இரவல் வாங்கிப் போட்டாளாம்.."

"அது உண்மைதான்.. என்னோட இந்த டயமெண்ட் நெக்லெஸை இவ இரவல் வாங்கிப் போட்டுக்கிட்டுப் போனா..."

"காலேஜ் ஹாஸ்டலில டயமெண்ட் நெக்லெஸ் வைத்துக்கலாமா..?"

"கூடாதுதான்.. தெரியாம வைத்திருந்தேன்.."

"எதுக்கு.. மத்தவங்க மனசில பொறாமையையும், ஆசையையும் தூண்டவா..? இல்லை.. உங்களைவிட நான் உசத்தின்னு மத்தவங்க முன்னாலே பிலிம் காட்டவா..?"

"அருமையான மதிப்பீடு.. பட்.. இதுக்காக நான் டயமெண்ட் நெக்லெஸை வைத்துக்கலை.. இதைத் திருடிக் கொண்டு போனவ எனக்கு ரூம் மேட்டா

இருந்தா.. என்னோட போட்டாவில இருந்த டயமெண்ட் நெக்லெஸைப் பார்த்துட்டு நேரில பார்க்கனும்னு ஆசைப் பட்டா.. வெகேசனுக்கு சென்னைக்கு போயிருந்தப்ப எடுத்துக் கொண்டு வந்து காட்டினேன்.. ரிலேடிவ் வீட்டு மேரேஜ் பங்சனுக்கு போட்டுக்கிட்டுப் போயிட்டு வரேன்னு சொன்னா.. கொடுத்தேன்.."

"அந்த ரிலேடிவ் ரவிதான்.. அவனோட பெரியப்பா மகனுக்கு மேரேஜ்.. அந்த மேரேஜில இந்த டயமெண்ட் நெக்லெஸோட அந்தப் பெண் உலா வந்திருக்கா.. இது கோகுல்நாத்தோட பேமிலி ஜ்வல்ஸ்ன்னு அவனோட பாட்டி அடையாளம் சொன்னாங்களாம்.. ரவி அந்தப் பெண்தான் கோகுல்நாத்தோட டாட்டர்ன்னு முழுமனதா நம்பிட்டான்.."

சாருலதா திகைத்துப் போனாள்.. எவ்வளவு தெளிவான திட்டத்தை தீட்டி செயல்படுத்தியிருக்கிறாள் மாதவி..! படிக்கும் காலத்தில் தோழமையினால் பிரச்னை உண்டாகும் என்று கணித்துச் சொன்ன ஆருடக்காரரின் மீது சாருலதா-வுக்கு மரியாதை உண்டானது..

"அவ கலந்துக்கிட்ட மேரேஜ் பங்சனில ரவியோட பெரியப்பா கையிலிருந்த பெட்டி காணாம போயிருச்சு.. அதில இரண்டு கோடி ரூபாய் பணமிருந்திருக்கு.. மேரேஜீக்காக வைத்திருந்தாங்களாம்.. இந்தப் பெண் மேலே யாரும் சந்தேகமே படலை.. இவதான் கோடிஸ்வரர் கோகுல்நாத் பெற்ற மகளாச்சே.."

"டயமெண்ட் நெக்லெஸ் தொலைந்து போயிருச்சுன்னு மாதவி சொன்னா.. இதைச் சொன்னா எங்கம்மா என்னைத் தொலைத்திருவாங்க.. இது எங்க பேமிலி-யோட பாரம்பர்ய ஜ்வல்.. அதனால அப்பாகிட்டச் சொல்றேன்.. அவர் போலிஸில சொல்லிக் கண்டு பிடிச்சிருவாருன்னு சொன்னேன்.. உடனே வேணாம்.. வேணாம்.. நான் போய்த் தேடிப் பார்க்கிறேன்னு சொல்லிட்டுப் போனவ நகையோட திரும்பி வந்தா.. திடிர்ன்னு பார்த்தா திரும்பவும் நகையை எடுத்துக்கிட்டு கம்பியை நீட்-டிட்டா.."

"நீட்டின கம்பியை ரவிவரைக்கும் நீட்டியிருக்கிறாளே.. அவ இரவல் வாங்கித் தொலைத்த வைர ஆரத்துக்குப் பதிலா அதே போல வைர ஆரத்தை வாங்கித் தந்து விடனும்ன அழுதாளாம்.. அதோட மதிப்பு பத்து கோடி ரூபாய்ன்னதும் ரவி மலைச்சிருக்கான்.. ஏற்கனெவே பத்து கோடி ரூபாய்க்கு வைரங்களை

வாங்கிக் கொடுத்தவனுக்கு ஒரு அளவுக்கு மேலே கம்பெனி பணத்தில கை வைக்க முடியலை.. அப்பத்தான் அவ இந்த வைர அட்டிகையை அவன்கிட்-டக் கொடுத்து இதை வித்து வர்ற பணத்தில வைர ஆரத்தை வாங்கலாம்ன்னு சொன்னாளாம்... உன் குடும்ப நகையாச்சேன்னு இவன் கேட்டிருக்கிறான்.. ஆபத்-துக்கு பாவமில்லைன்னாளாம்.. இவன் யோசிச்சானாம்.. பாட்டி கிட்ட விவரத்தைச் சொன்னானாம்.. அந்தப் பாட்டி குடும்ப நகையை விற்கக் கூடாதுப்பா.. இதுக்கு ஈடா நான் பணம் தர்றேன்.. அவ கேட்ட வைர ஆரத்தை வாங்கிக் கொடுத்திரு.. பின்னாலே பணம் புரட்டி என்கிட்டக் கொடுத்திட்டு இந்த வைர அட்டிகையை வாங்கிக்கன்னு யோசனை சொன்னாங்களாம்.."

"அப்படின்னா அவ கேட்ட வைர ஆரத்தை உங்க பிரண்ட் வாங்கிக் கொடுத்-திட்டாரா..?"

"யெஸ்..! இப்ப என்னடான்னா.. ரவியோட பெரியப்பா இதுக்கு மேலேயும் கல்-யாணத்தைத் தள்ளிப் போடக் கூடாதுன்னு சொன்னையில இருக்கிற கோகுல்-நாத்கிட்ட சம்பந்தம் பேசப் போயிருக்காரு.. அவர் என்னடான்னா.. என் பெண்-ணோட ஜாதகத்தோட உங்க தம்பி பையன் ஜாதகம் பொருந்தலை.. அதனால இந்த இடம் வேண்டாம்ன்னு அமைதியா இருந்துட்டேன்.. என் மகளோட பேசிப்

பழகச் சொல்லி நான் சொன்னேனான்னு சண்டைக்கு வந்திட்டாராம்.. ரவியோட பெரியப்பா குழப்பத்தோட வந்திட்டாரு.. ரவி விவரம் சொன்னான்.. உன் அப்பா பெயரைச் சொல்லி ஏமாற்றின உன்னை நான்கு கேள்விகள் கேட்டுவிட்டுப் போகலாம்ன்னு வந்தேன்.."

"எங்கப்பா பெயரைச் சொல்லி நான் ஏமாத்தலை.. தில்லிருந்தா ஏமாத்தினவளைத் தேடிக் கண்டு பிடித்துக் கேள்வி கேளுங்க.."

கோபத்துடன் சொல்லிவிட்டு நடக்க ஆரம்பித்த சாருலதாவை தடுத்து நிறுத்தியது அவன் குரல்..

"இந்த டயமெண்ட் நெக்லெஸ் உன் குடும்ப சொத்தாச்சே.. வேண்டாமா..?"

"வேண்டாம்.." அவள் நின்று பதில் சொன்னாள்..

"ஏன்..?" வியப்புடன் கேட்டான் கார்த்திக்..

"இது திருடு போன நகை.. திருடினவளைப் பிடிச்சு இதுக்கான பதில் ஆரத்தை வாங்கி உங்க பிரண்டுகிட்டக் கொடுத்திட்டு அப்புறமா இதைக் கொண்டு வந்து கொடுங்க.. வாங்கிக்கறேன்.."

நிமிர்வாக பதில் சொல்லிவிட்டு விரைந்து விட்டவளை வியப்புடன் பார்த்தபடி நின்றிருந்த கார்த்திக், மறுநாளே அந்த வைர அட்டிகையைக் கொண்டு வந்து அவளிடம் நீட்டி விட்டு..

"இப்பவாவது எனக்குத் 'தில்' இருக்குன்னு ஒப்புக்கறியா..?" என்று கேட்டான்..

அவன் 'தில்' நிறைந்தவனாகத்தான் இருந்தான்.. உரிமையுடன் அவளை வெகு தைரியமாக பார்வை யிட்டான்... டில்லியில் பதுங்கியிருந்த மாதவியைக் கண்டுபிடித்து விட்டக் கதையைச் சொன்னான்..

"ரவிதான் பாவம்.. அப்செட் ஆகிட்டான்.. அவளுக்காக வாங்கிக் கொடுத்த நகைகளைத் திரும்பக் கேட்க வேணாம்ன்னு சொன்னான்.. அவனோட பெரியப்பா ஒப்புக்கலை.. அதை வாங்கி அனாதை ஆசிரமத்துக்கு கொடுத்தாலாவது புண்ணியம் கிடைக்கும்ன்னு சொல்லிட்டார்.."

"ம்ம்ம்.. தேங்க்ஸ்.."

அவன் முகம் பார்த்து நன்றி சொல்ல முடியாத லஜ்ஜையுடன் நகையை வாங்கிக் கொண்ட சாருலதா காலேஜிற்குப் பறந்து விட்டாள்.. அந்த வார இறுதியில் அவளைப் பார்க்க அவன் மறுபடியும் வந்தான்.. அவளைக் காபி சாப்பிட அழைத்தான்.. மறுத்தவளிடம்.. "பயமா.." என்றான்.. எதற்கு பயம் என்று விழிகளைச் சுழட்டியவளிடம் 'என்னைக் காதலித்து விடுவாய்ங்கிற பயம்..' என்று சொல்லி அவள் மனதைச் சுழட்டினான்..

சாருலதா அவனைக் காதலிக்க ஆரம்பித்தாள்.. அவன்மீது உயிராக இருந்தாள்.. அவன் யார் என்று அவளுக்குத் தெரியாது.. கார்த்திக் என்ற பெயர் மட்டுமே தெரியும்.. மற்ற எந்த விவரத்தையும் கேட்க வேண்டுமென்று அவளுக்குத்

தோன்றவில்லை.. அந்தச் சூழலில் ஓர்நாள்.. கார்த்திக் அந்தக் கேள்வியைக் கேட்டான்..

"ரவிதான் கோடிஸ்வரன்.. நான் மிடில் கிளாஸ்தான்.. என்னைக் கல்யாணம் பண்ணிக்க உன் அப்பா சம்மதிக்க மாட்டார்.. அவரை மீறி என்னைக் கல்யாணம் பண்ணிக்குவியா..?"

அந்த நாளின் நினைவிலிருந்த சாருலதாவின் கண்கள் கண்ணீரைச் சொரிந்தன.. அதை துடைத்தபடி அவள் சொன்னாள்..

"பண்ணிக்குவேன்னு நான் சொன்னேன் அண்ணி.. புரூவ் பண்ணிக் காட்டுன்னு சொன்னான்.. எப்படின்னு கேட்டேன்.. ரிஜிஸ்டர் மேரேஜ் பண்ணிக்கலாம்ன்னு சொன்னான்.. சரின்னு சொல்லிட்டேன்.. அவனால் நம்ப முடியலை.. கோடிஸ்வரர் கோகுல்நாத்தோட பெண் என்னை நம்பி வருவாளான்னு கேட்டான்.. வருவான்னு சொன்னேன்.. அடுத்த நாள் காலையிலேயே அவன் வரச்சொன்ன ரெஜிஸ்ட்ரர் ஆபிசுக்கும் போனேன்.."

"கல்யாணம் நடந்துருச்சா..?"

இப்படித்தான் இருக்குமென்ற நிச்சயத்துடன் கேட்டாள் மகாலட்சுமி..

"அவன் வந்தாத்தானே கல்யாணம் நடக்கும்..?" கசப்புடன் சொன்னாள் சாருலதா..

"என்ன சொல்றீங்க சாரு..?"

"அவன் வரவேயில்லை அண்ணி.. முழுநாளும் கார்த்திருந்தேன்.. அவன் வரலை.. அன்றைக்கு மட்டுமில்லை.. அடுத்து வந்த எந்த நாளிலும் என்னைப் பார்க்க அவன் வரவேயில்லை.. காத்திருந்து ஓய்ந்து போனதுதான் மிச்சம் அண்ணி.. கார்த்திக்கை என்னால் பார்க்கவே முடியலை.."

கண்ணீருடன் விசும்பினாள் சாருலதா.. மகாவுக்கு அதிர்ச்சியாக இருந்தது.. சாருலதாவைப் போன்ற ஒருத்தியின் மனதை வென்றவன் எப்படிப்பட்ட வல்லவனாக இருப்பான்..! அப்படிப்பட்டவன் எதற்காக வார்த்தை தவறினான்..

"என் படிப்பு முடிஞ்சது அண்ணி.. சென்னைக்கு ரிட்டர்ன் ஆனேன்.. அப்பா கல்யாணப் பேச்சை எடுத்தார்.. முடியாதுன்னு சொல்லிட்டேன்.. என்ன ஏதுன்னு அப்பாவும் அம்மாவும் துருவித்துருவி விசாரிச்சாங்க.. என்னன்னு சொல்லட்டும்..? எங்க ஸ்டேட்டஸிலேயே மாப்பிள்ளை அமைஞ்சாலும் ஜாதகம் பொருந்தலைன்னா அந்த மாப்பிள்ளையை வேண்டாம்ன்னு சொல்லி விடுகிற அப்பா, அம்மாவுக்கு மகளாய் பிறந்துட்டு.. எவனோ ஒரு ஊர் தெரியாத கார்த்திக்கைக் காதலிக்கிறேன்னு அவன் போன இடம் தெரியலைன்னு சொன்னாக் கேட்டுக்குவாங்களா..? கார்த்திக் இருக்கிற இடம் தெரிஞ்சாலாவது எதிர்த்துப் போராடலாம்.. அவன்தான் எங்கே இருக்கிறான்னே தெரியலையே.."

சாருலதாவின் கண்ணீர் நிற்கவில்லை.. அவளது துயரம் கண்டு மனம் துடித்-தாள் மகா.. சாருலதாவின் கண்ணீர் அவள் மனதை ரம்பம் கொண்டு அறுத்தது.. ஏதாவது செய்து அவள் கண்ணீரைத் துடைக்க வேண்டுமென்ற வேகம் மகாவுக்-குள் எழுந்தது..

'என்ன செய்வது..?' மகா யோசித்தாள்..

"ஏன் அவன் அப்படிச் செய்தான் அண்ணி..? எதனால என்னை விட்டு வில-கிப் போனான்..? விலகிப் போக நினைக்கிறவன் என் மனசில காதலை ஏன் வளர்த்தான் அண்ணி..? கல்யாணம் பண்ணிக்குவியான்னு ஏன் கேட்டான்..?"

"நீங்க அவரைத் தேட டிரை பண்ணலையா..?"

"எங்கேன்னு போய் தேடுவேன்..? அவன் இருக்கிற இடம் தெரிஞ்சாத்தானே டிரை பண்ண முடியும்..?"

"இப்படி ஒன்னு இருக்கில்ல..?"

ஆழ்ந்து யோசித்தாள் மகா.. ஏதேனும் ஓர் நூல் முணை சிக்காதா.. இப்போது சாருவின் மனதை அறிய ஓர் நூல் முனை சிக்கியதைப் போல..

"சாரு..!" முகத்தில் வெளிச்சத்துடன் நிமிர்ந்தாள்..

"என்னண்ணி..?" சாருலதாவின் விழிகளில் லேசான நம்பிக்கை கீற்று தெரிந்-தது.. அது மகாவின் மனதுக்கு இதமாக இருந்தது..

"ரவின்னு சொன்னீங்கள்ல.. கார்த்திக்கோட பிரண்ட்..! அவர் பூனாவில்தானே இருக்கார்.. அவர்கிட்டக் கேட்கலாமே..?"

"ஆமாமில்ல..."

சாருலதாவின் முகத்தில் வந்த வெளிச்சம் வந்த வேகத்தில் ஓடிவிட்டது..

"என்னங்க ஆச்சு..?" மகா கேட்டாள்..

"இல்லைண்ணி.. அந்த ரவியோட பெயர் மட்டும் தான் தெரியும்.. மத்த விவ-ரம் தெரியாது.." சாருலதா சோர்ந்தாள்..

மகாலட்சுமியும் சேர்ந்துதான் போனாள்.. இப்படி எந்தக் கதவையும் திறக்க வழியில்லாமல் அனைத்து வழிகளும் அடைபட்டுக் கிடந்தால் அவளால்தான் என்ன செய்ய முடியும்..?

மறுபடியும் மூளையைக் கசக்கியவளுக்கு அந்த எண்ணம் தோன்றியது..

"மாமாவுக்கு அந்த ரவி யாருன்னு தெரிஞ்சிருக்குமில்ல.. ஏன்னா.. அந்த ரவிக்காக உங்களைப் பெண் கேட்டிருக்காங்க.."

"ஆமாமில்ல.. அதை எப்படி மறந்து போனேன்..?" பரபரப்பான சாருலதா..

"பட்.. அப்பாகிட்ட எப்படி நான் கேட்பேன்..?" என்று மறுபடியும் சோர்ந்து போனாள்..

"கவலையை விடுங்க.. அதைக் கண்டுபிடிக்க நானாச்சு.."

சாருலதாவுக்கு உத்திரவாதம் கொடுத்தாள் மகா.. இருண்ட கானகத்தில் வெளிச்சப்புள்ளி தோன்றியதைப் போல.. வறண்டு கிடந்த சாருலதாவின் மனதில் நம்பிக்கை துளிர்த்தது.. அது மகாவுக்கு ஆறுதலாக இருந்தது..

சாருலதாவின் முகத்தில் மலர்ச்சியைக் கொண்டு வரவேண்டும் என்பதற்காகத்தான் அவள் வேகமாக பேசி வைத்தாள்.. ஆனால்.. கோகுல்நாத்திடம் போய் சாருலதாவைப் பெண் கேட்ட பூனா ரவியின் அட்ரஸ் எனக்கு வேண்டும் என்று கேட்கும் துணிவு மகாவுக்கு இல்லை..

'என்னதான் செய்கிறது..?'

யோசனையுடன் மாடிப்படியேறியவள் எதிரே வந்த சஞ்சயின் மீது மோதிவிட்டாள்.. விழப் போனவளை அவள் இடுப்பில் கை கொடுத்துத் தாங்கிப் பிடித்தான் சஞ்சய்.. அவன் கைகளில் ஒயிலாக சாய்ந்து நின்று அவன் கழுத்தை வளைத்துக் கொண்டவளுக்கு பழைய தினங்கள் நினைவுக்கு வந்தன.. அவனுக்கும் அதே எண்ணம் தான் என்பது..

"இது இரண்டாவது முறை.." என்று சொன்னபோது தெரிந்தது..

அதற்கு முன்னால் அதைப்போல அவன் கைகளில் அவள் சாய்ந்திருந்தாளாம்.. அதை அவன் நினைவு படுத்துகிறானாம்..

முகம் சிவக்க விலகிக் கொண்டாள் மகா.. படியேறியவளை..

"எங்கே போகிற..?" என்றான் சஞ்சய்..

"மாடிக்கு.."

"எனக்கு டிபனை யார் எடுத்து வைப்பாங்க..?"

'நான்தான் எடுத்து ஊட்டி விடனும்..'

அவனை முறைத்தபடி மகாவும் அவனுடன் சேர்ந்து இறங்கினாள்.. ருக்மிணியுடன் பேசியபடி டைனிங் ஹாலுக்கு வந்த கோகுல்நாத் சேர்ந்து வந்த அவர்களின் ஜோடிப் பொருத்தத்தில் பேச மறந்து நின்று விட்டார்.. அப்படி அவர் யாரைக் கவனிக்கிறார் என்று திரும்பிப் பார்த்த ருக்மிணியும் பூரித்துப் போய் விட்டாள்..

"நம்ம கண்ணே பட்டுரும் போல இருக்கில்ல..?"

"ஆமாங்க.. ஜாதகம் சேர்த்து வைச்ச ஜோடியில்ல இது..?"

மாமனார், மாமியாரைக் கண்டதும் மரியாதையுடன் விலகி நடந்த மகா சஞ்சய்க்கும், கோகுல்நாத்திற்கும் தட்டுக்களை எடுத்து வைத்து பரிமாற ஆரம்பித்தாள்.. மருமகளின் இயல்பான அந்த செய்கையில் ருக்மிணியின் மனது நிறைந்தது..

அப்பாவும், மகனும் பிஸினெஸ் நிலவரங்களைப் பேசியபடி டிபனைக் காலி பண்ணி விட்டு எழுந்தார்கள்.. சஞ்சய் முக்கியமான ஃபைலை எடுக்க வேண்டுமென்று மறுபடியும் மாடியேறினான்.. மகா அவனைத் தொடர்ந்து போனாள்..

'இது என்ன புதுசா..?' அவன் புருவங்களை உயர்ந்தன..

வழக்கமாக மகா அவனுக்கான காபி கொடுத்தல், உணவு பரிமாறுதல் போன்ற கடமைகளை முடித்த பின்னால் தோட்டத்திற்குப் போய் விடுவாள்.. அன்று வழக்கத்திற்கு மாறாக அவனை அவள் தொடர்ந்ததில், அறைக்குள் போனதும்..

"என்ன விசயம்..?" என்று விசாரித்தான்.

"அது.. அது.. வந்து.. எனக்காக ஒன்று செய்வீங்களா..?"

தடுமாறியபடி மகா கேட்ட விதம் சஞ்சயை ஈர்த்தது..

"முதன் முதலா உனக்காகன்னு ஒன்னு கேட்கிற.. செய்யாமல் இருப்பேனா..? என்னன்னு சொல்லு.. செய்கிறேன்.." அவன் வாக்குக் கொடுத்து விட்டான்..

23

"என்னை எப்படிக் கண்டு பிடிச்சீங்க..?"

எதிர்காற்றில் அலைபாய்ந்த முடியை ஒதுக்கி விட்டபடி இறுக்கமான குரலுடன் கேட்டான் கார்த்திக்.. பதில் சொல்லாமல் அவனையே முறைத்துப் பார்த்த சஞ்சயின் கண்களை அச்சமில்லாமல் சந்திக்கவும் செய்தான்..

அவனின் அந்த திடம் சஞ்சய்க்கு ஆத்திரத்தை உண்டாக்காமல் ஆச்சரியத்தை உண்டாக்கியது.. தவறு செய்து விட்டு ஒளிந்து மறைந்தவனின் பார்வையைப் போல அவன் பார்வை இல்லை.. நேர் கொண்ட நிமிர்ந்த பார்வையாக அவன் பார்வை இருந்தது..

கடினமான முகம்.. கலைந்த முடி.. சிவந்த கண்கள்.. எதையோ தொலைத்து விட்ட சோகத்துடன் கூடிய பார்வை.. இத்தனையையும் தாண்டி அவன் கம்பீரமான அழகுடன் இருந்தான்..

'சாருவுக்கு பொருத்தமானவன்தான்..'

அவதானிக்கும் சஞ்சயின் பார்வையில் அவன் தடுமாறவில்லை.. ஒரு ஹீரோவுக்குரிய அனைத்து அம்சங்களுடன் இருந்தவன் சஞ்சயின் மனதைக் கவர்ந்தான்.. தனது ஆருயிர் தங்கையின் மனம் கவர்ந்த மணாளன் அவன் என்பதில் சஞ்சயின் மனதில் சொந்தம் உண்டானது..

எவராலும் திறக்க முடியாத சாருலதாவின் மனக் கதவைத் தட்டித் திறந்து உள்ளிருந்த தேடுதலை கண்டுணர்ந்த மகா அதைப் பற்றி தயங்கித் தயங்கி சஞ்சயிடம் சொன்ன போது, அவனால் நம்பவே முடியவில்லை..

"சாருவோட மனதில் காதல் இருந்ததா..?"

"இருந்ததான்னு கேட்கக் கூடாது.. இருக்குதான்னு கேட்கனும்.. அவங்க மனசில அந்தக் கார்த்திக்கின் மேலே அசைக்க முடியாத காதல் இருக்கு.. கடைசி வரைக்கும் இருக்கும்.. அவரைத்தவிர வேற யாரையும் அவங்க மனசாலேகூட நினைச்சுப் பார்க்க மாட்டாங்க.. இதுக்காக அவங்க மேலே கோபப்பட்டுடாதீங்க.."

"என்கிட்டயாவது சொல்லியிருக்கலாமில்ல..?"

"எப்படிச் சொல்வாங்க..? அவர் யாருன்னு அவங்களுக்குத் தெரியாதாமே.."

"இதுக்காகவே அவளை கன்னம், கன்னமா அறையனும்.. பெயர் மட்டும் தெரிஞ்சாப் போதுமா..? யாரு.. எவருன்னு தெரிய வேண்டாமா..? அந்தப் பெயர் கூட உண்மையானதோ.. என்னவோ..?"

"சாருவோட காதல் உண்மையானது.."

"அட்ரஸ் இல்லாதவனைக் காதலிச்சுக் கல்யாணம் வரைக்கும் போயிருக்காளே.."

"அட்ரஸ் தெரியாமன்னு சொல்லுங்க.. சாரு சொல்கிறதை வைத்துப் பார்த்தா அவர் மோசமானவராத் தோணலை.. நல்லவராத்தான் தெரியறார்.."

"காதலிக்கிறவ அப்படித்தான் சொல்லுவா.. அவன் நல்லவன்னா அவனோட அட்ரஸைச் சொல்லிட்டுக் காதலிச்சிருக்கனும்.."

"எல்லாத்தையும் சொல்லிட்டு வர்றதுக்குப் பெயர் காதலில்லை.."

எப்படியாவது சாருவை வாழ வைத்து விட வேண்டும் என்ற ஆதங்கத்துடன் பேசிய மகாவை ஒரு தினுசாக பார்த்து வைத்தான் சஞ்சய்.. புரியாமல் விழித்தாள் அவள்..

"அதுசரி.. காதலைப் பத்தி உனக்குத்தானே தெரியும்..? எனக்கென்ன தெரியும்.."

புயலை உள்ளடக்கிய குரலில் அவன் சொன்னபோது சாதாரணமாகத்தான் அதை எடுத்துக் கொண்டாள் மகா.. அவளையும், கௌதமையும் இணைத்து சஞ்சயின் மனதில் சந்தேகம் மூண்டிருக்கிறது என்பது பாவம் அவளுக்குத் தெரியாது..

"அவர் மிடில் கிளாஸாம்.. சாரு கோடிஸ்வரக் குடும்பத்தில பிறந்தவங்க.. அதனால கூட சொல்லாம விட்டுட்டாரோ என்னவோ.."

"கல்யாணத்துக்கு ஏன் ஃபோர்ஸ் பண்ணினான்..?"

"ஃபோர்ஸெல்லாம் பண்ணலை.. கல்யாணம் பண்ணிக்குவியான்னு கேட்டிருக்கார்.. இவங்க பண்ணிக்குவேன்னு சொல்லியிருக்காங்க.. ரெஜிஸ்ட்ரர் ஆபிசுக்கு வரச் சொல்லியிருக்கார்.. இவங்களும் போயிருக் காங்க.. அவர் வரலை.."

"டெஸ்ட் பண்ணக் கேட்டிருப்பானோ.."

"தெரியலையே.."

கவலையுடன் சொன்ன மகாவின் மீது சஞ்சயின் மனதுக்குள் பிரியம் ஏற்பட்டது.. அவன் தங்கையின் மீது எத்தனை அக்கறை இருந்தால் மகாவின் முகத்தில் அத்தனை கவலை அப்பியிருக்கும்..!

எது எப்படியோ.. திருமணமே வேண்டாம் என்று இருக்கும் தங்கையை வாழ வைக்க ஒரு வழி தென்பட்டு விட்டதில் சஞ்சய் உற்சாகமானான்.. அந்த வழியைக் கண்டு பிடித்துக் சொன்ன மகாலட்சுமியை அள்ளிப் பருகுவதைப் போல பார்த்து வைத்தான்.. அதில் மகாவின் முகம் சிவந்து போனது..

'இவன் கிட்ட இது ஒன்னு இருக்கு..'

மற்ற சமயங்களாக இருந்தால்.. இதுபோல அவன் பார்த்து வைக்கும் போதெல்லாம் சிட்டாகப் பறந்து தப்பித்து விடுவாள்.. இப்போது அப்படிச் செய்ய முடியாமல் சாருலதாவின் பிரச்னை அவளைத் தடுத்து நிறுத்தி யிருந்தது..

"நான் பார்த்துக்கறேன்.."

சஞ்சயின் உத்திரவாதத்தில் அவள் முகம் பூவாக மலர்ந்து விட்டது..

"சாருவை உனக்கு ரொம்ப பிடிக்குமோ..?" அவன் கேட்டான்..

"ரொம்ப.. ரொம்ப.. பிடிக்கும்.." குதூகலத்துடன் அவள் சொன்னாள்..

"சாருவோட அண்ணனைத்தான் உனக்குப் பிடிக்காது போல இருக்கு.."

துளைக்கும் பார்வையுடன் கேட்டவனை நிமிர்ந்து பார்த்தாள்.. அவன் பார்வையோடு பின்னிப் பிணைந்த அவள் பார்வையை மீட்டுக் கொண்டாள்.. ஜன்னல் வழி தெரிந்த தோட்டத்தை வெறித்தபடி..

"சாருவோட அண்ணனுக்கும்தான் என்னைப் பிடிக்காது.." என்று பதில் கொடுத்தாள்..

"ஒருவேளை அவனுக்கு உன்னைப் பிடிச்சுப் போயிருச்சுன்னா..?"

"அப்பப் பார்க்கலாம்..?"

'ஏண்டி..? இப்பப் பார்க்க மாட்டியா..?'

அவள் பார்க்கவில்லை.. பிடிவாதமாக தோட்டத்தைப் பார்த்துக் கொண்டிருந்தவளின் பார்வையில் ததும்பிய சோகத்தில் அவனுக்குள் எரிச்சல் மூண்டது..

'ஜோஸியத்தைக் காரணம் காட்டி இவளை என் தலையில் கட்டி வைச்சதுக்கு நான்தான் துக்கப்படனும்.. இவ எதுக்கு பிலிம் காட்டறா..?'

அந்தக் கடுப்புடன் பூனாவுக்கு பிளைட் பிடித்தான் சஞ்சய்.. கோகுல்நாத்திடம் எதற்காக என்று சொல்லாமல் ரவியைப் பற்றி விசாரித்து வைத்திருந்தான்.. பூனாவில் இறங்கியதும் ஸ்டார் ஹோட்டலில் ரூம் போட்டு.. குளித்து உடைமாற்றி.. டிராவல்ஸீக்கு போன் போட்டுக் காரை வரவழைத்து ரவியைப் பார்க்கப் போனான்.. சஞ்சயே

பார்க்க வந்திருப்பதில் ரவி சந்தோசப்பட்டுப் போக.. அவனைப் பார்க்க சஞ்சய் வரவில்லை.. அவனுடைய நண்பனைத் தேடித்தான் வந்திருக்கிறான் என்பதை ஒருவாறாக ரவிக்குப் புரிய வைப்பதற்குள் சஞ்சய்க்கு போதும் போதுமென ஆகிவிட்டது..

"அந்த மாதவியை உங்க தங்கைதான்னு நினைச்சு ஏமாந்திட்டேன்.."

என்னவோ அதனால்தான் தன்னால் சாருலதாவைத் திருமணம் பண்ணிக் கொள்ள முடியாமல் போய்விட்டது என்பதைப் போல கண்சிவந்தான் ரவி..

"மாதவி உங்க லைஃபில் வராமல் இருந்திருந்தாலும் எங்க அப்பா என் தங்கையை உங்களுக்கு மேரேஜ் பண்ணிக் கொடுத்திருக்க மாட்டார்.. அவருக்கு ஜாதகப் பித்து அதிகம்.. உங்க ஜாதகம் சாருவோட ஜாதகத்தோட பொருந்தலை.."

"கார்த்திக்கோட ஜாதகம் மட்டும் உங்க தங்கையோட ஜாதகத்தோட பொருந்துதோ..?" நக்கலாகக் கேட்டான் ரவி..

"அங்கே மனசு பொருந்திருச்சே.. உங்க மனசு மாதவிகூட இல்ல பொருந்தியிருந்துச்சு.." அவனை விட நக்கலாகப் பதில் சொன்னான் சஞ்சய்..

"ம்ஹீம்.. இந்தக் காலத்தில எந்த பிரண்டையும் நம்பக் கூடாது.. எனக்காக நியாயம் கேட்கப் போகி றேன்னுதான் கார்த்திக் உங்க தங்கையை சந்திக்கக் கிளம்பிப் போனான்.. அவனைத் தடுத்துட்டு நான் போயிருந்திருக்கனும்.."

"போனதை நினைச்சு வருத்தப் பட்டுப் புண்ணிய மில்லை.. இனியாவது எந்தப் பெண்கிட்டயும் ஏமாறாமல் தப்பிக்கப் பாருங்க.."

எவ்வளவுதான் வலை போட்டாலும் அதில் அகப்படுவேனா என்று தள்ளி நின்று ரவிக்கும், மாதவிக்குமான பழக்க வழக்கத்தையே நினைவூட்டிக் கொண்டிருந்த சஞ்சயை எரிச்சலுடன் பார்த்தான் ரவி..

"என்னைவிட அந்தக் கார்த்தி எந்த விதத்திலங்க உசத்தியாப் போயிட்டான்..?"

'என் தங்கைகிட்டக் கேட்க வேண்டிய கேள்வியை என்கிட்டக் கேட்கிறானே..' சஞ்சய்க்கு சிரிப்பு வந்தது.. அதை வெளிக்காட்டிக் கொள்ளாமல்..

"சாருவிடம் கேட்டு விட்டுச் சொல்கிறேன்.." என்றான்..

ஒருவழியாக ரவி கார்த்திக்கின் முகவரியைக் கொடுத்தான்.. பூனாவின் புறநகர் பகுதியிலிருந்த சிறிய தொழிற்சாலை அது.. சஞ்சய் போனபோது கார்த்திக் வெளியே கிளம்பிக் கொண்டிருந்தான்.. சாருவிடமும், ரவியிடமும் இருந்த புகைப்படங்களில் கார்த்திக்கின் உருவத்தைப் பார்த்து மனதில் பதிய வைத்திருந்த சஞ்சய் அவன் வழியை மறித்து..

"ஹாய்.. ஐ ஆம் சஞ்சய்.." என்று கை நீட்டினான்..

"ஹீ ஆர் யூ..?" கார்த்திக் கை கொடுக்கவில்லை..

"சாருலதாவின் அண்ணன்.." சஞ்சயின் கடுமையான விழிகள் கார்த்திக்கை குற்றம் சாட்டின.. கார்த்திக் அசையாமல் நின்று விட்டான்..

"நீங்கதான் சொல்லாம எஸ்கேப்பான கிரேட் காதலனா..? அங்கே என்னடான்னா என் தங்கை கல்யாணமே வேண்டாம்னு சொல்லிட்டு துறவி போல வாழ்ந்துக்கிட்டு இருக்கா.. நீங்க என்னடான்னா அவ ஞாபகமே இல்லாம நிம்மதியா வாழ்ந்துக்கிட்டு இருக்கீங்க.. வெரிகுட்.."

"நிம்மதியா வாழறேனா..? நிம்மதிக்கும் எனக்கும் ரொம்ப தூரம்ங்க.."

எங்கே நிம்மதி என்று பாட்டுப்பாடி விடுபவனைப் போலச் சொன்ன கார்த்திக்கை கூர்ந்து பார்த்தான் சஞ்சய்.. அவன் கண்களில் தெரிந்த வேதனையைக் கண்டவனுக்கு எதனால் அந்த வேதனை என்று புரியவில்லை..

"வெளியே போய் பேசலாமா..?" கார்த்திக்தான் கேட்டான்..

"ஷ்யூர்.. அதுக்குத்தானே வந்திருக்கேன்.. வாங்க என்னோட காரிலேயே போய்விட்டு வரலாம்.." சஞ்சய் அழைத்தான்..

ஊருக்கு வெளியே அமைதியான ஒதுக்குப் புறமான புல்வெளியில் நின்று அவர்கள் பேச ஆரம்பித்தார்கள்.. எப்படி கார்த்திக்கின் முகவரியை சஞ்சய் கண்டு பிடித்தான் என்று கார்த்திக் கேட்டான்.. ரவியைப் பிடித்ததைப் பற்றி சஞ்சய் சொன்னான்..

"உங்க தங்கைக்கு என்னோட அட்ரஸ் தெரியாது.. நான் சொல்லலை.. அவளை பர்ஸ்ட் டைம் பார்த்தப்பவே மனசில பதிஞ்சிட்டா.. பட்.. ரவிக்கு துரோகம் பண்றதைப் போல எனக்குள்ளே ஒரு ஃபீலிங்.. அதனால காதலை சொல்ல முடியாம தவித்தேன்.. மாதவி பற்றி தெரிந்ததும் எனக்குள்ளே இருந்த குற்ற உணர்வு விலகிருச்சு.. சாருகிட்ட என் காதலைச் சொன்னேன்.. அவளும் என்னைக் காதலிக்க ஆரம்பித்தா.. இருந்தும் எனக்குள்ள ஒரு பயம்.. கோடிஸ்வரனான ரவிக்கே பெண் கொடுக்க மாட்டேன்னு சொல்லிட்ட உங்க அப்பா.. நான் பெண் கேட்டாத் தருவாரான்னு.. சாருவோட காதல்தான் என்னோட பலமே.. நான் யார்.. எவர்ன்னு தெரியாம என் பெயரை மட்டுமே தெரிஞ்சு வைச்சிருக்கிற சாரு.. அதே நிலைமையிலேயே என்னைக் கல்யணாம் பண்ணிக்கச் சம்மதிப்பாளான்னு நினைச்சேன்.. அவகிட்டக் கேட்டேன்.. பண்ணிக்குவேன்னு சொன்னா.. எனக்கு ஆச்சரியமா இருந்தது.. அதே சமயம் கர்வமாகவும் இருந்தது.. இப்படி ஒரு காதலி கிடைக்க நான் கொடுத்து வைத்திருக்கனும்னு நினைச்சேன்.."

"அதனாலதான் அவளை அநாதை போல ரிஜிஸ்டர் ஆபிஸ் வாசலிலே காக்க வைச்சுட்டுக் காணாம போயிட்டிங்களா..?"

கடுமையாக கேட்டான் சஞ்சய்.. கார்த்திக்கின் விழிகளில் அடிபட்ட வலி தெரிந்தது.. குற்றுயிராய் துடிக்கும் சிங்கத்தின் வேதனை தெரிந்தது..

"வேற வழியில்லை மிஸ்டர் சஞ்சய்..! அந்த மாதவியை நான் சாதாரணமா எடைபோட்டுட்டேன்.. அவளை போலிஸில் பிடித்துக் கொடுத்த என்னை

ஒரு போலிஸ் கேஸில் மாட்டி விட்டுட்டா.. என் தொழிற்சாலையில வேலை பார்க்கிற தொழிலாளி ஒருத்தர் குடிபோதையில ரோட்டில அடிபட்டு செத்துட்டார்.. அவர் யூனியன் லீடர்.. இதை வைச்சு மாதவியோட ஆள்கள் கதை பின்னி நான்தான் அவரைக் கொன்னுட்டேன்னு அந்த தொழிலாளியோட வொய்பை தூண்டி விட்டுட்டாங்க.. அந்தப் பெண்ணும் போலிஸில் கம்ப்ளெயிண்ட் கொடுத்துருச்சு.. சரியா.. சாருலதாவைக் கல்யாணம் பண்ணிக்க நான் கிளம்பிக்கிட்டிருந்த சமயத்தில போலிஸ் வந்து நின்னுருச்சு.. சாருலதாவுக்கு தகவல் கொடுக்க முடியாத சூழ்நிலை.."

"அப்புறம் என்ன ஆச்சு..?"

"போலிஸ் கஸ்டடி.. கோர்ட்.. கேஸ்.. விசாரணைன்னு மாதங்கள் ஓடிப் போயிருச்சு.. ஜாமினில் வெளியே வந்திருக்கேன்.. இன்னும் கேஸ் முடியலை.. சும்மா போய் நின்னாலே உங்கப்பா என்னை மதிக்க மாட்டார்.. இப்பக் கொலை கேஸ் வேற சேர்ந்திருச்சு.. என்னைத் துரத்திர மாட்டாரா..? நான் எப்படியிருந்தாலும் சாரு என்னை ஏத்துக்குவா.. அவள் மனசு அப்படிப்பட்டது.. அப்படிப் பட்டவளுக்கு நான் இணையில்லை சஞ்சய்.. அவ நல்லா இருக்கனும்.. சிக்கலில்லாத சந்தோசமான வாழ்க்கையை வாழனும்.. கொலை கேஸில மாட்டினவனோட வொய்புன்னு அவளைப் பார்த்து மத்தவங்க விரல் நீட்டிரக் கூடாது.. அதான்.. விலகி வந்திட்டேன்.. அவ பூனாவில இருந்த வரைக்கும் அவளுக்குத் தெரியாம ஒளிஞ்சிருந்து பார்ப்பேன்.. இப்ப.. அதுவும் முடியலை.."

ஸ்தம்பித்துப் போனான் சஞ்சய்.. இங்கே யார்.. யாருக்கு துரோகம் செய்திருக்கிறார்கள்..? இல்லையே.. ஒருவருக்கொருவர் துரோகம் செய்து கொள்ளாத அற்புத காதலர்கள் அல்லவா இவர்கள்..? ஒருவன் நினைவிலே உயிர் வாழும் சாருலதா..! காதலித்தவளின் நலனுக்காக காதலையே துறந்து விலகிப் போன அவளுடைய காதலன்..!

இவர்கள் சேர வேண்டாமா..?

சஞ்சய் களத்தில் இறங்கினான்.. அவனுடைய அத்தனை செல்வாக்கையும் பயன்படுத்தி கார்த்திக் மாட்டியிருந்த கொலைக்கேஸிலிருந்து அவனை விடுவித்தான்.. சாலை விபத்தில் இறந்து விட்ட தொழிலாளி குடித்திருந்தான் என்பதை மருத்துவ பரிசோதனையின் அறிக்கை சொன்னது.. அவன் குடிபோதையில் ரோட்டைக் கடந்ததைப் பார்த்த சாட்சி இருந்தது சஞ்சய்க்கு சாதகமானதாக அமைந்து விட்டது.. சாலை விபத்து நடந்த அதே நேரத்தில் கார்த்திக் தொழிற்சாலையில் ஒரு முக்கிய மீட்டிங்கில் இருந்ததை கார்த்திக்கிற்காக சஞ்சய் நியமித்திருந்த வழக்கறிஞர் சுட்டிக் காட்டினார்.. விபத்தை ஏற்படுத்திய லாரியின் ஓட்டுனரை காவல்துறை கண்டு பிடிக்கவில்லை.. கார்த்திக்தான் லாரியேற்றி அந்தத் தொழிலாளியைக் கொல்லச் சொன்னான் என்று அவன் வாக்குமூலம் கொடுக்க வில்லை.. இவையெல்லாம் அனுமானமே என்பதை வெகு அழகாக அவர் நிரூபணம் செய்தார்.. இத்தனைக்கும் மேலாக இறந்தவிட்ட யூணியன் லீடருடன் கார்த்திக்கிற்கு சமரசமான உறவு இருந்ததாக தொழிலாளர்கள் அனைவருமே சாட்சி சொன்னார்கள்.. கார்த்திக் குற்றமற்றவன் என்று கோர்ட் தீர்ப்புச் சொன்னது.. தன்மீது பூசப்பட்டிருந்த களங்கத்திலிருந்து முற்றிலுமாக கார்த்திக் வெளியே வந்து விட்டான்..

சஞ்சயுடன் சாருலதாவைப் பார்க்க கார்த்திக் வந்த போது சாருலதா பிரமைபிடித்தவளைப் போல நின்று விட்டாள்..

"நீங்க தானா..?"

நம்ப முடியாமல் அவள் தன் கையைக் கிள்ளிக் கொண்டபோது கார்த்திக்கின் மனம் வலித்தது..

விவரம் அறிந்த கோகுல்நாத் ஜாதகங்கள் பொருந்த வேண்டுமே என்று தாடையைத் தடவி யோசிக்க ஆரம்பித்தார்..

"பத்துக்கு பத்துப்பா.." என்று அவர் முன்னால் ஜாதகங்களைத் தூக்கிப் போட்டான் சஞ்சய்..

"பத்துப் பொருத்தமும் பொருந்தியிருக்கா..? எப்படிண்ணா..?" சாருலதா விழி விரித்த போது..

"இப்படித்தான்.." என்று ஜாதகத்தை மாற்றி எழுதிய கதையைச் சொன்னான் சஞ்சய்..

"இது தப்பில்லையா..?"

"உனக்கு கார்த்திக்கை கல்யாணம் பண்ணிக்கனுமா.. வேணாமா..?"

"பண்ணிக்கிட்டே ஆகனும்.."

"தெரியுதில்ல..? உனக்குக் கார்த்தியோடதான் கல்யாணம் ஆகனும்னா இதையெல்லாம் செய்துதான் ஆகனும்.. காதலுக்குப் பாவமில்லைம்மா.. காதலுக்காக எதையும் செய்யலாம்.. தப்பே இல்லை.."

நடக்குமா என்று ருக்மிணியும், கோகுல்நாத்தும் ஏங்கிப் போயிருந்த சாருலதாவின் திருமணம் அமோகமாக நடந்தது.. சாருலதா சந்தோசமாக புகுந்த வீட்டிற்கு கார்த்திக்குடன் வாழப் போய் விட்டாள்..

"எல்லாம் நம்ம மருமக வந்த நேரம்டி.." கோகுல்நாத் ருக்மிணியிடம் சொல்லி மகிழ்ந்து போனார்..

மற்ற எதிலும் சஞ்சய்க்கு உடன்பாடு இருந்ததோ இல்லையே.. இதில் மட்டும் அவனுக்கு உடன்பாடு இருந்தது..

'இந்தக் கல்யாணம் மகாவாலேதான் நடந்தது.. மகாலட்சுமி சாருவோட மனசைக் கண்டறிஞ்சு சொன்னதினால சாருவோட வாழ்க்கையில கல்யாண யோகம் கூடி வந்தது..'

இத்தனையையும் செய்துவிட்டு அவள் சஞ்சயிடம்..

"தேங்க்ஸ்.." என்று சொல்லி அவன் மனதை அள்ளினாள்..

வெளிநாட்டிலிருந்து ரம்யாவின் அண்ணனான ரமணன் படிப்பை முடித்துவிட்டு திரும்பியிருந்தான்.. அவனுக்கு சஞ்சயின் கம்பெனியில் ஒரு பெரிய பதவியைக் கொடுக்கச் சொல்லி கோகுல்நாத் கூறினார்... மகா அதற்கு மறுப்புச் சொன்னாள்..

"நீங்க பெரியவங்க மாமா.. உங்களுக்குத் தெரியாதது இல்ல.. என் மனசில பட்டதை நான் சொல்றேன்.. தப்பா எடுத்துக்கக் கூடாது.." தயங்கியவளிடம்..

"சொல்லும்மா.." என்று கோகுல்நாத் வாத்சல்யம் காட்டியதில் ரம்யா கடுப்பாகி விட்டாள்..

"இது எங்க குடும்ப விவகாரம்.. தேவையில்லாம நீ மூக்கை நுழைக்காதே.." என்று அவள் சொல்ல ஆரம்பித்த போது..

"ரம்யா.." என்று முகச்சுளிப்புடன் அதட்டி விட்டார் கோகுல்நாத்..

"மாமா.."

"இது மகாவோட குடும்பம்.. நீதான் வெளியாள்.. இதை மனதில் வைத்துக்கிட்டுப் பேசிப்பழகு..

நீயும் ரமணனும் என் தங்கையோட பிள்ளைகள்.. உங்களுக்காக ஓர் வாழ்க்கையை ஏற்படுத்தித்தரனும்னு நான் நினைக்கிறேன்.. அதைக் கெடுத்துக்காதே.. இனியொருதரம் நீ இப்படிப் பேசினா உன்னை லேடிஸ் ஹாஸ்டலில சேர்த்து விடுவேன்.. ஜாக்கிரதை.."

கோகுல்நாத் போட்ட சப்தத்தில் ரம்யாவின் முகம் அவமானத்தில் கன்றிவிட்டது..

"விடுங்கப்பா.. ஏதோ தெரியாம பேசிட்டா.."

சஞ்சய் பரிந்து பேசினான்.. இமையுயர்த்தி அவனைப் பார்த்த மகாவின் பார்வையை மனதுக்குள் குறித்துக் கொண்டாள் ரம்யா..

"நீ சொல்லும்மா.." கோகுல்நாத் உத்தரவிட்டார்..

"சொந்த பந்தங்கள வேலைக்கு சேர்க்கிறது நல்லது இல்லை மாமா.. இதுக்குப் பதிலா ரமணன் பேரில ஒரு கம்பெனியை ஆரம்பிச்சுக் கொடுக்கலாமே.. அவரும் வெளிநாட்டில போய் படிச்சுட்டு வந்திருக்காரு.. நம்ம மாமா மகன்கிட்ட வேலை பார்க்கிறோம்ங்கிற நினைப்பு அவருக்கு வராமல் இருக்குமில்ல..?" மகாலட்சுமி மெல்லிய குரலில் சொன்னாள்..

ரமணனின் முகத்தில் வெளிச்சம் வந்தது.. அவன் சொல்லத் தயங்கியதை அவன் மனமறிந்து மகா சொல்லி விட்டதில் அவன் நன்றியுடன் மகாவை பார்த்தான்.. சஞ்சய் அதை ரசிக்கவில்லை..

'புருசனைத் தவிர.. அவன் வீட்டில இருக்கிற அத்தனை பேருக்கும் இவ நல்லது செய்கிறா.. புருசனை மட்டும் தோதா மறந்துடறா..'

ரமணனுக்கென்று தனிக் கம்பெனி உருவானது.. ஆட்டோ மொபைலுடன் தொடர்புடைய அந்தக் கம்பெனியில் சேர மகாலட்சுமியின் சிபாரிசை நாடி வந்தான் கௌதம்.. கோமதி மாமியின் மகன் என்ற வாஞ்சையில் ரமணனுக்கு அவனை அறிமுகப் படுத்தி வைத்தாள் மகாலட்சுமி..

"உங்களுக்கு வேண்டியவங்கன்னு சொன்ன பின்னாலே நான் வேலை கொடுக்க மாட்டேன்னு சொல்லிருவேனா மகா..?" என்ற ரமணன் அப்போதே கௌதம்க்கு அப்பாயிண்ட்மெண்ட் ஆர்டரைக் கொடுத்து விட்டான்..

"தேங்க்ஸீடி மகா.. சூப்பர்வைசர் போஸ்டாம்.. கை நிறைய சம்பளமாம்... கௌதம் மகிழ்ந்து போயிட்டான்.. உன்னாலதாண்டி இதெல்லாம் அவனுக்கு

கிடைச்சிருக்கு.." மாமி போனில் நன்றி சொன்னாள்..

ரமணனின் கம்பெனிக்கு ஒரு வேலையாக சஞ்சய் போனபோது அங்கே கௌதம் சூப்பர்வைசராக வேலை செய்வதை பார்த்துவிட்டான்.. ரமணனிடம் விசாரித்த போது மகாவின் சிபாரிசைப் பற்றிச் சொல்லி விட்டான்.. சஞ்சய் பல்லைக் கடித்தான்..

சஞ்சயின் மனதில் சந்தேகத் தீ பற்றிக் கொண்டது.. கௌதமுக்கு வேலை கொடுக்கச் சொல்லி சஞ்சயிடம் கேட்க முடியாது என்பதற்காகத்தான் ரமணனுக்கு

தனி கம்பெனி ஆரம்பித்துக் கொடுக்கும்படி கோகுல்நாத்திடம் மகா சொன்னாளோ என்று அவன் சந்தேகித்தான்..

"அந்த கௌதம் மேல ஒரு கண் வை விஷ்ணு.."

விஷ்ணுவிடம் அவன் கோடு போட.. விஷ்ணு ரோட்டைப் போட்டு விட்டான்..

"சார்.. அந்த கௌதம் நம்ம மேடத்தோட அப்பா வீட்டுக்குப் பக்கத்து வீட்டிலதான் குடியிருக்கிறாராம்.. சுந்தரேசன் அங்கிளோட பெண்ணை நான் காதலிக்கிறேன்னு என்கிட்டயே சொல்கிறான் சார்.."

இது போதாதா சஞ்சய்க்கு..? அவன் மனதில் பற்றிக் கொண்ட சந்தேகத்தீ கொழுந்து விட்டு எரிய ஆரம்பித்ததது.. கௌதம் என்னவோ பார்கவியை மனதில் வைத்துக் கொண்டுதான் சொன்னான்.. சுந்தரேசனுக்கு மகாலட்சுமி மட்டும்தான் மகளா..? வித்யாவும், பார்கவியும் தத்து மகள்களா..? அதை நினைத்துப் பார்க்காமல் சஞ்சய் மகாலட்சுமியை கௌதம் காதலிப்பதாக நினைத்துக் கொந்தளித்தான்.. அதை உணராத மகா அடிக்கடி பிறந்த வீட்டுக்குப் போய் வர ஆரம்பித்தாள்.. அவளும்தான்

என்ன செய்வாள்..? அவளுடைய பிறந்த வீட்டிற்கு மூத்த மகளாக.. அவளுடைய தங்கைகளுக்கு அக்காவாக அவள் செய்ய வேண்டிய கடமைகள் அவளைக் கட்டி இழுத்தனவே..

"ரிஷி வீட்டில இருந்து பெண் கேட்டு வந்திருக்காங்கடி.. வித்யா என்னடான்னா இந்தக் கல்யாணமே வேண்டாம்ன்னு சொல்றா.." அம்பிகா புலம்பினாள்..

"ஏம்மா..? அவ ரிஷியை விரும்பறான்னுதானே நினைச்சோம்.."

"கோச்சிங் கிளாசில நல்லாப் பேசி பழகினவதான் ஐ.பி.எஸ் ஆபிசரா ஆனதும் ரிஷி வேணாம்ன்னு சொல்றா.."

"ஏனாம்..? அவரும் ஐ.பி.எஸ் ஆபிசர்தான..?"

"அதைத்தான் நானும் சொல்றேன்.. நீயே அவகிட்டப் பேசு.."

கடற்கரைக்கு வித்யாவை தள்ளிக் கொண்ட போனாள் மகாலட்சுமி..

"சொல்லுடி.. உன் மனசில என்னதான் இருக்கு.. ரிஷியை நீ காதலிக்கலையா..?"

"காதலிச்சேன்.. அதனாலதான் அவன் வேணாம்ன்னு சொல்றேன்.."

இப்படிச் சொன்ன வித்யாவின் புத்தி கோளாறில் சந்தேகம் கொண்டாள் மகாலட்சுமி.. இவ நல்லாத்தானே இருந்தா..?

"அடச்சீ..! வாயைக் கழுவு.. யார் காதிலாவது விழுந்தா உன்னைத் தப்பா நினைக்கப் போறாங்க.. இப்படியாடி பேசுவ.?"

"வேணாம் மகா.. காதல்.. காதல்ன்னு கலா உயிரை விட்டதைப் பார்த்த பின்னாலே எனக்குக் காதல் மேல இருந்த நம்பிக்கையே போயிருச்சு.."

"வித்யா..!" மகா திகைத்துப் போனாள்..

அவள் தங்கையின் மனதில் இப்படியொரு முள் தைத்திருக்கிறதா..?

"முட்டாள்..! உன்னை யார் காதல் கல்யாணம் பண்ணிக்கச் சொன்னது..?"

தங்கையின் மனதிலிருந்த முள்ளை இலகுவாக வெளியேற்றி அவள் வாழ ஒரு வழியைக் கண்டு பிடித்துச் சொல்லலாளாள் மகாலட்சுமி..

"நீதான் சொல்ற.."

"இது அரேன்ஜீடு மேரேஜ்டி.. ரிஷி உன்னிடம் காதலை வற்புறுத்தல.. அவர் கல்யாணம் பண்ணிக்க நீ பொருத்தமான பொண்ணுன்னு பெண் கேட்டு வந்திருக்காரு.. எப்படியும் யாராவது ஒரு ஆணை நீ கல்யாணம் பண்ணிக்கத்தான் போற.. அது ஏன் ரிஷியா இருக்கக் கூடாது..?"

மகாவின் கேள்வியில் சிந்தித்தாள் வித்யா.. ரிஷியைத் திருமணம் செய்து கொள்ள சம்மதம் சொல்லி விட்டாள்.. கோலாகலமாக நடந்த திருமணத்தில் கௌதம்.. அவனும் மகாவும் இணைந்து திருமண வேலைகளைச் செய்து கொண்டிருந்த போது பார்கவியின் மீதான அவன் காதலை மகாலட்சுமியின் காதுகளில் போட்டு வைத்தான்..

"எங்க எம்.டி உன்னைப் பத்தி உயர்வா பேசறாருமகா.. அவர் வாழ நீ வழி காட்டிட்டயாம்..

ரிஷி நெக்குருகி போகிறார்.. அவர் வாழவும் நீ வழிகாட்டிட்டயாம்.. இவங்களுக்கெல்லாம் வழி காட்டற நீ எனக்கொரு வழியைக் காட்ட மாட்டியா..?"

"காட்டிட்டாப் போச்சு.. என்னன்னு சொல்லுங்க.."

"பார்கவியைக் காதலிக்கிறேன் மகா.. இன்னைக்கு நேத்தில்ல.. எனக்கு விவரம் தெரிஞ்ச நாளில இருந்து அவன்னா எனக்கு உயிரு.."

"கௌதம்.."

மகா திகைத்துப் போனாள்.. கள்ளம் கபடமில்லாத மாமியின் முகம் அவள் நினைவுக்கு வந்தது.. கௌதமின் மீது மாமி உயிரையே வைத்திருக்கிறாள்.. அவன் பார்கவியின் மீது உயிரை வைத்திருக்கிறானா..?

"பார்கவிகிட்டக் கெஞ்சிப் பார்த்துட்டேன்.. அவ என் காதலை ஏத்துக்க மாட்டேன்னு சொல்லிட்டா.. நான் மிடில்கிளாஸாம்.. அவளுக்கு உனக்கு வாய்த்ததைப் போல பணக்கார மாப்பிள்ளையாய் அமையனுமாம்.."

"அப்படியா சொன்னா..?"

மகாலட்சுமியின் முகம் சிவந்து விட்டது.. பணத்தைக் காரணம் காட்டி ஒரு நல்லவனின் மனதை அவளுடைய தங்கை உடைக்கிறாளா..?

வித்யாவின் திருமணம் முடிந்தது.. அவளும் புகுந்த வீட்டிற்குப் புறப்பட்டுப் போய்விட மகாலட்சுமிக்கு வெறிச்சென்று இருந்தது.. அவள் வீட்டில் தோழி போல பழகிய சாருலதா இல்லை.. அவளுடைய அம்மா வீட்டுக்குப் போனால் அவளுடைய பெரிய தங்கை இல்லை.. மகாவுக்கு சோர்வாக இருந்தது..

பார்கவி அக்காவை பார்க்க வருகிறேன் பேர்வழியென்று மகாலட்சுமியின் பங்களாவில் இருக்க ஆசைப்பட்டு அடிக்கடி வந்து போனாள்.. அப்படி அவள் வந்த ஒரு சமயத்தில் கௌதமைப் பற்றி அவளிடம் பேசினாள் மகாலட்சுமி..

"அவன் நல்லவண்டி.. உன் மேல் உயிரையே வைச்சிருக்கான்.. வீட்டுக்கு ஒரே பிள்ளை.. சொந்த வீடு.. சூப்பர்ரைசர் உத்தியோகம்.. இதுக்கு மேலேயும் பிரமோசன் கிடைக்க சான்ஸ் இருக்கு.. இதைவிட்டுட்டு என்னைப் போல தங்கக் கூண்டில மாட்டிக்கனும்னு ஆசைப்படாதே.. பணம் இருந்தால் போதுமா..? மன நிம்மதி வேண்டாமா..?"

தங்கைக்கு புத்தி சொல்லும் வேகத்தில் மகா பேசிக் கொண்டே போக பாதிப்-பேச்சைக் காதில் வாங்கியபடி உள்ளே வந்த சஞ்சய்.. பார்கவி போனபின்னால் அவனைக் கல்யாணம் பண்ணிக் கொண்டதில் மகாலட்சுமி என்ன குறையைக் கண்டு விட்டாள் என்று ஆடித் தீர்த்து விட்டான்..

மனநிம்மதியைத் தொலைத்த மகா அதைத் தேடி சாந்தோம் சர்ச்சுக்குப் போனாள்.. அவளைப் பின் தொடர்ந்தான் சஞ்சய்.. யாரைச் சந்திக்க மகா போகிறாள் என்று அவனுக்கு கண்டு பிடிக்க வேண்டியிருந்தது.. மகாவின் நேரம்.. அன்று பார்த்து மகாவிடம் தன் காதலைச் சொல்லி அழ கௌதம் வந்து நின்றிருந்தான்.. மகாவின் கையைப் பிடித்து..

"என் காதலைக் காப்பாத்து மகா.." என்று சொல்லித் தொலைத்தான்..

"உனக்கு நானிருக்கேன் கௌதம்.." அவன் கையைப் பிடித்து மகாவும் சொல்-லித் தொலைத்தாள்.. அதைப் பார்த்து விட்ட சஞ்சய் கொலைவெறி கொண்டான்..

24

காரின் வேகத்தைக் கூட்டினான் சஞ்சய்.. இரவின் நியான் விளக்குகளின் வெளிச்சத்தில் குளித்துக் கொண்டிருந்த சென்னை மாநகரின் அழகு.. மகாலட்சுமியின் அழகைப் போல ஒளிர்ந்ததில் அவன் மனம் பாடாய் பட்டது..

'அவன்கூட அப்படியென்ன சிரிப்பு வேண்டிக் கிடக்கு..'

மயிரிழையில் மற்ற வாகனங்களை முத்தமிடாமல் விலகிப் பிறந்த சஞ்சயின் கார் விரைந்த விரைவில் எதற்கு வம்பென்று வழி விட்டு விலகி.. தங்களைக் காத்துக் கொண்டன சாலையில் ஓடிய வாகனங்கள்..

விடாமல் அழுத்திய கார் ஹாரன் சப்தத்தில் ஓடி வந்து கதவைத் திறந்த செக்யூரிட்டி சஞ்சயின் முறைப்பைக் கண்டு திகைத்தான்..

'நான் இங்கதான நிக்கறேன்.. ஐயாவோட காரைக் கண்டதும் கேட்டைத் திறந்துட்டேனே.. அப்படியும் எதுக்காக ஐயா என்ன இந்த முற முறைக்கிறாரு..' அவனுக்கு விளங்கவேயில்லை..

காரை நிறுத்தி இறங்கிய சஞ்சய் காரின் கதவை ஓங்கி அறைந்து சாத்திய வேகத்தில் கார் அதிர்ந்து குலுங்கியது..

'பாவம்.. வாயில்லா மெஷினு.. வாயிருந்தா அழுதிருக்கும்..'

கதவைத் திறந்து விட வந்த செல்வி நினைத்துக் கொண்டாள்..

இரண்டிரண்டு படிகளாகத் தாவியேறிய சஞ்சய் மின்னல் வேகத்தில் மாடிக்குப் போய் விட்டான்.. கதவை மூடிவிட்டுத் திரும்பிய செல்வி கண்களைக் கலக்கி விட்டு சுற்று முற்றும் பார்த்தாள்..

'கண்கட்டி வித்தையாயில்ல இருக்கு.. அதுக்குள்ள ஐயா காணமப் போயிட்டாரே.. எப்படி மாயமா மறைஞ்சாரு..?'

அந்த மாயக்காரன் அவனுடைய படுக்கையறைக் கதவைத் திறந்து கொண்டு உள்ளே போனபோது அயர்ந்து தூங்கிக் கொண்டிருந்தாள் மகாலட்சுமி.. சஞ்சயின் விழிகள் பிரித்துப் போடப்பட்டிருந்த கட்டில்களின் மீது வெறியுடன் படிந்தன..

'இவளுக்கு இது வசதியாப் போயிருச்சில்ல..'

கோபத்துடன் அவன் கட்டிலை உதைத்த வேகத்தில் அது மகாலட்சுமி படுத்-திருந்த கட்டிலுடன் ஓட்டிக் கொள்ள.. சப்தம் கேட்டுக் கண் விழித்தாள் மகாலட்-சுமி.. அவள் முகத்தருகே தலைமுடி கலைந்து, கண்கள் சிவந்து உன்மத்தத்துடன் இருந்த சஞ்சயின் முகம் தெரிந்ததில் அரண்டு போனாள்.. வெகு அருகாமையில் அவள் முகத்தோடு முகம் உரசும் நிலையிலிருந்த சஞ்சயைக் கண்டதும் அவச-ரமாக எழுந்து கொள்ளப் போனாள்.. அவளுக்கு இருபுறமும் கைகளை ஊன்றி சஞ்சய் கவிழ்ந்திருந்த நிலையில் அவளால் அசையக் கூட முடியவில்லை..

‘ஏன் இப்படிச் செய்கிறான்..? குடிச்சிருக்கானோ..’

நறுமணத்துடன் வெளிப்பட்ட அவனது மூச்சுக் காற்று இல்லையென்று சொன்-னது.. அவன் மீது கமழ்ந்த அவனது பிரத்யேக நறுமணத்தை அவ்வளவு நெருக்-கத்தில் முகர நேர்ந்ததில் அவள் தடுமாறிப் போனாள்.. அவள் முகத்தில் மீசை-முடிகள் உராய கவிழ்ந்திருப்பவன் அவளுக்குத் தாலி கட்டிய கணவன் என்பதில் அவளுடைய உடல் சூடானது..

‘இது என்ன சோதனை..!’ மகாலட்சுமி கலங்கிப் போனாள்..

எவன் அவளை அவமதித்தானோ.. அவனிடம் அவள் மனம் மயங்குவதா..? எவனுடைய உதாசீனம் அல்லும் பகலும் அவளை சித்திரவதை செய்து கொண்-டிருக்கிறதோ.. அவனுடைய நெருக்கத்தில் அவள் கிறங்கிப் போவதா..? எந்தத் தாலியை விருப்பமில்லாமல் பெற்றவர்களின் வற்புறுத்தலுக்கு அடி பணிந்து அவள் கழுத்தில் கட்டுவதாய் அவன் அறிவித்திருந்தானோ.. அந்தத் தாலியைக் கட்டிய-வனிடம் ‘தாலிகட்டியவன்’ என்ற உரிமையில் பழக அவள் மனம் ஆசை கொள்-வதா..? எவனது விரல் நுனிகூட அவளின் தேகம் தொடக் கூடாது என்று அவள் விலகி வாழ்கின்றளோ.. அவனது தேகம் முழுவதும் அவள் தேகத்தின் மீது படி-வதில் அவளது

தேகம் சூடாவதா..?

மகாலட்சுமி மனம் பதறினாள்..

"நகருங்கள்.." என்றாள் வேகத்துடன்..

"ஏண்டி..? தாலி கட்டினவன் தள்ளி நிற்கனும்.. உன் பழைய காதலன் ஓட்டி உரசி நிற்கனும்.. இதுதான் உன்னோட நியாயமா..? இந்த நியாயத்தை அப்பாம்-மாவிடம் சொல்லவா..? உன்னோட அப்பாம்மா விடம் கேட்டுப் பார்க்கலாமா..?" உஷ்ணமாகக் கேட்டான் சஞ்சய்..

"என்னது...?..!.." மகாலட்சுமி கொதித்துவிட்டாள்..

"நடிக்காதடி.. பாத்தேனே.. சாந்தோம் சர்ச்சில பாத்தேனே.. மரத்துக்குப் பக்கத்-தில கையோட கை பினைஞ்சுக்கிட்டு ரகசியமாபேசிக்கிட்டே நிக்கறேங் களேடி.. அப்படி என்னடி அவன்கிட்ட ரகசியம் பேசின...?"

"யாரைச் சொல்கிறீங்க..?"

சந்தோசம் சர்ச்சில் அன்று யாரைப் பார்த்தாள்..? புரியாமல் விழித்தவளுக்கு கௌதமின் நினைவு வந்தது..

'கடவுளே..! இவன் அவனையா சொல்றான்..?'

"என்னடி முழிக்கிற..? எல்லாம் எனக்குத் தெரியும்டி.. அந்த கௌதமைக் காத-லிச்சவ பணத்துக்கும், கோடிஸ்வர வாழ்க்கைக்கும் ஆசைப்பட்டு என்னைக் கல்-யாணம் பண்ணிக்கிட்ட.. எப்படிடீ இப்படிச் செய்ய முடிஞ்சது..

உன் பேராசைக்காக என் வாழ்க்கையை நீ நாசம் செய்வியா...?"

'எப்படிப் பேசறான்...' அவளுக்குள் துக்கம் பொங்கியது..

"யாருக்கு வேணும் உங்க பணம்..? உங்க கோடிஸ்வர வாழ்க்கைக்கு ஒருநா-ளும் நான் ஆசைப்பட்டதில்லை.." வேகத்துடன் சொன்னாள்..

"ஓ..! என்னைவிட... அவன் உனக்கு உசத்தியாய் போயிட்டானா...? இந்த கோடிஸ்வரன் மேல நீ ஆசைப்பட்டதில்ல.. அவன் மேல மட்டும்தான் ஆசை வைச்சிருக்கன்னு சொல்றியா..?" அதற்கும் குற்றம் கண்டு பிடித்தான் சஞ்சய்..

"யார் மேலயும் நான் ஆசை வைக்கல..."

"என்மேல வைக்கலைன்னு சொல்லு..."

"புரியாம பேசாதீங்க.."

"எல்லாம் புரிஞ்சுக்கிட்டுத்தாண்டி பேசறேன்.. அந்த கௌதம் என்னடான்னா... சுந்தரேசன் அங்கிளோட பெண்ணைத்தான் லவ் பண்றேன்னு விஷ்ணுகிட்டச் சொல்லியிருக்கான்.. இன்றைக்கு என்னடான்னா... சாந்தோம் சர்ச் வாசலில என் காதலைக் காப்பாத்துன்னு உன்கிட்டச் கெஞ்சறான்... இதுக்கு மேலே புரியறதுக்கு என்னடி இருக்கு..?"

விளக்கமாக சஞ்சய் விளக்கிய லட்சணத்தில் தலையில் அடித்துக் கொள்ள வேண்டும் போல இருந்தது மகாலட்சுமிக்கு..

'போடா.. நீயும் நீ புரிஞ்சுக்கிட்ட லட்சணமும்...'

அவனைத் தள்ளி விட முயன்றாள்.. முடியவில்லை.. வெறியோடு அவள்மேல் படர்ந்திருந்தவனை விலக்கி

விட ஆன மட்டும் பிரயத்தனப்பட்டாள்.. அவனை அசைக்க முடியவில்லை..

"சொல்லுடி..."

"எதைச் சொல்ல...?"

"எந்த வகையிலடி அவனை விட நான் குறைஞ்சு போயிட்டேன்..?"

சஞ்சயின் வெறி கொண்ட ஆக்ரோச மூச்சு அவள் கன்னத்தைச் சுட்டது... குழைய ஆரம்பித்த உடல் அவளுடைய கட்டுப்பாட்டை உடைத்து அவன் வசம்

ஆகி விடத் துடிப்பதை உணர்ந்தவள் துடித்துப் போனாள்..

'இது கூடாது...'

வேகத்துடன் விலக யத்தனித்தாள்.. அவன் பிடி இரும்புப் பிடியாக இருந்தது.. ஒட்டிக்கிடந்த கட்டில்களின் மீது அவள் பார்வை போனது.. திகிலடைந்தாள்..

'இவன் என்ன செய்ய உத்தேசித்திருக்கிறான்..'

"மிஸ்டர் சஞ்சய்..."

"அடிச்சுப் பல்லைப் பேர்த்திருவேன்.. அத்தான்னு சொல்லுடி..."

"அத்தானா..?"

விளக்கெண்ணையைக் குடித்து விட்டவளைப் போல முகத்தை வைத்துக் கொண்டு அவனை விசித்திரமாகப் பார்த்தவளின் பார்வையில் அவனது கொதிப்பு அதிகரித்தது..

"எதுக்குடி இப்படிப் பார்க்கிற..? அத்தான்னுதானே கூப்பிடச் சொன்னேன்..? கூப்பிடு..."

வெறுப்புடன் முகத்தைத் திருப்பிக் கொண்டவளின் முகத்தைத் தன் பக்கமாகத் திருப்பி அவளுடைய கன்னத்தை இறுக்கிப் பிடித்தான்.. வலியில் அவள் முகம் சுளித்தாள்...

"விடுங்க..."

"எதுக்கு..? அவன்கிட்ட ஓடிப் போகிறதுக்கா..?"

"ச்சீ..."

அருவெறுத்துப் போனாள் மகா.. அந்த அருவெறுப்பு அவன் சொன்ன சொல்லிற்கானது.. அவனுக்கானதில்லையென்று உணராமல் பிடியை இறுக்கினான் சஞ்சய்..

மகா வலியில் துடித்தாள்..

"ச்சீயா..? ஹாஸ்பெண்ட் தொட்டா 'ச்சீ..' அதுவே கௌதம் தொட்டா... உனக்கு நானிருக்கேன்னு சொல்லுவியா..? அது என்னடி 'உனக்காக நான்'னு அருமையா டயலாக் பேசற..? காதல் வந்துட்டா டயலாக் தானா வந்துரும் போல.. எங்கே அத்தானைப் பார்த்து

அந்த டயலாக்கைச் சொல்லு பார்க்கலாம்..."

சஞ்சய் முரட்டுத்தனமாக வற்புறுத்தினான்.. வலியை கண்களில் காட்டினாலும்.. பல்லைக் கடித்துக் கொண்டு பிடிவாதமாக மௌனம் சாதித்தாள் மகாலட்சுமி..

"சொல்ல மாட்ட...?"

"நீங்க கோபத்தில இருக்கீங்க.. எதுவானாலும் காலையில பேசிக்கலாம்.. இப்பத் தூங்குங்க..."

மகா அவனைத் திசை திருப்ப முயன்றாள்.. அவன் உரக்க சிரித்தான்..

"எத்தனையோ பிஸினெஸ் டீலை சக்சஸ்புல்லா முடிச்சுக் காட்டினவன்டி நான்.. என்கிட்டேயே உன் டிரிக்கை காட்றியா...? இந்த சஞ்சயை யாருன்னு

நினைச்சே..?"

அவனை யாராக நினைத்தாள் என்று நினைத்துப் பார்க்க முயன்றாள் மகா-லட்சுமி... என் புருசனாக நினைத்தேன் என்று இயல்பாக ஏன் அவளால் சொல்ல முடியவில்லை...?

அதைத்தான் அவனும் சுட்டிக்காட்டினான்..

"வழியில் போகிற வழிப்போக்கன்னு நினைச்சியா..?"

"ப்ளீஸ்..."

"இல்லை.. ஜோசியப் பைத்தியம் கோகுல்நாத்தோட ஏமாந்த சோணகிரி மகன்னு நினைச்சியா..?"

"நான் எதையும் நினைக்கலை..."

"அதான் தெரிஞ்சிருச்சே... நீ எதையும் நினைச்சிருந்தா அவன் கூட சாந்-தோம் சர்ச்சில உருகி உருகி பேசிக்கிட்டு இருந்திருக்கமாட்ட..."

"கௌதம் கோமதி மாமியின் மகன்.."

"மாமியின் மகன்னா உனக்கு மச்சானா..?"

"அசிங்கமாப் பேசாதீங்க.. மாமின்னா எனக்கு ரொம்பப் பிடிக்கும்.."

"அதனால அவங்க மகனையும் பிடிச்சுப் போயிருச்சா..?"

"கடவுளே..!"

"அவரையெல்லாம் இந்தப் பஞ்சாயத்துக்கு கூப்பிடாதே.. காண்டாகிடுவார்.. எங்க அம்மாவைக் கூடத்தான் அத்தை.. அத்தைன்னு கூப்பிடற..."

"அவங்க எனக்கு அத்தை தானே..?"

"சொத்தைன்னு சொல்லிருவியோன்னு நினைத்தேன்.. நல்லவேளை.. எங்கம்-மாவையாது உருப்படியா முறை சொல்லிக் கூப்பிடற.. அதுசரி.. அவங்களை அத்-தைன்னு கூப்பிடறியே.. அவங்களை உனக்குப் பிடிக்காதா..?"

"ஏன் பிடிக்காது..? ரொம்பப் பிடிக்கும்.."

"பிடிக்கும்... பிடிக்கும்... பெத்த மகனோட வாழ்க்கையை பணயம் வைச்சு அதிரசம் சுட்டு விக்கிற சுந்தரேசன் மகளை மருமகளாக்கிக்கிட்டாங்கள்ல.. பிடிக்-காம என்ன செய்யும்..? பிடிக்கத்தான் செய்யும்.. அத்தையைப் பிடிச்சிருக்கு.. அந்த அத்தை பெத்த மகனைப் பிடிக்கலையா...?"

விடாமல் அவன் வாயைப் பிடுங்கி வன்கொடுமை செய்ததில் கடுப்பாகிப் போனவள்.. வேகத்துடன்..

"அந்த அத்தை மகன் அத்தானுக்கும்தான் என்னைப் பிடிக்காது.." என்று சொல்லி விட்டாள்..

"என்னது...?" அவன் விழிகள் பளபளத்தன...

மகாவுக்கு தொண்டை உலர்வதைப் போல இருந்தது.. அவள் மீது பரவியிருந்த அவனது உடலின் ஸ்பரிசத்தை உணர்ந்த அவளின் தேகம் நெருப்பாக கொதிக்க

ஆரம்பித்ததில் அவள் பயந்தாள்.. அவனுடைய கைகள் தொட முயன்ற பிர-தேசங்களில் அவளுக்கு கலவரம் உண்டானது.. அதே நேரத்தில் எதிர்பார்ப்புடன் கூடிய பட்டாம்பூச்சிகள் வயிற்றில் பறந்ததில் மகாலட்சுமி பலவீனமாக உணர்ந்-தாள்..

‘நான் தோற்றுக்கிட்டு இருக்கேனா...?’

ஆம் என்றது அவள் உடல்.. அவனுடைய கைகளைத் தடுக்க இயலாமல் உருகிக் குழைந்த உடலை என்ன செய்தால் தேவலாம் என்று அவள் நொந்து நூலானாள்..

"இது பிடிக்குது.. பிடிக்கலைங்கிற பிரச்னை யில்லைடி... என்னைவிட அவன் உனக்கு உசத்தியாப் போயிட்டானாங்கிற பிரச்னை.."

"யாரையும் உயர்வு, தாழ்வுன்னு நான் நினைக்கலை..."

"ஏய்ய்.. உனக்கு நான் மட்டும்தாண்டி உயர்வா இருக்கணும்.."

"ஆர்டர் போடறீங்களா..?"

"அப்படித்தான் வைச்சுக்கயேன்.."

"ஆர்டர் போட்டுக் கட்டுப்படுத்த இந்த மகா ஒன்னும் உங்களுக்கு அடிமை-யில்லை..."

"என்னடி சொன்ன..?"

வெறியுடன் பாய்ந்தவன் அவளை வேட்டையாடித் தீர்த்து விட்டான்.. சும்மா-வும் வேட்டையாடாமல்.. இந்த முகம்தானே அவனைப் பார்த்துச் சிரித்தது.. இந்-தக் கைதானே அவன் கை பிடித்து அழுத்தியது.. இந்த விரல்தானே அவனுக்கு டாட்டா சொன்னது என்று ஒவ்வொன்றாகக் கூறி அவளைப் பிரித்து மேய்ந்து விட்டான்..

‘தோற்றுப் போய் விட்டேன்..!’

மகாவின் கண்களில் துடைக்கத் துடைக்கக் கண்ணீர் பெருகிக்கொண்டே இருந்தது.. எங்கும் வீசும் தென்றல் காற்றாய் இருந்தவளை அன்று ஒரு தாலி-யைக் கழுத்தில் கட்டி வேலி போட்டு சிறை வைத்தான்.. இன்றோ சிறை வைத்-தவளை சிதிலமாக்கி விட்டான்..

நடந்து விட்ட நிகழ்வை இயல்பான கணவன், மனைவி உறவென்று அவளால் எடுத்துக் கொள்ள முடியவில்லை.. பாத்ரூமில் இருந்து வெளியே வந்த சஞ்சய் அவளை உறுத்துப் பார்த்தான்..

"கற்பு பறி போயிருச்சுன்னு அழுகறியா..? யாருக்காக இந்தக் கற்பைக் காப்-பாத்தி வைச்சிருந்த..?"

அக்கினிக் கங்குகளாய் கொட்டின அவன் வார்த்தைகள்.. அதன் சூடுதாங்கா-மல் பாத்ரூமிற்குள்

ஓடி.. ஷவரில் உடல் நனைய நின்றவளுக்குத் துக்கம் தொண்டையை அடைத்தது..

இது அவனுக்கான கற்புதான்... அவனுடைய உடைமைதான்.. ஆனால் அதை எடுத்துக் கொள்ளும் முறையென்று ஒன்று இல்லையா..?

கணவன் மனைவியாக இருந்துவிட்டால்.. மனைவியின் சம்மதமின்றி அவளை வேட்டையாடி விடுவதா..?

கண்ணாடியில் தெரிந்த தன் பிம்பத்தை பார்த்தாள் மகாலட்சுமி.. மேடிட்டிருந்தது வயிறு... தாய்மையின் பொழிவு அவளின் அழகைக் கூட்டிக் காட்டியது.. சந்தோசமா.. துயரமா என இனம் பிரித்துப் பார்க்க முடியாத உணர்வு அவளுக்குள் எழும்பியது.. மேடிட்ட வயிறை தடவினாள்.. இது அவளுக்கான தோல்வியா.. அல்லது வெற்றியா...?

அன்றைய வேட்டையாடுதலுக்குப் பின்னால் அவளால் சஞ்சயிடமிருந்து தப்பிக்க முடியவில்லை.. வேட்டையாடுதல் தொடர்ந்தது.. அவனை மதிக்காத.. புரிந்து கொள்ளாத கணவனின் தழுவலில் அவளது உடலும் சிலிர்த்து இணங்கிப் போனதை அவள் அவமானகரமாக உணர்ந்தாள்.. என்ன கொடுமை இது..!

அந்தக் கொடுமையால் ஒர்நாள் அவள் தலைசுற்றி மயங்கி விழுந்தாள்.. வீடே அவளைத் தாங்கிப் படுக்க வைத்தது.. லேசாக மயக்கம் கலைந்தவளுக்கு குமட்டிக் கொண்டு வந்தது.. ருக்மணி கண்கள் மின்ன மருமகளிடம் குனிந்து ரகசியக் குரலில் கிசுகிசுத்தாள்.. அவளது கணிப்பு சரியாக இருந்தது.. அதை உறுதிபடுத்திக் கொள்ள மருமகளை லேடி டாக்டரிடம் அழைத்துக் கொண்டு போனாள்.. டாக்டர் ருக்மணியின் கணிப்பை உறுதிபடுத்தினாள்..

"என்னங்க.. நீங்க தாத்தாவாகப் போறிங்க..."

கோகுல்நாத்திற்குப் போன் பறந்தது.. அவரிடமிருந்து சஞ்சய்க்கு செய்தி பறந்ததில் அவன் உதட்டைக் கடித்துக் கொண்டான்... மாலையில் சீக்கிரமாவே வீட்டுக்கு வந்தவனுக்கு இனிப்பு காத்திருந்தது.. மகாவை பார்த்தான்.. அவள் எங்கேயோ வெறித்துக் கொண்டிருந்தாள்.. அவர்களுடைய அறைக்குள் நுழைந்ததும் மகாவை ஒரு பிடி பிடித்தான்..

"அப்பாவாகப் போகிறடான்னு என் பிள்ளையை வயித்தில சுமந்துக்கிட்டு இருக்கிறவ சொல்லனும்... எங்கப்பா சொல்லி எனக்குத் தெரியக் கூடாது.."

"இங்கே எல்லாமே வளமையாத்தான் நடக்குது.. இது ஒன்னுதான் குறைச்சலாப் போயிருச்சு.. அத்தை மாமா கிட்ட சொல்லியிருப்பாங்க.. அவர் உங்ககிட்ட சொல்லியிருப்பார்.. இதுக்கு எந்தவிதத்திலும் நான் பொறுப்பில்ல.."

சஞ்சயின் குழந்தையை வயிற்றில் சுமந்து கொண்டிருப்பதைத்தான் அவள் மறைமுகமாக சொல்லிக் காட்டுகிறாளோ என்ற சம்சயம் அவன் மனதில் எழுந்தது.. அவளை முரட்டுத்தனமாகப் பற்றி அருகே இழுத்தான்.. மகாவின் வயிறு

அவன்மீது மோதியதில் விட்டு விட்டான்.. அவள் வெளியே போய் விட்டாள்..

'என் குழந்தைக்கு அம்மாவாகிறதில இவளுக்கு சந்தோசமில்லை...'

சஞ்சயால் அந்த எண்ணத்தைத் தாங்கிக் கொள்ள முடியவில்லை.. இதில்வேறு டாக்டர் மகாலட்சுமியை ஜாக்கிரதையாகப் பார்த்துக் கொள்ளச் சொன்னதாக ருக்மிணி அவனிடம் சொல்லி வைத்தாள்.. மகாவும் பக்கத்தில் இருந்தாள்..

"என்ன செய்யனுமாம்.. ஊஞ்சலில் உட்கார வைத்து ஆட்டனுமா..?" சஞ்சய் எரிந்து விழுந்து விட்டுத் தோட்டத்திற்குப் போய் விட்டான்..

"அத்தான்.." ரம்யா வந்தாள்..

'இவதான் அத்தான்னு கூப்பிட்டுத்தொலைப்பா.. பின்னே.. அவளா அத்தான்னு கூப்பிடப் போறா..?' மகாவின் நினைவில் அவன் முகம் கடுத்தது..

"மகாவை ஜாக்கிரதையாய் பார்த்துக்கணும்னா அதுக்கு அர்த்தம் வேற அத்தான்... மகா கன்சீவ் ஆகியிருக்காள்ல.. ஸோ.. பெட்ரூமில் நீங்க அவளை 'டச்' பண்ணாம தள்ளியிருக்கனும்னு அத்தை ஜாடையாச் சொல்கிறாங்க..."

"உன்கிட்ட விளக்கம் கேட்டேனா..?"

"இல்லை அத்தான்.. அது வந்து..."

"ம்ப்ச்.. கெட் லாஸ்ட்.."

சஞ்சயின் கோபத்தில் வாய்க்குள் முணுமுணுத்தபடி நகர்ந்த ரம்யா அங்கே காபிக் கோப்பையுடன் நின்றிருந்த மகாவை பார்த்து விட்டாள்.. அவள் கண்கள் மின்னின.. தாழ்ந்த குரலில்..

"உன்னாலே என்னை 'டச்' பண்ணாம தள்ளியிருக்கார்.. இந்தச் சமயத்தில நான் அவரை இழுத்துக்கிட்டாத்தான் அத்தான் பழைய அத்தானா என்னோட டச்சிங்கில் இருப்பார்.. அதான் தூண்டில் போட்டேன்.." என்று கண் சிமிட்டினாள்..

"ச்சீ..." மகா வெறுப்புடன் அவளை முறைத்தாள்..

"என்ன செய்கிறது..? அத்தானுக்கு நான்னா கொள்ளை இஷ்டம்.. பட் எங்க ஜாதகம் பொருந்தலை.. மாமாவைப் பத்தித்தான் உனக்குத் தெரியுமே..

ஜாதகம் பொருந்தலைன்னா கிட்டக்கூட சேர்க்க மாட்டார்.. உனக்கு அப்படித்தானே அதிர்ஷ்டம் அடித்தது..? நாங்க வாழ்க்கையிலதான் ஒன்னு சேர முடியலை.. மத்தபடி 'சேர்ந்து'தான் இருந்தோம்... நீ இந்த வீட்டுக்கு வருகிறதுக்கு முன்னாலேயே நான் அத்தானுடன் வாழ ஆரம்பிச்சேன்.. நீ வந்த பின்னாலே அத்தான் கொஞ்சம் விலகிப் போன மாதிரி இருந்தது.. இப்ப நீ வயிற்றைத் தள்ளிக்கிட்டு நிற்கப் போகிற.. அத்தான் என்கிட்ட 'வந்து' தான ஆகனும்... அதான்... முதத் தூண்டிலை வீசியிருக்கேன்.. கூடிய சீக்கிரத்தில பிடிச்சிருவேன்.." ரம்யா நிச்சயத்துடன் சொல்லி விட்டுப் போய் விட்டாள்..

'பிடிச்சிருவாளோ..' மகாவின் உடல் நடுங்கியது..

பிடிக்காத கணவன்தானே.. ரம்யா பிடித்தால் பிடித்துக் கொள்ளட்டும் என்று விட்டு விட அவளால் முடியவில்லை.. அவள் பின்னால் செடிகளின் சலசலப்புக் கேட்டது.. கண் கலங்க திரும்பிப் பார்த்தாள்.. பாறை போல முகம் இறுகியிருக்க ரமணன் வீட்டைப் பார்த்து போய் கொண்டிருந்தான்..

'இவனும் இங்கேதான் இருந்தானா..?'

அதற்கு மேலும் யோசிக்க அவளின் மசக்கை இடம் கொடுக்கவில்லை... சஞ்சய் காபிக் கப்பை வாங்கி உறிஞ்சியபடி.. அவளை உறுத்துப் பார்த்தான்..

"என்ன..? மாமியாரைக் கைக்குள்ள போட்டுக்கிட்டு தள்ளி நிற்கலாம்ன்னு பிளான் பண்றியா..? மாஸ்டர் பிளான்டி உன் பிளான்.."

"பிளான் பண்ற வேலையெல்லாம் எனக்குத் தெரியாது.. அது உங்களுக்கும் உங்க அத்தை மகளுக்கும் தான் தெரியும்..."

"ஏய்ய்..! உனக்கும் எனக்கும்தான் பேச்சு.. ஊடே அவளை ஏன் இழுக்கற..?"

"அடேங்கப்பா..! உங்க ஆளை ஒரு சொல் சொல்லிரக் கூடாதா..? என்னமா பரிஞ்சுக்கிட்டு வர்றீங்க.. ரத்தம் கொதிக்குதோ...?"

"ஏய்..."

சஞ்சய் கையை ஓங்கி விட்டான்.. அவளது மேடிட்ட வயிறில் அவன் பார்வை படிந்ததில் கை தானாக இறங்கிக் கொண்டது.. கடுமையாக அவளை முறைத்தவனின் முகத்தில் உக்கிரம் இருந்தது..

"அவளைப் பத்திப் பேச உனக்கு ரைட்ஸ் இல்லை.."

"ஷ்யூர்.. அவளுக்குத்தான் உங்க பெட்ரூமைப் பத்திப் பேசவும்.. நீங்க யாரை எப்ப 'டச்' பண்ணனும்னு பேசவும் ரைட்ஸ் இருக்கு.. எனக்கு இல்லைதான்.."

மகா விருட்டென்று போய் விட்டாள்.. அதற்குப் பின்னால் ரம்யாவுடன் பேசுவதை முற்றிலுமாக தவிர்க்கத் தொடங்கினாள்.. ரம்யா விடவில்லை.. அவளைத் தேடி வந்து சஞ்சய் ரம்யாவின் பக்கமாக சாய ஆரம்பித்து விட்டான்.. ரம்யாவும், அவனுமாக சஞ்சயின் பார்ம் ஹவுஸீக்குப் போனார்கள்... என்றெல்லாம் சொல்ல ஆரம்பித்து விட்டாள்.. மகாவால் அதை நம்பவும் முடியவில்லை.. நம்பாமல் இருக்கவும் முடியவில்லை.. அவளின் வயிறு வளர.. வளர.. சஞ்சய் அவளிடமிருந்து விலகிச் சென்று கொண்டிருப்பதைப் போல அவளுக்குத் தோன்றியது..

போகட்டும் விடு என்று நிம்மதியாக இருக்க ஏன் அவளால் முடியவில்லை..? சதாசர்வ காலமும் சஞ்சயின் நினைவிலேயே ஏன் அவள் தவிக்கிறாள்..?

காற்றைப் போல சர்வ சுதந்திரத்துடன் உலா வந்து கொண்டிருந்த மகா திருமணம் என்ற வேலியில் சிறைபட்டு விட்டதைப் போல உணர்ந்தாள்..

சாருலாதாவும், வித்யாவும்... அந்த திருமண பந்தத்தை தவிர்த்து காற்றைப் போல நின்று தங்களுக்கு வேலியிட்டிருந்தார்கள்.. அவர்களின் வாழ்வில் வேலியை உடைத்து அவர்களை சுதந்திரக் காற்றாக்கிய திருமண பந்தம் மகாவின் வாழ்க்-

கையில் மட்டும் ஏன் மாறிப் போனது..?

"அதிகமா யோசிக்காதே..."

கண்ணாடியில் சஞ்சயின் உருவம் வந்தது... மகாவைப் பின்னாலிருந்து தழுவிக் கொண்டவனின் கை அவளின் வயிற்றின் மீது படிந்தது..

"இந்த மாதிரி சமயங்களில அதிகமா மனசைப் போட்டு உழட்டிக்கக் கூடாது.."

இந்த அக்கறை எனக்கானதல்ல என்று மனம் உடைந்து போனாள் மகா... இது அவனின் குழந்தைக்கானது..

"டெலிவரி டைம் நெருங்கிக்கிட்டு இருக்கு... வளைகாப்பு முடிந்தவுடனே உன்னை அழைத்துக்கிட்டுப் போகனும்னு உன் அப்பாம்மா சொன்னாங்களாம்... நான் முடியாதுன்னு சொல்லிட்டேன்.. ஃபார்மாலிட்டிக்காக ஒருநாள் நாம போய் இருந்துட்டு வந்திரலாம்.. என்ன சொல்கிற..?"

"ஏன்..? எனக்கு அப்பாம்மா வீட்டிலதான் இருக்கனும்.."

"ஏண்டி..? பிள்ளைக்கு அப்பா நான்.. என் பக்கத்தில இருக்கணும்னு ஆசைப்படாம அந்த கௌதம் பக்கத்தில இருக்கனுமுன்னு ஏண்டி ஆசைப்படற..?"

"ஸ்டாப்.." மகா கத்தி விட்டாள்..

ஒற்றை விரலை உயர்த்தி.. உடல் முழுவதும் நடுங்க நின்று கொண்டிருந்தவளைப் பார்த்த சஞ்சயின் புருவங்கள் சுருங்கின..

"நீங்க என்ன வேணும்னாலும் பண்ணிக்கங்க.. ஐ டோன்ட் கேர்.. வளைகாப்பு முடிஞ்ச பின்னால ஃபார்மாலிட்டிக்குக் கூட என் அப்பாம்மா வீட்டில நாம போய் ஒருநாள் மட்டும் தங்கியிருக்க வேண்டியதில்ல.. அது கூட வேணாம்.. பட்.. கௌதம் கூட என்னை சேர்த்து வைச்சுப் பேசற வேலையை விட்டுருங்க.. அது உங்க புத்தி.. ரம்யாகூட நீங்க ஆட்டம் போட்டா.. உங்களைப் போல என்னையும் நினைச்சிருவீங்களா...?"

"ஏய்ய்...."

சஞ்சய் கூப்பிடப் கூப்பிட வேகமாகப் போய் கதவைத் திறந்த மகா அப்படியே நின்று விட்டாள்.. கதவுக்கு வெளியே ரமணன் நின்றிருந்தான்.. அவன் பார்வை கலங்கிச் சிவந்திருந்த மகாவின் முகத்தை அளந்தது.. மகாவின் பின்னாலே வந்த சஞ்சய் ரமணனைக் கண்டதும்..

"என்னடா...?" என்றான்..

"சம் பிஸினெஸ் மேட்டர் அத்தான்.. ஐ வான்ட் டு டாக் வித் யு..."

"உள்ளே வா..."

ரமணன் உள்ளே போனான்.. மகா மாடியிறங்கி விட்டாள்..

சந்தனக் கீற்று கன்னங்களில் படிந்திருக்க... சின்னக் கண்ணன் தவழ்வதைப் போன்ற ஜரிகை வேலைப்பாடுகள் செய்த காஞ்சிப் பட்டில் தேவதை போல சோபாவில் உட்கார்ந்திருந்தாள் மகாலட்சுமி.. சற்றுத் தொலைவில் ரமணனுடன்

பேசியபடி நொடிக்கொரு தரம் அவளைப் பார்த்துக் கொண்டிருந்தான் சஞ்சய்.. வீடு முழுவதும் பெண்கள் நிறைந்திருந்தார்கள்.. அவர்கள் போட்டு விட்ட வளையல்கள் மகாலட்சுமியின் முழங்கை வரை நீண்டிருந்தன.. வளைகாப்பு முடிந்தவுடன் மகாவை அழைத்துக் கொண்டு போக அனுமதி கேட்டார் சுந்தரேசன்.. மகா மறுத்துப் போச வாய் திறந்த போது..

"அதற்கென்ன...? அழைத்துக்கிட்டுப் போங்க.." என்று சொல்லிவிட்டான் சஞ்சய்...

அவனா இப்படிச் சொல்கிறான் என்று ஆனந்தப்பட மகாவால் முடியவில்லை.. ரம்யாவின் வெற்றிப்பார்வையை சந்தித்த போது ரம்யா ஜெயித்து விட்டாள் என்று அவள் மனம் துவண்டது.. இயந்திரம் போல பிறந்த வீட்டுக்குப் போனாள்.. வீட்டை இடித்துக் கட்டியிருந்தார் சுந்தரேசன்.. சிறிய பங்களாவைப் போல அழகாக இருந்தது சுந்தரேசனின் விடு.. மகாவின் திருமணத்தின் போதே அந்த வீட்டை அவர் பெயருக்கு வாங்கிக் கொடுத்திருந்தார் கோகுல்நாத்.

"மாப்பிள்ளை ஸ்வீட் கடையை ஹோட்டலா மாத்திருங்கன்னு சொல்லிட்டார்.. பணத்தையும் கடனா கொடுத்தார்.. மெயினான இடம்.. ஹோட்டல் லாபகரமா ரன் ஆகுது.. அதில வந்த லாபத்தில கடனையும் அடைச்சாச்சு.. வீட்டையும் கட்டியாச்சு..." வெள்ளையாக சிரித்தார் சுந்தரேசன்..

'இதிலெல்லாம் குறைச்சலில்லை..' மகாவின் மனம் கனத்தது..

பிரசவ வலி வந்தபோது அவள் மனம் சஞ்சயைத் தேடியது.. சோதனையாக அன்று பார்த்து அவன் மும்பைக்கு போயிருந்தான்.. சுந்தரேசன் ஹோட்டலில் இருக்க.. அம்பிகா பக்கத்து விட்டு கோமதி மாமியுடன் கோவிலுக்குப் போயிருந்தாள்.. தனித்து வீட்டிலிருந்த மகா பிரசவ வலியால் துடித்த போது தற்செயலாக அங்கு வந்த கௌதம் மகாவை காரில் ஏற்றிக் கொண்டு மருத்துவ மனைக்குப் பறந்தான்..

'கடவுளே...!' மகா பயந்து போனாள்..

இதற்காகவா இந்தப் பாடு..? சஞ்சயின் மகன் பிறந்து வந்து விட்டான்.. அவன் குழந்தையைப் பெற்றுத் தந்து விட்ட மகிழ்வு அவள் மனதில் இல்லையே... ஏன்..? அவளது சந்தோசக் காற்றுக்கு வேலியிட்டிருப்பது யார்..?

மும்பையிலிருந்து பறந்து வந்த சஞ்சய் மகனைப் பார்க்க வந்தபோது பயத்துடன் அவனைப் பார்த்தாள் மகா.. அவன் அப்படியே நின்று விட்டான்.. அவன் பார்வை மனைவியின் பார்வையுடன் கலந்தது..

"அது.. கௌதம் வந்து.. நான் மட்டும் தனியா.."

மகா பதறித் தவித்த போது ஒரே எட்டில் அவளருகில் வந்து வாய் பொத்தியவன் அவள் தலையைக் கோதிவிட்டான்..

"தெரியும்..."

"தெரிந்துமா உங்களுக்கு கோபம் வரலை...?"

"உன்னைத் தங்கை போல நினைக்கிறவன் உன்னைக் காப்பாத்த ஹாஸ்பிடலுக்கு அழைத்துக்கிட்டு வந்திருக்கான்.. இதில் தப்பா நினைக்க என்ன இருக்கு...?"

"அத்தான்..."

மகாலட்சுமியின் உணர்ச்சி பூர்வமான அழைப்பில் சஞ்சய் அவள் முகத்தின் மீது குனிந்து முத்தமிட்டான்..

"என் பிள்ளைக்கு அம்மாவான பின்னாடிதான் நான் உனக்கு அத்தான்னு உனக்குத் தெரிஞ்சதா...?"

மகாவின் சந்தோசக் காற்று வேலியை உடைத்துக் கொண்டு பாய்ந்தது...

"ஆனா ரம்யா..?" அவள் முகம் கூம்பியது..

"அதுவும் தெரியும்.. உனக்கு கௌதம் எப்படியோ.. அப்படித்தான் எனக்கும் ரம்யா.. வித்தியாசமா அவளை நான் பார்த்ததில்லை..."

"அவ என்னென்னவோ சொன்னா..."

"உன் மனசைக் கஷ்டப் படுத்தச் சொல்லியிருப்பா.. டோண்ட் வொர்ரி.. ரமணன் அவ பேசினதை கேட்டுட்டான்.. அவளுக்கும் வினோத்துக்கும் கல்யாணம்

பேசி முடிச்சாச்சு.. ஃபாரினில் செட்டிலாகிறாங்க.. ரம்யாவுக்கு இந்தியா சரிப்படாது.. அதான் அப்பாகிட்டப் பேசி பாரினில் வினோத்துக்கு ஒரு பிஸினெஸை ஆரம்பிச்சுக் கொடுத்துவிடச் சொல்லிட்டேன்.. ரம்யா பேரில அங்கேயே வீட்டையும் வாங்கிக் கொடுத்திட்டார்.. வேற வழியில்லை.. அவ பக்கத்தில இருந்தா குடும்பத்தில பிராப்ளம் பண்ணிக் கிட்டே இருப்பா.. தள்ளியிருந்தாத்தான் பாசம் வரும்ன்னு ரமணனே சொல்றான்.."

"கௌதம் வந்து.. பார்கவியை.."

"அதுவும் எனக்குத் தெரியும்... ரமணன்தான் இதையும் சொன்னான்.. கௌதமுடன் என்னைப் பேச வைத்தான்.. மகா எனக்குத் தங்கை மாதிரி.. புத்திசாலி..

அவ நினைச்சா என்னையும் பார்கவியையும் சேர்த்து வைச்சிருவான்னு தான் அவகிட்ட என் காதலைப் பத்திப் பேசினேன்னு கௌதம் சொன்னான்.."

"அவன் சின்ன வயசில இருந்து என்னை வா, போன்னுதான் கூப்பிடுவான்... ப்ளீஸ்... இதுக்காக கோவிச்சுக்காதீங்க.."

"பைத்தியம்.." சஞ்சய் மகாவின் கன்னத்தில் தட்டினான்..

"இப்ப ரமணனை நான் வாடா, போடான்னு கூப்பிடறதில்லையா..? பெரிய கம்பெனிக்கு முதலாளியா ஆகிட்டான்.. அதுக்காக என் பழக்கத்தை மாத்திக்கச் சொல்றானா..? அதைப் போலதான் இதுவும்.."

'எப்படி எல்லாவற்றையும் இவனால் இத்தனை இலகுவாக எடுத்துக் கொள்ள முடிகிறது...?' மகா பிரமித்தாள்.

"காதல்..." சஞ்சய் மகாவின் நெற்றியில் முத்தமிட்டான்..

"உன்னைப் பார்த்த நிமிசமே உன்னைக் காதலிக்க ஆரம்பிச்சுட்டேன் மகா.. எனக்குத்தான் அது தெரியலை.. இல்லைன்னா ஜாதகத்தைக் காரணம் காட்டி

எனக்குப் பிடிக்காத கல்யாணத்தை செய்து வைக்க யாராலேயும் முடியாது.. அது எங்கப்பாவாக இருந்தாலும் சரி.. எஸ்கேப் ஆகி நான் எங்கேயிருக்கேன்னு சொல்லாமலே வெளி நாட்டுக்குப் பறந்திருப்பேன்.. உன்னோடு நடந்த என் கல்யாணத்தில இருந்து தப்பிக்க நான் விரும்பலைடி..."

"நிஜமாகவா...?"

"நிஜமாகத்தான்.."

"என்னை இன்சல்ட் பண்ணிணீங்களே.. என் ஏழ்மையைக் குத்திக் காட்டிப் பேசினீங்களே.."

"ஐ ஆம் ஸாரிடி செல்லம்...! அது சும்மா.. ஜீஜீபி.. உன்னை வம்பிழுக்கனும்னு நான் பேசினது.. மத்தபடி யாரையும் அவங்க ஸ்டேட்டஸைச் சொல்லிக் காட்டி

நான் இன்சல்ட் பண்ணினதில்லை.. உன்னைச் சீண்டிப் பார்க்கனும்னு தோணுச்சு..."

மகாவால் பேச முடியவில்லை.. மூச்சு விட முடியாமல் அவளை சிறை பிடித்திருந்த வேலி சின்னா பின்னமாகிக் கொண்டிருந்ததை மனப்பூர்வமாக ரசித்து அவள் அனுபவித்தாள்.. அவளின் பழைய சந்தோசக் காற்று வேலியைத் தகர்த்து வெளியில் வந்தது.. சுதந்திரமாக மகாவைச் சுற்றிப் படர்ந்து பரவியது..

"உங்கப்பாவுக்கு கடன் கொடுத்ததைப் போல கௌதமுக்கும் கடன் கொடுத்திருக்கேன்... சகலை சொந்தமா ஒரு கம்பெனியை ஆரம்பிக்கப் போகிறான்.. காரும், பங்களாவுமா மாறிய பின்னால் பார்கவியைப் பெண் கேட்டு வான்னு சொல்லியிருக்கேன்... சகலையின் காதலும் நிறைவேறும்.. பார்கவியின் ஆசையும் நிறைவேறும்.. எப்புடி...?"

அவளைப் பார்த்துக் கண் சிமிட்டிய சஞ்சயின் முகத்தை ஆசையுடன் நோக்கினாள் மகாலட்சுமி.. இதுவல்லவோ வாழ்க்கை என்று அவளுக்குத் தோன்றியது.. எதிரெதிர் திசைகளில் இருந்தவர்களை திருமண பந்தத்தில் இணைத்து விட்ட விதிக்கு அவள் நன்றி சொன்னாள்.. உரிய சமயத்தில் அவளின் சந்தோசத்தை திருப்பியளித்த காலத்திற்கும் அவள் நன்றி சொன்னாள்...

அந்த திருமண மண்டபம் களை கட்டியிருந்தது.. துருதுருவென அங்கும் இங்கும் ஓடிய இரண்டு வயது யதுநந்தனின் பின்னால் ஓடிக் கொண்டிருந்தாள் மகாலட்சுமி.. அவள் பின்னாலேயே ஓடிக் கொண்டிருந்தது சஞ்சயின் பார்வை...

"கொஞ்சம் எங்களையும் பாருங்க சகலை..."

ரிஷியும், கௌதமும் சஞ்சயை கலாய்த்தார்கள்.. அதுதானே என்று அவர்களின் மனைவிகளான வித்யாவும், பார்கவியும் ஆமோதித்தார்கள்..

மனமேடையில் மாப்பிள்ளையாக ரமணன் உட்கார்ந்திருந்தான்.. மணமகள் மேடைக்கு வந்து விட்டாள்.. அவன் தாலி கட்டுவதைப் பார்த்த சஞ்சயின் விழிகள் மகாவைப் பார்த்தன.. அவளும் அவனைத்தான் பார்த்துக் கொண்டிருந்தாள்..

சாருலதா மூன்றுமாதப் பெண் குழந்தையுடன் கார்த்திக்கிடம் ரகசியம் பேசிக் கொண்டிருந்தாள்.. ரிஷி வித்யாவைச் சுற்றிச் சுற்றி வந்தான்.. பார்கவி பெருமையுடன் கௌதமின் பக்கத்தில் பக்கத்தில் போய் நின்று கொண்டாள்.. ரம்யா கூட வினோத்துடன் இணக்கமாக பேசிக் கொண்டிருந்தாள்..

இந்த திருமண பந்தம்தான் எத்தனை சக்திவாய்ந்தது என்று மகாலட்சுமிக்குத் தோன்றியது.. அனைவரின் மனங்களையும் மாற்ற வல்லது..

கார்த்திக்கைத் தேடிக் கொண்டிருந்த சாருலதா சந்தோசக் காற்றுக்கு வேலியிட்டிருந்தாள்.. கார்த்திக் கிடைத்ததில் அவளின் சந்தோசக் காற்று வேலியுடைத்து மீண்டது.. வித்யாவின் இறுக்கத்தில் ரிஷியின் சந்தோசக் காற்று திணறிக் கொண்டிருந்தது.. வித்யா அவனுக்குக் கிடைத்தவுடன் அவனது சந்தோசக்காற்று விலங்கை உடைத்துக் கொண்டு அவனிடம் வந்து விட்டது... பார்கவியின் ஆசையினால் கௌதமின் சந்தோசக் காற்று சிறைபட்டிருந்தது.. கௌதமின் முன்னேற்றத்தினால் பார்கவி அவன் மனைவியாகி விட்டதில் அவனது சந்தோசக் காற்று சிறை மீண்டுவிட்டது.. மகாவின் வாழ்க்கையில் சந்தோசக் காற்று வேலியினால் மறிக்கப்பட்டிருந்தது.. சஞ்சயின் காதலை அவள் அறிந்தவுடன் அவளது சந்தோசக் காற்றும் வேலியை உடைத்து அவளிடம் வந்து விட்டது.. காற்றுக்கு வேலியிட முடியாது...

காற்றுக்கென்ன வேலி..? அது வேலிகள் இல்லாத சுதந்திரக் காற்று..!

– முற்றும் –

நூலாசிரியர்

செந்தமிழும் வசப்பட்டு கைகளில் சொற்கள் அருவியாய் கொட்டும் பேறு பெற்றவர் திருமதி.முத்துலட்சுமி ராகவன் அவர்கள். இவர் தமிழ் எழுத்துலகில் என்றைக்கும் நிலைத்து நிற்கும்படியான புதினங்களை எழுதி அனைவர் மனதையும் கொள்ளைகொண்டவர் . இவர் எழுத்துக்கள் ஒன்றே போதும் இவர் பெருமையைக் கூற. 2009ம் ஆண்டு முதல் புதினங்களை எழுதத் தொடங்கிய இவர் சிறுவயது முதல் எழுதுவதில் ஆர்வம் கொண்டவராகத்தான் இருந்தார். காலப்போக்கில் மெல்லத் தொடங்கிய இவரது எழுத்துப்பணி, 2009 ஆம் ஆண்டு அச்சேறி அனைரையும் கட்டி இழுத்தது. இவர் எழுத்துநடையை அவ்வளவு எளிதில் யாராலும் கடந்துவிடமுடியாது. மென் உணர்வுகளை உருக்கமாக, மனதை நெகிழவைக்கும் விதமாக தன் எழுத்துக்களில் இவர் கையாண்டிருப்பார்.. இவர் கதைகள் ஒவ்வொன்றும் ஒரு விதம் அனைத்தும் புதுவிதம், மேலும், ரசிக்கவைத்து, அதில் இளைப்பாறி, அந்தக்கதாப்பாத்திரமாகவே நாம் மாறி, உணரவைத்து நம் மனதை மெழுகாய் உருக வைக்கும் விதத்தில் இருக்கும். சுமார் 200 நாவல்களை இந்த குறைந்த வருடங்களில் இவர் எழுதியிருப்பதைப் பார்த்து நிச்சயம் பிரமிக்காமல் இருக்க முடியாது. அத்தனையும் நல்முத்துக்கள். இதில் பலபாகங்கள் கொண்ட நூல்களும் உள்ளன. எழுத்தோடு பதிப்பகத்துறையிலும் தடம் பதித்து நூற்றுக்கணக்கான புத்தகங்களை பதிப்பித்துக் கொடுத்திருக்கிறார் இவர். கூடவே மாதாந்திர நாவல்களையும் பதிப்பித்துக் கொடுத்திருக்கிறார் பலருக்கும். இவர் சமீபத்தில் 2021 மே மாதம் இந்த பூவுலகை விடுத்து வானுலகம் எய்தியிருந்தாலும் இவர் எழுத்துக்களும், இவர் விட்டுச் சென்ற தடங்களும் காலத்தால் அழியாதைவையாக சிரஞ்சீவியாக நம்முடன் உலா வரும் என்பதில் ஐயமேதுமில்லை.

Milton Keynes UK
Ingram Content Group UK Ltd.
UKHW010809080923
428296UK00004B/293

9 798889 518174